INSIGHT PUBLICA®

Kozhikode, Kerala, India 673011
www.insightpublica.com
e-mail: insightpublica@gmail.com
Parethatmakkalude Puravritham
(Malayalam Stories)
V.K. Sebastian
First Edition: October 2020

ISBN 978-93-90404-99-5
Printed and Published by
Insightinpublica Printers & Publishers Pvt. Ltd.

പരേതാത്മാക്കളുടെ പുരാവൃത്തം

കഥകൾ

വി.കെ. സെബാസ്റ്റ്യൻ

INSIGHT PUBLICA®

എറണാകുളം ജില്ലയിൽ നായരമ്പലത്തു ജനനം. ശ്രീ. വലിയ വീട്ടിൽ കോരതിന്റെയും ശ്രീമതി. മറിയം കോരതിന്റെയും മകൻ. എറണാകുളം സെന്റ് ആൽബെർട്ട്സ് കോളേജ്. മൂത്തകുന്നം എസ്. എൻ.എം. ട്രെയിനിങ് കോളേജ്, കൊച്ചിൻ യൂണിവേഴ്സിറ്റി എന്നി വിടങ്ങളിൽ വിദ്യാഭ്യാസം. ഫാക്ട്, ഉദ്യോഗമണ്ഡലിൽ ഓഫീസർ ആയിരുന്നു.

ആദ്യപുസ്തകം 'ചങ്ങമ്പുഴ-കവിതയിലെ കാല്പനിക വസന്തം' (നിരൂപണ പഠനം) തുടർന്ന് 'ഷഹ്റസാദ് കഥ പറഞ്ഞു കൊണ്ടിരി ക്കുന്നു', 'പ്രജാപതിയുടെ നിഴലുകൾ നീളുന്നു', 'മൗനം ഗർജ്ജിക്കുന്നു' എന്നീ കാവ്യസമാഹാരങ്ങൾ പ്രസിദ്ധീകരിച്ചു. കവി അപ്പൻ തച്ചത്തി ന്റെ 'പച്ചിലകളും തീനാമ്പുകളും' എന്ന മലയാള കാവ്യസമാഹാരം 'ഗ്രീൻ ലീവ്സ് ആൻഡ് ഫയർ ടങ്സ്' എന്ന പേരിൽ ഇംഗ്ലീഷിലേ ക്ക് വിവർത്തനം ചെയ്തു.

നാടകം, ചെറുകഥ, കവിത എന്നീ വിഭാഗങ്ങളിൽ പെട്ട രചന കൾക്കായി ഏറെ സമ്മാനങ്ങൾ ലഭിച്ചിട്ടുണ്ട്. ഇപ്പോൾ താമസം നോർത്ത് പറവൂരിൽ പെരുമ്പടന്നയിൽ.

ഭാര്യ : ശ്രീമതി സി.ടി. കൊച്ചുത്രേസ്യ
(റിട്ടയേഡ് ഡെപ്യൂട്ടി രജിസ്ട്രാർ, കുസാറ്റ്, കൊച്ചി)

മക്കൾ : സോണിയ വിൻസെന്റ്,
സീലിയ റോസ് ഷാജൻ ജൂലിയ ഒസ്ബെൻ

വിലാസം : സെബാസ്റ്റ്യൻ. വി.കെ
വലിയവീട്ടിൽ റാണിവില്ല
പെരുമ്പടന്ന, നോർത്ത് പറവൂർ
എറണാകുളം ജില്ല- 683513

മൊബൈൽ : 9846078530, 9846934905

വി.കെ. സെബാസ്റ്റ്യൻ

പരേതാത്മാക്കളുടെ പുരാവൃത്തം

ഇത് എന്റെ ആദ്യത്തെ കഥാസമാഹാരമാണ്. കാവ്യസംബന്ധികളായ നാലഞ്ച് പുസ്തകങ്ങൾ ഇതിനുമുൻപേ പ്രസിദ്ധീകരിച്ചിട്ടുണ്ടെങ്കിലും കവിതപോലെ തന്നെ എനിക്ക് എന്നും ആവേശമായിരുന്ന കഥയുടെ കാര്യത്തിൽ ഇത്ര വൈകാനെന്തു കാര്യമെന്ന് ചോദിച്ചാൽ നല്കാൻ തൃപ്തികരമായ ഒരു ഉത്തരം എന്റെ കൈയ്യിൽ ഇല്ല തന്നെ. എന്റെ കവിതകൾ ലളിതങ്ങളാണെങ്കിലും അവ ഒരുതരം പ്രത്യേക സംവേദനക്ഷമത ആവശ്യപ്പെടുന്നവയാണ്. എന്റെ കഥകൾക്കും അങ്ങിനെയൊരു പ്രത്യേകത കണ്ടേക്കാം. ഏതായാലും പ്രസിദ്ധീകരിക്കപ്പെടുന്ന കഥകളുടെ ഗുണദോഷനിരൂപണം വായനക്കാരുടെ അവകാശമാണെന്ന് സമ്മതിച്ചുകൊണ്ട്.

വിനയപൂർവ്വം

വി.കെ. സെബാസ്റ്റ്യൻ

എൻ പറവൂർ

20-07-2020

കഥകൾ

മൂക്ക്

1

ഞാൻ ഒരു പാവം പോസ്റ്റുമാസ്റ്റർ. എനിക്ക് ഒരു കഥ പറയണമെന്നുണ്ട്. തപാൽ വകുപ്പിനെ സംബന്ധിക്കുന്ന കഥയല്ല. എന്റെ ഔദ്യോഗിക ജീവിതവുമായി ഈ കഥയ്ക്ക് കാര്യമായ ബന്ധമൊന്നുമില്ല. കഴിഞ്ഞ നാലഞ്ചുവർഷമായി പത്തിക്കര പോസ്റ്റ് ഓഫീസിൽ ഞാൻതന്നെ പോസ്റ്റുമാസ്റ്റർ. ഈ നാടിന്റെ പൊതുജീവിതത്തിൽ ഞാനിപ്പോഴും അഭേദ്യമായ കണ്ണിയായിത്തീർന്നിട്ടില്ല. പണ്ടിവിടെ ചാർജെടുക്കാൻ വന്നപ്പോഴെന്നപോലെ ഇപ്പോഴും ഞാനൊരന്യൻ.

പോസ്റ്റോഫീസിനുമുമ്പിലൂടെ നിരവധി നിമ്നോന്നതങ്ങൾ നിറഞ്ഞ ഒരു റോഡ്. ഇതുതന്നെ പത്തിക്കരയിലെ പ്രധാന റോഡ്. ടാറിട്ടിട്ടില്ല. വർഷങ്ങളായി മനുഷ്യരുടെ പാദപതനങ്ങളേറ്റ് ഉരഞ്ഞു മിനുസമാർന്ന കല്ലുകൾ റോഡിൽ നിറഞ്ഞു കിടക്കുന്നുണ്ട്. തമ്മിലുരുമ്മിക്കരയുന്ന ഉരുളൻ കല്ലുകൾ അപൂർവ്വമായി കടന്നുപോകുന്ന പഥികരുടെ ആഗമനം അകലെനിന്നുതന്നെ വിളിച്ചറിയിക്കുന്നു.

പത്തിക്കരയിൽ ജനസാന്ദ്രത നന്നേ കുറവ്. ഉള്ളവരെ ഒട്ട് അറിയുകയുമില്ല. അവർ മരപ്പാവകളെപ്പോലെ ഒറ്റയ്ക്കൊറ്റയ്ക്കും കൂട്ടംകൂട്ടമായും പോസ്റ്റോഫീസിനു മുന്നിലൂടെ കടന്നുപോകുന്നു. അടുത്തു പെരുമാറി അവരെ മനസ്സിലാക്കാൻ ശ്രമിച്ചിട്ടില്ല. കുട്ടിത്തേവാങ്കിനേപ്പോലെ കുനിഞ്ഞിരിക്കാറുള്ള എന്നെ ഒരുതരം സംശയത്തോടെയാകണം അവരും വീക്ഷിക്കുന്നത്. പ്രഭാതത്തിൽ എന്റെ വീടിനു പിന്നിലുള്ള താഴ്‌വാരത്തുനിന്നും സൂര്യൻ പതുക്കെപ്പതുക്കെ മാനത്തേയ്ക്കു പൊന്തുന്നു. സായാഹ്നത്തിൽ എന്റെ വീടിന്റെ നിഴൽ ആ താഴ്‌വാരത്തിലേയ്ക്കു തല കുത്തിക്കിടക്കുന്നു.

പോസ്റ്റാഫീസിനു മുന്നിലുള്ള ഈ റോഡിലൂടെ അല്പം വടക്കോട്ടു നടന്നാൽ പത്തിക്കരയിലെ മറ്റൊരു പ്രധാനസ്ഥാപനമായ വില്ലേജാഫീസിന്റെ മുന്നിലെത്തും. റോഡ് വില്ലേജോഫീസിന്റെ മുന്നിലൂടെ പടിഞ്ഞാറോട്ടു വളയുന്നു. പുഴയുടെ തീരത്ത്-താന്തോന്നിപ്പുഴയുടെ തീരത്ത്. പുഴയിൽ വല്ലപ്പോഴുമേ വെള്ളം കാണൂ. മിക്കവാറും ഗ്രീഷ്മാരംഭത്തിൽതന്നെ പുഴ വറ്റിവരണ്ട് ബോധംകെട്ട് മലർന്നുകിടക്കും.

പുഴയുടെ തീരത്തുവച്ച് റോഡ് രണ്ടായി പിരിഞ്ഞ് ഇടത്തോട്ടും വലത്തോട്ടും പുരോഗമിക്കുന്നു. ഇടത്തോട്ടു തിരിയുന്ന റോഡ് കീറാമുട്ടിപ്പാലം കടന്ന് അക്കരെയെത്തുന്നു.

കീറാമുട്ടിപ്പാലം വർഷകാലത്തൊഴികെ പത്തിക്കരയിൽ ഒരു അധികപ്പറ്റാണെന്നു പറയാം. അടിയിലൂടെ ഒരു പുഴ ഒഴുകിയിരുന്നുവെന്നതിന് തെളിവ് അത്രമാത്രം.

ഇപ്പോൾ പാലത്തിന്റെ അടിയിലൂടെ ഒരു നീർച്ചാലുണ്ട്, ഭൂമിയുടെ വിയർപ്പുചാലുകളിലൊന്നെന്നപോലെ. എങ്കിലും അക്കരയ്ക്കു കടക്കാൻ പാലത്തിന്റെ ആവശ്യമില്ല.

പത്തിക്കരയിൽ പ്രഭാതത്തിന് ഉന്മേഷമില്ല.

അസ്തമയത്തിനു സൗന്ദര്യമില്ല.

ഇവിടെ പൗരന്മാർക്ക് അനന്യതയില്ല.

പ്രഭാതത്തിലുദിക്കുന്ന സൂര്യൻ അക്കരെ തെങ്ങിൻതോപ്പുകൾക്കപ്പുറത്ത് അസ്തമിക്കാൻ ഒത്തിരി കാലമെടുക്കുമെന്നു തോന്നും.

കാലം പത്തിക്കരയിൽ വെള്ളം പോലെ കെട്ടിക്കിടക്കുന്നു.

കാറ്റിവിടെ കള്ളനെപ്പോലെ കടന്നുപോകുന്നു.

ആരെയും തഴുകാതെ, സാന്ത്വനിപ്പിക്കുന്ന സംഗീതമില്ലാതെ.

ഒരു പക്ഷേ, എല്ലാം എന്റെ തോന്നലായിരിക്കാം.

അതൊക്കെയിരിക്കട്ടെ. ഇന്നു രാവിലെ എനിക്കൊരു കത്തുകിട്ടി. അതാണെന്റെ കൈയിൽ. നിങ്ങൾക്ക് കേൾക്കണമെന്നുണ്ടെങ്കിൽ ഞാൻ ഇതിനകം ഒരാവർത്തി വായിച്ച കത്ത് ഒന്നുകൂടി വായിക്കാം.

2

എടാ, നീയൊരു പോസ്റ്റുമാസ്റ്റർ മാത്രമാണെന്നായിരുന്നു എന്റെ വിചാരം. ഇല്ല, നീ ഒരു മണ്ടനും കൂടിയാണ്. മൂക്കിനെപ്പറ്റി കഥയെഴുതിയിരിക്കുന്നുപോലും! നിനക്കു പൂക്കിളിനെപ്പറ്റി എഴുതാമായിരുന്നില്ലേ? മൂക്കിനെപ്പറ്റി കഥയെഴുതുന്ന ലോകത്തിലെ എത്രാമത്തെ സാഹിത്യകാരനാണു നീ എന്നാലോചിച്ചിട്ടുണ്ടോ? എഴുതണമെന്നു

നിനക്കു തോന്നുന്നുവെങ്കിൽ ഞാൻ നിന്നെ നിരുത്സാഹപ്പെടുത്തുക യില്ല. ഈസ്റ്റ് ഇന്ത്യാ കമ്പനിയിൽ വെറുമൊരു ഗുമസ്ഥനായിരുന്ന ചാൾസ് ലാംബ് എഴുതുക മാത്രമല്ല, എഴുത്തുകാരുടെയിടയിൽ അസാമാന്യമായ ഉയരം നേടുകയുമുണ്ടായി. പത്തിക്കരയിൽ നീ ഒരു വലിയ വ്യക്തിത്വമാണല്ലോ, നിനക്കും എഴുതാം. എന്നാൽ എഴുതാൻ തുടങ്ങുന്നതിനു മുമ്പായി വായിക്കണം. എങ്കിലേ പക്വമായ സൃഷ്ടികൾ ചമയ്ക്കാൻ കഴിയൂ. പോകട്ടെ, ഇമ്മാതിരി അസംബന്ധങ്ങൾ എഴുതാതെയെങ്കിലുമിരിക്കാമല്ലോ.

ഞാൻ തന്നെ പറയാം. എന്റെ പരിമിതമായ അറിവനുസരിച്ച് തന്നെ ലോകസാഹിത്യത്തിലെ അഞ്ചാമത്തെ മൂക്കായിരിക്കും നീ അവതരിപ്പിക്കുന്നത്. മൗലികത വിഷയത്തെ സംബന്ധിച്ചെടത്തോളം തീരെയില്ലെന്നു ചുരുക്കം. ഇതൊരു കുറവു തന്നെയായി നിനക്കു തോന്നുന്നില്ലേ?

കേട്ടോളൂ, ലോറൻസ്സ്റ്റേൺ എന്നൊരു എഴുത്തുകാരനാണ്, എന്റെ അറിവുപ്രകാരം, സാഹിത്യത്തിൽ ഒരു മൂക്ക് ആദ്യമായി അവതരിപ്പിച്ചത്; പതിനെട്ടാം നൂറ്റാണ്ടിൽ, എഡ്ഗാർ അല്ലൻ പോ മറ്റൊരു മൂക്കിന്റെ കഥ പറഞ്ഞു. ഒറിജിനാലിറ്റിയില്ലെന്നു പറഞ്ഞ് നിരൂപകർ പോ യോട് അക്കാലത്ത് ഒരു മുറ നോക്കി.

പിന്നീട് പോയുടെ സമകാലികനും വിശ്വപ്രസിദ്ധനുമായിരുന്ന ഗോഗലും ഒരു മൂക്കിന്റെ കഥയെഴുതി. ഇതൊന്നും കേട്ടിട്ടില്ലെങ്കിൽത്തന്നെയും നീ ഒരിക്കലും വിസ്മരിക്കാനിടയില്ലാത്ത ഒരു മൂക്ക് നമ്മുടെ മലയാള സാഹിത്യത്തിൽത്തന്നെ നീണ്ടു നിവർന്നു കിടപ്പുണ്ട്. നമ്മുടെ ബേപ്പൂർ സുൽത്താൻ വക. ഈ മൂക്കുകൾ തമ്മിൽത്തന്നെയുള്ള നിലവാരത്തിന്റെ അന്തരം നിനക്ക് ഊഹ്യമായിരിക്കുമല്ലോ? തെറ്റിദ്ധരിക്കരുത്, നീ എഴുതിപ്പിടിപ്പിക്കുന്ന മൂക്ക് മേല്പറഞ്ഞ മൂക്കുകളുമായി താരതമ്യം ചെയ്യുമ്പോൾ ഏതു പടവിലായിരിക്കും സ്ഥിതി ചെയ്യുക?

നമുക്കു തികച്ചും അറിയാൻ പാടില്ലാത്ത എത്രയോ ഭാഷകൾ ഈ ലോകത്തുണ്ട്. ആ ഭാഷാസാഹിത്യങ്ങളിലും ഇതുപോലെ ധാരാളം മൂക്കുകൾ കണ്ടേക്കും. ഇല്ലെന്നു പറയാനാവുമോ?

മൗലികത്വമുള്ള ഒരു കൃതിയുമായിപ്പോലും മുന്നോട്ടു വരുന്നവനെ പിടിച്ചു നിറുത്തി-നിന്റെ കൃതിയിൽ ഉപയോഗിച്ചിട്ടുള്ള പദങ്ങളെല്ലാം ശബ്ദതാരാവലിയിൽ നിന്നു മോഷ്ടിച്ചതല്ലേയെന്നുള്ള ഒരു സംശയം എന്റെ മനസ്സിൽ ഉദിക്കാതിരിക്കുന്നില്ല എന്നൊക്കെ വളച്ചുപിരിച്ചു പറഞ്ഞിട്ടായാലും കുത്തിനോവിക്കാൻ മടിയില്ലാത്ത നിരൂപകരുടെ

നാടാണിതെന്ന മറക്കരുത്. സാഹിത്യത്തിലാണെങ്കിൽ ഭ്രൂണഹത്യ പോലും പുണ്യമാണെന്ന് അവർ കരുതുന്നു...

ഈ കത്തുവായന ഞാൻ ഇവിടെ നിറുത്തുന്നു.

എന്റെ സ്നേഹിതന്റെ ഈ കത്തു വായിച്ചപ്പോൾ എനിക്കു കലശലായി ദേഷ്യം വന്നു. എന്തുകൊണ്ടെന്നു നിങ്ങൾക്കു മനസ്സിലാകണമെങ്കിൽ പശ്ചാത്തലമായി കുറച്ചു കാര്യങ്ങൾ പറയേണ്ടിയിരിക്കുന്നു.

3

ഒരു കഥയെഴുതണമെന്നു തോന്നിയപ്പോൾ അതിന്റെ നായകനെപ്പറ്റിയാണ് ഞാൻ ആദ്യം ഓർത്തത്. ഓ... തെറ്റി, ആ നായകനെപ്പറ്റി ഓർത്തപ്പോഴാണ് എനിക്കു കഥയെഴുതണമെന്നു തോന്നിയത്.

അതേപ്പറ്റി കൂടുതൽ പറയുന്നതിനുമുമ്പായി കഥയെഴുതണമെന്നു തോന്നാനുണ്ടായ സാഹചര്യം വിശദമാക്കാം.

പത്തിക്കരയിലെ പൗരന്മാരുമായി എനിക്കു യാതൊരു സൗഹൃദവും പൊതുവേ ഉണ്ടായിരുന്നില്ലെന്ന കാര്യം ഞാൻ മുമ്പെ വ്യക്തമാക്കിയിട്ടുണ്ട്. എന്നാൽ പത്തിക്കരയിലെ പൗരമുഖ്യനുമായി ഞാൻ സാമാന്യം സൗഹൃദത്തിലായിരുന്നു.

പത്തിക്കരയിലുദിച്ച പച്ചനിറമുള്ള പലേ പ്രഭാതങ്ങളിലും പൗരമുഖ്യൻ എന്നെക്കാണാൻ വന്നു. ഞാൻ അതൊരു ഭാഗ്യമായിക്കരുതി.

ഉണങ്ങിയ സായാഹ്നങ്ങളിൽ ഞങ്ങളൊരുമിച്ചു നടക്കാനിറങ്ങി. സംഭാഷണങ്ങൾ ശുഷ്കമായിരുന്നെങ്കിലും ഒന്നുമില്ലാത്തതിലും ഭേദം എന്നു ഞാൻ കരുതി. വലിയവനോടായിരുന്നു എനിക്കു മതിപ്പെന്നു കരുതരുതേ.

നോക്കിനില്ക്കുമ്പോൾത്തന്നെ പൗരമുഖ്യനും ഒരുതരം പച്ചനിറം വരുന്നതായി എനിക്കു തോന്നുമായിരുന്നു.

അയാളുടെ ഭവനത്തിൽ നടക്കാറുണ്ടായിരുന്ന പാനോപചാരങ്ങളിൽ ഞാൻ ഒരു സ്ഥിരം അതിഥിയായിരുന്നു.

അടുത്തിട്ടും ആ മനുഷ്യൻ എന്നിൽനിന്നും വളരെ അകലെയായിരുന്നു. ആ അകലം വർദ്ധിക്കാതെ സൂക്ഷിക്കുകയെന്നതായിരുന്നു ഞങ്ങളുടെ സൗഹൃദത്തിന് ഞാൻ നല്കിയ അർത്ഥം.

പൗരമുഖ്യൻ ജീവിതത്തിൽ ഒരു സംശയാലുവായിരുന്നു-എല്ലാക്കാര്യങ്ങളിലും അതീവസംശയാലുവായ ഒരു മനുഷ്യൻ.

ഇങ്ങനെയൊരുവൻ എങ്ങിനെ എന്റെ സ്നേഹിതനായിത്തീർന്നുവെന്ന് നിങ്ങൾ സംശയിച്ചേക്കാം. തപാൽ സംബന്ധിയായി ചില സംശയങ്ങൾക്കു നിവാരണമുണ്ടാക്കാനായിട്ടാണ് അയാൾ ആദ്യം പോസ്റ്റാഫീസിൽ എന്നെ വന്നു കണ്ടത്. പിന്നെപ്പിന്നെ ഇത്തരം സംശയങ്ങൾ അധികരിക്കുകയും, ഒപ്പം, ഞങ്ങളുടെ പരിചയം മുറുകുകയുമാണുണ്ടായതെന്നു പറയാം.

പൗരമുഖ്യന്റെ ഒരുതരം ചൊറിച്ചിലുണ്ടാക്കുന്ന സംശയങ്ങൾ കേട്ട് ആദ്യമൊക്കെ വല്ലാത്ത ഈർഷ്യ തോന്നിയിട്ടുണ്ട്. ലോകത്തിൽ അങ്ങിനെയൊരു മനുഷ്യനും ജീവിക്കാനുള്ള അവകാശം മനസ്സാ അംഗീകരിച്ച്, ക്ഷമയോടുകൂടിയുള്ള മറുപടികൾകൊണ്ട് സാവകാശം ഞാൻ ആ മനുഷ്യനെ സ്വാധീനിക്കുകയായിരുന്നു. കൂട്ടത്തിൽ ഒന്നുകൂടി പറയേണ്ടിയിരിക്കുന്നു. അയാളുടെ മിക്ക സംശയങ്ങൾക്കും ശാശ്വതമായ പരിഹാരം നിർദ്ദേശിക്കുകയെന്നത് എനിക്കെന്നല്ല, ആർക്കുംതന്നെ ക്ഷിപ്രസാദ്ധ്യമായിരുന്നില്ല. ഒരു തലവേദനക്കാരൻ പെയിൻകില്ലർ ഗുളികകളെ സ്നേഹിക്കുന്നതെപ്രകാരമാണോ അപ്രകാരമാണ് അദ്ദേഹം എന്നെ സ്നേഹിച്ചിരുന്നതെന്നു ഞാൻ കരുതുന്നു. എന്തൊരു സ്നേഹം!

4

ശുണ്ഠിക്കാരൻ മത്തായിയാണ് 'എന്റെ മൂക്ക്' എന്ന കഥയിലെ നായകൻ. മത്തായി എങ്ങിനെയാണു കഥാനായകനായതെന്നു പറയാം. മത്തായിയാണ് എന്റെ കഥയ്ക്ക് ആസ്പദമായ മൂക്കിന്റെ ഉടമ; അല്ലാതെ, ഞാനോ പൗരമുഖ്യനോ അല്ല; അതുകൊണ്ടുതന്നെ.

തടിയനായ മത്തായിയെ പൗരമുഖ്യനോടൊപ്പം കണ്ട മാത്രയിൽത്തന്നെ അയാളുടെ മുഖത്തെ ലക്ഷണമൊത്ത ആ മുദ്ര ഞാൻ ശ്രദ്ധിച്ചു. എഴുന്നു നീണ്ടു നില്ക്കുന്ന മൂക്ക്; വെറും മൂക്കല്ല, മഹാമൂക്ക്. മത്തായിയെന്ന തടിയനേയും പൗരമുഖ്യനെന്ന കൃശഗാത്രനേയും ഒരുമിച്ചു കണ്ടപ്പോൾ പത്രത്തിൽ ചിത്രപംക്തിയിലൂടെ നമുക്കു പരിചിതരായ മാൻഡ്രേക്കിനേയും ലോതറേയുമാണ് ഓർത്തു പോയത്. ഏതായാലും പൗരമുഖ്യൻ ജീവിതത്തിൽ, മത്തായിക്കു പക്ഷേ, ഗണനീയമായ യാതൊരു സ്ഥാനവും കല്പിച്ചിരുന്നില്ലെന്നു പിന്നീടു മനസ്സിലായി. മത്തായി വെറുമൊരു ഭൃത്യൻ മാത്രമായിരുന്നു.

ഞാനും പൗരമുഖ്യനും തമ്മിലുണ്ടായ ഒരു സൗഹൃദ സംഭാഷണത്തിൽനിന്നും മത്തായിയുടെ ഐഡന്റിറ്റി തേടുന്നത് പാഴ്‌വേലയായിരിക്കുമെന്നു മനസ്സിലായി.

മത്തായിയുടെ തന്തയും തള്ളയും ആരാര്?

തറവാട്ടുപേര്-നാടിന്റെ പേര്-ഇവയേതേത്? അല്ലെങ്കിൽ എന്തെന്ത്? ഇത്തരം ചോദ്യങ്ങൾക്കു മുമ്പിൽ മൗനം ഭജിക്കുന്നവന് എന്തുതരം ഐഡന്റിറ്റിയാണുള്ളത്, ഉണ്ടാകേണ്ടത്?

ക്ഷമിക്കണം. ഇതു ഞാൻ നിങ്ങളോടു ചോദിച്ച ചോദ്യമല്ല, പ്രത്യുത, പൗരമുഖ്യൻ ഒരിക്കൽ മത്തായി എന്ന വിഷയത്തെ അധികരിച്ച് നടത്തിയ ലഘുപ്രഭാഷണത്തിനിടയ്ക്ക്, എന്നോട്- ഈ പാവം പോസ്റ്റുമാസ്റ്ററോട്-ചോദിച്ച ചോദ്യമാണ്.

5

ഒന്നു പറഞ്ഞു രണ്ടാം വാക്കിനു ആരോടും തട്ടിക്കയറുന്ന ശുണ്ഠിക്കാരൻ മത്തായിയുടെ ശുണ്ഠിക്കഥകളിൽ ചിലത് അയാൾക്ക് അന്നദാതാവും ആശ്രയദാതാവുമായി വർത്തിച്ചിരുന്ന പൗരമുഖ്യനിൽനിന്നു കേട്ടപ്പോൾ എനിക്കു തോന്നിയ ആഗ്രഹമായിരുന്നു, ഈ കഥാപാത്രത്തെ, അല്ല, അയാളുടെ മൂക്കിനെ കേന്ദ്രബിന്ദുവാക്കി ഒരു കഥയെഴുതണമെന്നത്. ഇടയ്ക്കൊന്നു പറഞ്ഞോട്ടെ, മത്തായിയുമായി എനിക്കുണ്ടായിരുന്ന പരിചയം തുലോം പരിമിതമായിരുന്നു. വളരെ അപൂർവ്വമായിട്ടുമാത്രമേ ഞാൻ അയാളെ കണ്ടിട്ടുതന്നെയുണ്ടായിരുന്നുള്ളു.

കഥയെഴുതണമെന്നു തോന്നാനെന്തു കാരണമെന്നു ചോദിച്ചാൽ അതിനുമില്ല എനിക്കു തൃപ്തികരമായ ഒരു ഉത്തരം. ഞാൻ ഇതിനു മുമ്പൊരു കഥ എഴുതിയിട്ടില്ലെന്നുകൂടി പറഞ്ഞുകൊള്ളട്ടെ. ഞാൻ സാഹിത്യം തീരെ വായിച്ചിട്ടില്ലാത്തവനായിരുന്നില്ലെന്നിരിക്കലും എന്റെ സ്നേഹിതൻ കത്തിലെഴുതിയിരുന്നതുപോലെ വിശ്വസാഹിത്യത്തിലെ പ്രധാനപ്പെട്ട മൂക്കുകളെയൊന്നും ഞാൻ പരിചയപ്പെട്ടിട്ടുണ്ടായിരുന്നില്ല. പക്ഷേ, ശ്രീ.വൈക്കം മുഹമ്മദ് ബഷീറിന്റെ 'വിശ്വവിഖ്യാതമായ മൂക്ക്'' എനിക്ക് തികച്ചും പരിചിതം തന്നെയായിരുന്നു.

"ആ മൂക്ക് വേറെ, ഈ മൂക്ക് വേറെ" എന്നൊക്കെ ആയിടയ്ക്ക് ഉറക്കത്തിൽ ഞാൻ ആവർത്തിച്ചാവർത്തിച്ച് പറയാറുണ്ടായിരുന്നുവെന്ന് എന്റെ ഭാര്യ എന്നോടു പറഞ്ഞിട്ടുണ്ട്.

ചപ്പിലകൾക്കിടയിലൊരു കരിന്തേരട്ടയെപ്പോലെ പലവിധ ചിന്തകൾക്കിടയിൽ മത്തായിയുടെ മൂക്ക് എന്റെ മനസ്സിൽ കുറച്ചുനാൾ കിടന്നതിനുശേഷമാണ് വാക്കുകളിലൂടെ ഒരു പുനർജ്ജനി നേടുന്നത്.

സാഹിത്യത്തിന് ഇപ്രകാരം ഒളിസേവ ചെയ്യാൻ ഞാൻ ഒരുങ്ങിയ കാര്യം എന്റെ ഭാര്യയ്ക്ക് അറിയുമായിരുന്നില്ലതാനും. അതിനാൽ എന്റെ ഉറക്കത്തിലെ കമന്ററിയുടെ അജ്ഞാതമായ കാരണം അവളുടെ രാത്രികളെ നിർന്നിദ്രമാക്കിയിരുന്നു.

മൂക്കും മൂക്കിന്റെ കഥയും ഭാര്യയുടെ ഉറക്കമില്ലായ്മയും തന്മൂലം ജീവിതത്തിലുണ്ടായ ഇടർച്ചകളും പതർച്ചകളുമൊക്കെ ഒരു നിയോഗം പോലെ ഞാൻ ഏറ്റുവാങ്ങി.

ഒരു താപസന്റെ ത്യാഗപ്രവൃത്തിപോലെയായിരുന്നു എന്റെ കഥയെഴുത്ത്. എല്ലാം മിഥ്യയായ ഈ ലോകത്തിൽ എന്റേതായ അല്പം മിഥ്യകൂടി ഇരിക്കട്ടെയെന്നു ഞാനോർത്തു. മത്തായിയുടെ മൂക്ക് അടർത്തിയെടുത്ത് ഭാവനയിൽ പൊതിയാനായിരുന്നു എന്റെ പദ്ധതി.

ഏതായാലും കഥയെഴുതിത്തീർത്തു. ഈ ഘട്ടത്തിൽ ഞാൻ ഒരു അബദ്ധം ചെയ്തു. എഴുതിത്തീർന്ന കഥയുടെ സംക്ഷിപ്ത രൂപം ഞാൻ നാട്ടിലുള്ള എന്റെ സ്നേഹിതന് അയച്ചുകൊടുത്തു. അല്പസ്വല്പം വായനാശീലമുണ്ടായിരുന്ന അയാളുടെ അഭിപ്രായം അറിയുന്നതിനു വേണ്ടിയാണ് അപ്രകാരം ചെയ്തത്.

എന്റെ 'മൂക്കി'നെപ്പറ്റിയുള്ള സ്വപ്നങ്ങളിൽ മുഷിപ്പ് വിതറുന്ന ഒരു കത്ത് അയാൾ മറുപടിയായി അയച്ചു. ആ കത്താണ് നിങ്ങൾ വായിച്ചുകേട്ടത്. എനിക്കെങ്ങിനെ ദേഷ്യം വരാതിരിക്കും? ആ കത്ത് എന്റെയുള്ളിലുണ്ടായിരുന്ന സന്നിഗ്ധഭാവങ്ങളെ സങ്കീർണ്ണമാക്കി.

മേല്പറഞ്ഞ തരത്തിലുള്ള സ്നേഹിതന്മാരാണ് ഒരു എഴുത്തുകാരനാകാൻ ആഗ്രഹിക്കുന്നവനുള്ളതെങ്കിൽ മോശം വരില്ല. കഥ പൂർണ്ണമായും വായിക്കാതെ തന്നെ ഇത്രയും എഴുതിപ്പിടിപ്പിച്ചിരിക്കുന്നു. ആ നിലയ്ക്കു മുഴുവനും വായിച്ചിരുന്നെങ്കിലോ? എന്റെ പ്രാഥമികമായ ഒരഭിപ്രായത്തിനായി വീണ്ടും മറ്റാരെയെങ്കിലുമൊന്നു വായിച്ചുകേൾപ്പിക്കണമെന്നെനിക്കു തോന്നി. എനിക്കു കാര്യവിവരവും കലാഹൃദയവുമുള്ള ആരുംതന്നെ സ്നേഹിതനായി ഇല്ലല്ലോയെന്നു കുണ്ഠിതം തോന്നിയ ജീവിതസന്ദർഭമായിരുന്നു അത്. അവസാനം ഞാൻ ഒന്നു തീരുമാനിച്ചു. എന്റെ കഥ വായിച്ചു കേൾപ്പിക്കുന്നത് പൗരമുഖ്യനെത്തന്നെയാകാമെന്ന്. അയാൾ ഉന്നയിച്ചേക്കാവുന്ന നൂറുകൂട്ടം സംശയങ്ങളെച്ചൊല്ലി ആശങ്കതോന്നാതെയുമിരുന്നില്ല.

6

പോസ്റ്റോഫീസിനോടനുബന്ധിച്ചുതന്നെയായിരുന്നു ഞാൻ താമസിച്ചിരുന്ന വീട്. ഉമ്മറത്തെ മുറിയുടെ ജനാലയ്ക്കരികിലിരുന്നാൽത്തന്നെ റോഡിലൂടെ വന്നുകൊണ്ടിരിക്കുന്ന ആളുകളെ അകലേനിന്നുതന്നെ കാണാമായിരുന്നു. ഒരു ദിവസം പ്രഭാതത്തിൽ ജനലരികിൽ ഇട്ടിരുന്ന ചാരുകസാലയിൽ ഞാൻ റോഡിലേയ്ക്കും നോക്കി ഇരിക്കുകയായിരുന്നു.

റോഡിലൂടെ അനേകം മരപ്പാവകൾ അങ്ങോട്ടുമിങ്ങോട്ടും നീങ്ങുന്നതു ഞാൻ കണ്ടുകൊണ്ടിരുന്നു. പിന്നെയും ഞാൻ അതേ ദിക്കിലേയ്ക്കുതന്നെ നോക്കിക്കൊണ്ടിരുന്നെങ്കിലും എന്റെ മനസ്സ് ഞാനറിയാതെ എവിടെയൊക്കെയോ ചുറ്റിത്തിരിഞ്ഞുകൊണ്ടിരുന്നു.

പൗരമുഖ്യനെക്കണ്ടിട്ട് ഒരുപാടുനാളായെന്നു ഞാനോർത്തു. എന്റെ 'മൂക്ക്' വായിച്ചുകേൾപ്പിക്കാനുള്ള ആകാംക്ഷയോടെ ഞാൻ കുറച്ചുനാൾ കാത്തിരുന്നു. ആയിടയ്ക്ക് ആ മനുഷ്യനെ കാണാൻ കഴിയാത്ത നിരാശയിലുമായിരുന്നു.

ഒരു ദിവസം പൗരമുഖ്യൻ നിനച്ചിരിക്കാതെ എന്റെ വീട്ടിലേക്കു കടന്നു വന്നു. എന്റെ സന്തോഷത്തിന് അതിരുണ്ടായിരുന്നില്ല. പഴയ ബ്ലേഡ്കൊണ്ട് ഷേവ് ചെയ്തതുകൊണ്ടുള്ള നീറ്റൽ സഹിച്ചുകൊണ്ട് ഞാൻ അയാളെ ഹസ്തദാനം ചെയ്തു സ്വീകരിച്ചു.

ചൂരൽ പൊട്ടാൻ തുടങ്ങിയിരുന്ന ഒരു കസേരയിൽ പൗരമുഖ്യൻ അമർന്നിരുന്നു. അയാൾ എന്തെങ്കിലും പറയാൻ തുടങ്ങുന്നതിനു മുമ്പേ ഞാൻ എന്റെ കഥയെടുക്കാൻ അകത്തേയ്ക്കു ഓടാൻ തുടങ്ങിയതാണ്.

"മാസ്റ്റർ പോകല്ലേ"-പൗരമുഖ്യൻ പറഞ്ഞതുകേട്ടു ഞാൻ തിരിഞ്ഞു നിന്നു. പൗരമുഖ്യൻ ധരിച്ചിരുന്ന പച്ചഷർട്ടും പച്ച കാലുറയും എന്റെ ശ്രദ്ധയാകർഷിച്ചു. അയാൾ പച്ചനിറമുള്ള ഗ്ലാസ്സുകൊണ്ടുള്ള ഒരു കണ്ണട കൂടി ധരിച്ചിരുന്നത് എന്നെ അത്ഭുതപ്പെടുത്തി.

ഉദിച്ചുനിന്നിരുന്ന സൂര്യൻപോലും പച്ചനിറമുള്ള പ്രകാശമാണ് പ്രസരിപ്പിക്കുന്നതെന്ന് എനിക്കു തോന്നിയ ഒരു സന്ദർഭം.

പൗരമുഖ്യൻ കക്ഷത്തിൽ ഇറുക്കിപ്പിടിച്ചിരുന്ന ഒരു പൊതിയെടുത്തു മേശപ്പുറത്തു വച്ചു. എന്നിട്ട് ചുറ്റുപാടും ഒന്നു നോക്കി.

"ഇവിടെ മറ്റാരുമില്ലല്ലോ?"- അയാൾ ചോദിച്ചു.

"ഇല്ല. ഭാര്യ മക്കളോടൊത്ത് അവരുടെ വീട്ടിൽ പോയിരിക്കുന്നു. വെക്കേഷനല്ലേ?"

അതു പറയുമ്പോൾ എത്ര കാലമായി വെക്കേഷൻ തുടങ്ങിയിട്ടെന്ന്

ഞാനോർക്കാൻ ശ്രമിച്ചു. ആ ശ്രമം പക്ഷേ പരാജയപ്പെട്ടു.

പൗരമുഖ്യൻ അതിന്നിടയിൽ എന്റെ ഉത്തരം കേട്ട് ഒന്നു നിശ്വസിച്ചതുപോലെ തോന്നി. എന്നിട്ട് മേശപ്പുറത്ത് കുത്തി നിർത്തിയിരുന്ന കടലാസ് പൊതിയഴിച്ചു.

ഊർജ്ജദായകമെന്നു വിശേഷിപ്പിക്കപ്പെടുന്ന ഒരു റെഡിമെയ്ഡ് മിൽക്ക് ഫുഡിന്റെ കാലിയായ ഒരു കുപ്പിയാണ് ഞാൻ കണ്ടത്. അതിനുള്ളിൽ മൂന്നിഞ്ചോളം നീളത്തിൽ ഒരു സാധനം. മരംകൊണ്ടുള്ള ഒരു ആപ്പുപോലെ ഒരറ്റത്തുനിന്നും മറ്റേ അറ്റത്തേയ്ക്കു കനം കുറഞ്ഞ് കൂർത്തുപോകുന്ന ഒരു സാധനം.

"ഇതെന്താണെന്നറിയാമോ?" ഒരു മഞ്ഞച്ചിരിയോടെ പൗരമുഖ്യൻ ചോദിച്ചു.

വളരെ പരിചയമുള്ള ഒരു സാധനമാണതെന്ന് എനിക്കറിയാമായിരുന്നു. നിർഭാഗ്യമെന്നു പറയട്ടെ. അതിന്റെ പേരു പറയാൻ എനിക്കു കഴിഞ്ഞില്ല. 'ആപ്പ്' എന്നു ഞാൻ പറഞ്ഞില്ല. മരത്തിന്റെ ആപ്പ് ആരെങ്കിലും കുപ്പിയിലാക്കി കടലാസിൽ പൊതിഞ്ഞുകൊണ്ടു നടക്കുമോ?

ഞാൻ ഒന്നും പറയുന്നില്ലെന്നുകണ്ട് അയാൾ കുപ്പിയെടുത്ത് അതിന്റെ മൂടി ബലം പ്രയോഗിച്ച് തുറന്നു. അതിൽനിന്ന് മഞ്ഞയും തവിട്ടും കലർന്ന ഒരു സാധനം കൈയ്യിലെടുത്ത് എന്റെ നേരെ നീട്ടി.

അതു കൈയ്യിലെടുത്തപ്പോൾ ജീവനുള്ള ഒരു ഓന്തിനെയാണ് കൈയ്യിലെടുത്തതെന്ന് എനിക്ക് തോന്നി. അറപ്പിന്റെ ഒരു വിദ്യുത്ലതിക എന്റെ കൈകളിലൂടെ പാഞ്ഞുകയറി. എങ്കിലും ഞാൻ വിട്ടില്ല. ധൈര്യമവലംബിച്ച് ഞാൻ അത് ഒന്നുകൂടി പരിശോധിച്ചു.

"അതൊരു മൂക്കല്ലേ?"

ആ ചോദ്യം കേട്ട് ഞാനൊന്നു ഞെട്ടി.

അപ്പോൾ മാത്രമായിരുന്നു ഞാനതിന്മേൽ തങ്ങിനിന്നു തിളങ്ങിയിരുന്ന വിയർപ്പുകണങ്ങൾ ശ്രദ്ധിച്ചത്. അപ്പോൾ മാത്രമായിരുന്നു അതിലുണ്ടായിരുന്ന ചെറിയ മുഖക്കുരുക്കളും ഞാൻ കണ്ടത്. ഒരുതരം വല്ലാത്ത അരോചകത്വം എനിക്ക് അനുഭവപ്പെട്ടു. ആരുടേയോ മൂക്ക് യഥാസ്ഥാനത്തിരിക്കുന്നതുപോലെയല്ലല്ലോ എന്റെ കൈയ്യിലിരിക്കുന്നത്. എന്നിരുന്നാലും ഞാനത് വിട്ടില്ല.

അതൊരു മൂക്കുതന്നെയായിരുന്നുവെന്നുറപ്പുവരുത്താൻ എനിക്കൊരു മോഹം. അതിന്റെ ഒരറ്റം തടിച്ചുവീർത്തിരിക്കുന്നതും ആ ദ്വാരങ്ങളിൽ ചെമ്പിച്ച രോമങ്ങൾ ഉണ്ടായിരുന്നതും ഞാൻ കണ്ടു.

ആ രോമത്തിൽ മൂക്കിളയുടെ അംശങ്ങളുമുണ്ടായിരുന്നു. എന്നിട്ടു പിന്നെയും ഞാനെന്തിനു സംശയിച്ചുവെന്നു നിങ്ങൾ സംശയിച്ചേക്കും. എനിക്ക് ഒന്നും പറയാനില്ല.

ഉമ്മറവാതിൽക്കൽ കിടന്നിരുന്ന നാരെഴുന്നു നിന്നിരുന്ന ഒരു ചവിട്ടിയിൽ നിന്ന് ഒരു നാര് പൊട്ടിച്ച് അതിനകം പൗരമുഖ്യൻ എന്റെനേരെ നീട്ടി. കിട്ടിയ ചകിരിനാര് ഞാൻ ആ സാധനത്തിന്റെ ഒരറ്റത്തുള്ളതും വിടർന്നിരുന്നതുമായ ദ്വാരങ്ങളൊന്നിലിട്ട് തിരിച്ചു.

എന്തൊരത്ഭുതം! എന്റെ കൈയിലിരുന്ന, മരക്കഷണം പോലെ ആദ്യം തോന്നിയ ആ മാംസക്കഷണം, അതിന്റെ ദ്വാരങ്ങളുള്ള തലഭാഗം പിന്നോട്ടുവലിച്ച്, ആകെയൊന്നു സങ്കോചിച്ച്, സോഡാക്കുപ്പി പൊട്ടിക്കുമ്പോഴുണ്ടാകുന്ന ശീല്ക്കാരത്തോടെ, ഒരു വരാൽ മീനിന്റെ വീറോടെ, തെന്നിത്തെറിച്ചു താഴെ വീണു. രണ്ടു മൂന്നു പ്രാവശ്യം ബൗൺസ് ചെയ്തതിനുശേഷം അതു ചുരുട്ടിക്കൂട്ടിയ ഒരു കൈലേസുപോലെ ചവിട്ടിയിൽ നിരുപദ്രവമായ ഒരു കിടപ്പു കിടന്നു. പൗരമുഖ്യൻ തന്റെ കൈത്തണ്ടയിൽ പാറിവീണ മൂക്കിളസ്പ്രേ പച്ചനിറമുള്ള തന്റെ ഷർട്ടിന്റെ വിളുമ്പ് കൊണ്ടു തുടയ്ക്കുകയായിരുന്നു.

ഞാൻ കുനിഞ്ഞ് ചവിട്ടിയിൽനിന്ന് ആ മൂക്ക് വീണ്ടും എടുക്കുമായിരുന്നു. അപ്പോഴാണ് അയാളുടെ ചോദ്യം.

"എന്താണ് സംഭവിച്ചതെന്നറിയാമോ?"

ഞാൻ ആ ചോദ്യത്തിന് ഉത്തരമായി എന്തെങ്കിലുമുരിയാടാനാവാതെ ചകിതനായി നിന്നു.

7

സംശയങ്ങളുടെ അനേകം ബോഗികളുള്ള ഒരു തീവണ്ടി എന്റെ മനസ്സിന്റെ റെയിൽപ്പാളത്തിലൂടെ ഉരഞ്ഞമർന്നു കടന്നുപോയി. ആ തീവണ്ടിയിൽനിന്നുമുയർന്നുപൊങ്ങിയ പുകച്ചുരുളുകൾ എന്റെ മനസ്സിലെ ആകാശമാകെ നിറഞ്ഞു.

"മത്തായിയെ അറിയുകയില്ലേ, എന്റെ ഭൃത്യൻ?"

ഉത്തരത്തിനു കാത്തുനില്ക്കാതെ പൗരമുഖ്യൻ തുടർന്നു.

"ഞങ്ങൾക്കെല്ലാവർക്കുമവനെ വലിയ കാര്യമായിരുന്നു. എവിടെനിന്നോ ചെറുപ്പത്തിൽ വന്നു കൂടിയതാണ്. ഭൃത്യനെന്നു പറഞ്ഞെന്നു മാത്രം. അവൻ ഞങ്ങളുടെ കുടുംബത്തിലെ ഒരംഗത്തെപ്പോലെയായിരുന്നു. ഒരു കുഴപ്പം, ഭയങ്കര ശ്രുണ്ടിക്കാരനായിരുന്നു അവൻ-ഞാൻ പറഞ്ഞിട്ടുണ്ടല്ലോ. അതൊഴിച്ചാൽ മര്യാദക്കാരൻ. വീട്ടിൽനിന്നു മാറിനിൽക്കാൻ മാത്രം അവൻ സമ്മതിക്കില്ല. തീർച്ചയായും എന്റെ

സ്വത്തിന്റെ ഒരോഹരി അവനുതന്നെ സംശയമില്ല. എന്നാലും ഒരിടത്തും തങ്ങുകയുമില്ല. സ്വന്തം കാലിൽ നില്ക്കുകയുമില്ല എന്നു വച്ചാലെന്തു ചെയ്യും?"

പൗരമുഖ്യൻ, ശ്വാസം വിടാനായിരിക്കും. ഒന്നു നിർത്തി.

ഈ വക കാര്യങ്ങൾ ഞാനിതിനു മുമ്പും അയാളിൽനിന്നു കേട്ടിട്ടുണ്ടായിരുന്നു. മത്തായിക്കിണങ്ങിയതെന്ന് അയാൾക്കു തോന്നിയ ചില ജോലികൾ പണവും സ്വാധീനവുമുപയോഗിച്ച് മത്തായിക്കു വാങ്ങിക്കൊടുത്തിട്ടുള്ളതുമാണ്. ചില പൂച്ചകളെ വീട്ടിൽനിന്നു കര കടത്തിയാലും അവ വീട്ടിലേക്കു തന്നെ മടങ്ങിയെത്തും. മത്തായിയും ഇക്കാര്യത്തിൽ ഒരു പൂച്ചയായിരുന്നു. എല്ലാം ഏർപ്പാടാക്കിയശേഷം പൗരമുഖ്യൻ വീട്ടിൽ മടങ്ങിയെത്തുമ്പോഴേയ്ക്കും മത്തായിയും മടങ്ങിയെത്തിയിരിക്കും. ജോലി മതിയാക്കിക്കൊണ്ട്!

എന്നാൽപ്പിന്നെ ചിന്തിക്കേണ്ട ഒരു വിഷയമുണ്ടായിരുന്നു. സ്വന്തം സ്വത്തിന്റെ ഓഹരിപോലും മത്തായിക്കു നൽകാൻ തയ്യാറായിക്കഴിയുന്ന പൗരമുഖ്യൻ ഒരു പണിയിലുമുറച്ചു നില്ക്കാത്തതിന് മത്തായിയെ എന്തിനു പഴിക്കണം?

"മത്തായിയുടെ കാര്യമോർക്കുമ്പോൾ എനിക്കു ദുഃഖമുണ്ട്." പൗരമുഖ്യന്റെ വാക്കുകൾ വീണ്ടുമെന്നെ മാനസസഞ്ചാരത്തിൽനിന്നുമുണർത്തി.

"ഈയിടെയായി അവന് ഒരു ദുഃസ്വഭാവം കൂടിയുണ്ടത്രെ." അയാൾ തുടർന്നു. "ഡ്രൈവറും തോട്ടക്കാരനും പറഞ്ഞു കേൾക്കുന്നതാണ്. അവന് സ്വപ്നാടന സ്വഭാവമുണ്ടുപോലും. നിഴലിൽ കറുപ്പായും നിലാവിൽ വെളുപ്പായും നടന്ന് അവൻ ആളുകളെ ഭയപ്പെടുത്തുന്നുവത്രേ. എന്താ പറയുക, ഇതിനൊക്കെ...."

"അവരോടൊപ്പമാണ് അയാളും കിടക്കുന്നത്, അല്ലേ?" ഞാൻ ചോദിച്ചു.

"അല്ല, അവർ കിടക്കുന്നത് പിന്നാമ്പുറത്തെ തളത്തിലാണ്. അതിനടുത്തൊരു മുറിയിലാണ് മത്തായിയുടെ കിടപ്പ്."

"ദയവുചെയ്ത് ഇത് ആരുടെ മൂക്കാണെന്നു പറയാമോ?" എന്റെ ജിജ്ഞാസ ഉണർന്നു.

പൗരമുഖ്യൻ ആ ചോദ്യത്തിന് പെട്ടെന്നൊരുത്തരം പറഞ്ഞില്ല. അയാൾ എന്തോ ആലോചിക്കുകയായിരുന്നു. ജനലഴികളിലൂടെ അരിച്ചു കയറിയ പച്ചനിറമുള്ള മഞ്ഞിന്റെ ഒരു പടലം പൗരമുഖ്യനെ വിഴുങ്ങുന്നത് ഞാൻ കണ്ടു.

അയാൾ അതിൽനിന്നു പുറത്തുവരുന്നതുവരെ ഞാൻ എന്റെ ചാരുകസാലയിൽ കാത്തിരുന്നു.

8

മത്തായിയുടെ എഴുന്നു നില്ക്കുന്ന മൂക്ക് പൗരമുഖ്യന്റെ മനസ്സിൽ അനിർവ്വചനീയമായ ഏതോതരം അസ്വസ്ഥതകൾക്കു കാരണമായി ത്തീർന്നിരിക്കുന്നുവെന്നൊരു തോന്നൽ. കൂർത്ത വസ്തുക്കളോടുള്ള അറപ്പും വിരോധവും സംഭാഷണമദ്ധ്യേ പൗരമുഖ്യൻ പ്രകടിപ്പിക്കു ന്നത് പലവുരു കേട്ടിട്ടുണ്ട്.

പ്രതികരണശേഷിയില്ലാതെ പതഞ്ഞുപരന്ന പത്തിക്കരയിലെ മരപ്പാവകളായ മനുഷ്യരുടെ ദൈന്യതയിലാണ് പൗരമുഖ്യൻ തന്റെ പ്രേയസ്സിന്റേയും ശ്രേയസ്സിന്റേയും കാലുകൾ നാട്ടിയിരിക്കുന്നതെന്നു തോന്നി.

മത്തായിയുടെ കൂർത്ത മൂക്ക് പൗരമുഖ്യന്റെ സാമ്രാജ്യത്തിൽ കലാപത്തിന്റെ കൊടിമരമായി വളരുമെന്ന് അയാൾ ഭയപ്പെട്ടിരുന്നുവോ?

അരിവെപ്പുകാരൻ ചാക്കപ്പന്റെ പേരിൽ ധിക്കാരമാരോപിച്ച് ചെരുപ്പിട്ട കാലുകൊണ്ട് പൗരമുഖ്യൻ വയറ്റത്തു ചവിട്ടിയപ്പോൾ മത്തായി അലറിവിളിക്കേണ്ട കാര്യമുണ്ടായിരുന്നില്ല. ഉണ്ട ചോറിനു നന്ദി കാണിക്കുന്നത് അങ്ങിനെയാണോ?

ചാക്കപ്പൻ മറിഞ്ഞുവീണപ്പോൾ മത്തായി എന്തിന് അയാളെ താങ്ങിയെഴുന്നേല്പിച്ച് ചുമലിലേറ്റി ആശുപത്രിയിലെത്തിച്ചു? വീണേടത്തുതന്നെ കിടന്നു മരിക്കാനുള്ള ചാക്കപ്പന്റെ അവകാശം മത്തായിയെന്തിനു നിഷേധിച്ചു? അതുകൊണ്ടല്ലെ, ചാക്കപ്പന്, തനിക്കു പണിയെടുത്തു ജീവിക്കാനാവുകയില്ലെന്നു കണ്ട് പിന്നീട് ആത്മഹത്യ ചെയ്യേണ്ടി വന്നത്?

മത്തായിയുടെ മൂക്ക് പൗരമുഖ്യന്റെ മനസ്സിൽ ചോദ്യചിഹ്നമായി കടന്നു കൂടിയില്ലെങ്കിലാണത്ഭുതം.

ഉപ്പു തിന്നവൻ വെള്ളം കുടിക്കട്ടെ- എന്നൊക്കെയായിരുന്നു എന്റെ അന്നത്തെ ചിന്തകൾ. ഒരുപക്ഷേ, പൗരമുഖ്യന്റെ സ്വാധീനം കൊണ്ടായിരുന്നു കാണും.

പക്ഷേ, തല്ക്കാലം മത്തായിക്ക് എന്തോ അപകടം പറ്റിയിരിക്കു ന്നുവെന്ന തോന്നൽ എന്നെ അസ്വസ്ഥനാക്കുന്നു.

"ഈ മൂക്ക് ശുണ്ഠിക്കാരൻ മത്തായിയുടെ മൂക്കാണ്"

അശരീരിപോലെ കേട്ട ആ ശബ്ദത്തിന്റെ ഉറവിടം തേടുമ്പോൾ

മുന്നിൽ പൗരമുഖ്യനിരുന്നു മന്ദഹസിക്കുന്നു. പൊടിമഞ്ഞിന്റെ ഹരിത പാളികളിൽനിന്ന് അയാൾ എപ്പോഴാണ് മോചിതനായത്? പത്തിക്കരയിലെ പൗരമുഖ്യൻ എന്നതിലുപരി പത്തിക്കരക്കടയോനെന്ന മട്ടിൽ കാലും കുലുക്കിയുള്ള ആ ഇരിപ്പു കണ്ടപ്പോൾ സത്യത്തിൽ എനിക്കു പുച്ഛമാണ് തോന്നിയത്. എന്നാൽ പ്രബലന്മാരെ പുച്ഛിക്കുന്നതു മണ്ടന്മാരുടെ ഹോബിയാണെന്നോർത്ത് ഞാൻ സംയമനം പുലർത്തി. അയാളുടെ ധർമ്മനിഷ്ഠയെപ്പറ്റിയുള്ള പ്രകീർത്തനങ്ങൾ പത്തിക്കരയിലെ അന്തരീക്ഷത്തിൽ അപ്പൂപ്പൻതാടിപോലെ പാറി നടന്നിരുന്ന കാര്യം ഞാനോർത്തു. അയാളുടെ മഹൽ പ്രവൃത്തികൾ എണ്ണിയെണ്ണിപ്പറയാൻ ശ്രമിക്കുമ്പോൾ പത്തിക്കരയിലെ ഏതൊരു മരപ്പാവയ്ക്കുമുണ്ടാകുമായിരുന്ന ബുദ്ധിമുട്ടുകൾ എനിക്കുമുണ്ടായിരുന്നുവെന്നത് വേറെ കാര്യം. നിരന്തരമായ മുക്കലുകളിലും മൂളലുകളിലും അത്തരം ശ്രമങ്ങൾ അകാലചരമമടഞ്ഞിരുന്നു. പൗരമുഖ്യൻ പത്തിക്കരയിൽ പണിതുയർത്തിയ കറുത്ത കുഴിമാടങ്ങളിൽ നേരം വെളുക്കുന്നതിനുമുമ്പെ വെള്ള പൂശാൻ ഒത്തിരിപേരുണ്ടായിരുന്നു. ദൈവമെന്നത് മനുഷ്യനിലെ നന്മയുടെ പേരാണെന്നും പൗരമുഖ്യൻ നന്മയുടെ വിളനിലമാണെന്നും അവർ പറഞ്ഞു പരത്തി. അത്തരക്കാരിൽ ഒരുവനാണെന്നു തീർത്തുപറയാൻ പറ്റാത്ത ഒരു ധർമ്മസങ്കടം എന്റെ മനസ്സിൽ എന്നെത്തന്നെ വേട്ടയാടുന്നുണ്ടായിരുന്നു.

ഒരാൾ എന്താണ് എന്നതിനേക്കാൾ അയാൾ എന്തായി കാണപ്പെടുന്നുവെന്നതല്ലേ നമുക്കു പ്രധാനം. അങ്ങിനെ വിലയിരുത്താൻ തലമുറകളിലൂടെ നമ്മൾ പഠിച്ച പഠിപ്പിനല്ലെ നമ്മൾ സംസ്കാരം എന്നു പേരിട്ടിരിക്കുന്നത്? ഞാൻ നമ്മുടെ ഈ സംസ്കാരത്തിന്റെ ഉരുളുന്ന ചക്രത്തിന് ഊടുവയ്ക്കാൻ തയ്യാറായിരുന്നില്ല. എങ്കിലും പറയട്ടെ, മൂക്ക് മത്തായിയുടേതാണെന്നു പൗരമുഖ്യൻ തുറന്നു പറഞ്ഞപ്പോൾ വെടിപൊട്ടുമെന്നു പ്രതീക്ഷിച്ചിരുന്നിട്ടും ഞാൻ ഞെട്ടി. എന്റെ മനസ്സിൽ തറ പറ്റിക്കിടന്നിരുന്ന എന്റെ മനുഷ്യത്വം കൈയ്യും കാലും കുത്തി എഴുന്നേൽക്കാൻ ശ്രമിക്കുന്നുവെന്നു ഞാനറിഞ്ഞു.

9

ഉൾക്കിടിലം കൊണ്ടു ചൂടായ എന്റെ മനസ്സു തണുത്തപ്പോൾ ഞാനെന്റെ ഉദ്വേഗത്തെ കൂട്ടു തുറന്നുവിട്ടു.

“മത്തായി മരിച്ചുവോ?”

“അറിയില്ല”

“മത്തായിക്കു മുറിവേറ്റുവോ?”

"അറിയില്ല"

ഞാൻ നിരാശനായി. ഞാൻ അസ്വസ്ഥനായി.

എനിക്ക് അരിശം വന്നു.

ഞാനെന്റെ മനസ്സിന്റെ കതകുചാരി മിണ്ടാതിരുന്നു.

പൗരമുഖ്യനും എന്റെ ജിജ്ഞാസയ്ക്കു പരിഹാരമുണ്ടാക്കാൻ ശ്രമിക്കാതെ മിണ്ടാതെയിരിക്കുകയായിരുന്നു.

എന്റെ മനസ്സിൽ ഓർമ്മയുടെ സഞ്ചിതനിക്ഷേപങ്ങൾ ചില്ലറനാണയങ്ങൾപോലെ കിലുങ്ങി. ഞാൻ അതിൽനിന്നുമൊരെണ്ണമെടുത്ത് തിരിച്ചും മറിച്ചും പരിശോധിച്ചു. പൗരമുഖ്യന്റെ സ്വഭാവത്തിനു തികച്ചും അനുയോജ്യമായ ഒരു ഉദാഹരണമായിരുന്നു അത്.

കല്ല്യാണിയക്കൻ എന്നു പത്തിക്കരയിൽ എല്ലാവരും വിളിച്ചിരുന്ന ഒരു സ്ത്രീയെ ഞാൻ കണ്ടിട്ടുണ്ടായിരുന്നു. വില്ലേജാപ്പീസിനുനേരെ നടക്കുമ്പോൾ റോഡിൽ വലതുവശത്തായിരുന്നു അവരുടെ വീട്. മുപ്പത്തിയഞ്ചു വയസ്സു പ്രായം തോന്നിക്കുന്ന കാണാനഴകുള്ള ഒരു സ്ത്രീയായിരുന്നു കല്ല്യാണിയക്കൻ. ഒരു മരംവെട്ടുകാരൻ അവരെ ചെമ്പൂന്നുനിന്നും കല്യാണം കഴിച്ചുകൊണ്ടുവന്നു താമസിപ്പിച്ചതായിരുന്നുവെന്നു കേട്ടിട്ടുണ്ട്.

വളരെ ഹ്രസ്വമായിരുന്ന ഒരു ദാമ്പത്യബന്ധം. ഒരു വർഷം തികയുംമുമ്പെ ഭർത്താവ് ഒരു മരത്തിൽനിന്നും വീണ് അകാലമൃത്യുവിനിരയായി. കല്ല്യാണിയക്കൻ ഉടയാത്ത ഉരുപ്പടിയായി നിന്നു. ചെറുനാളത്ത പിടിച്ച ഏകമകളെ സ്വന്തം ആരോഗ്യംകൊണ്ടു പണിയെടുത്തു പോറ്റി. അന്യവീടുകളിൽ അവർ നിരന്തരം പണിയെടുത്തു. സ്വാശ്രയശീലം അവർക്കു പണ്ടെ കൈമുതലായുണ്ടായിരുന്നു. വർഷങ്ങളോളം അവർ അങ്ങിനെ പിന്നിട്ടു കഴിഞ്ഞപ്പോഴാണ് ആ സംഭവം.

നടക്കാനിറങ്ങിയ ഒരു സായാഹ്നത്തിൽ പൗരമുഖ്യൻ ഒരു കാഴ്ച കണ്ടു. കല്ല്യാണിയക്കൻ വീടിന്റെ ഉമ്മറപ്പടിയിലിരുന്ന് വിളക്കിന് തിരി തെരയ്ക്കുന്നു. ഉടുമുണ്ട് തെറുത്തുകേറ്റി തിരി തെരയ്ക്കുകയെന്നത് കല്ല്യാണിയക്കന്റെ ഭാഗത്തുനിന്നും തീരെ അടക്കമില്ലാത്ത ഒരു സാഹസികതയായിപ്പോയി. പൗരമുഖ്യന്റെ വാക്കുകളിൽനിന്നും മനസ്സിലാക്കിയതനുസരിച്ചുതന്നെ പറയാം. അദ്ദേഹത്തിന്റെ മനസ്സിലെ ആസക്തിയുടെ മഞ്ഞുമലയുരുക്കാൻ പര്യാപ്തമായിരുന്നത്രെ ആ കാഴ്ച.

ചെറുനാളത്ത പിടിച്ച് വികലാംഗയായ മോള് കാണാതെ, കേൾക്കാതെ, പൗരമുഖ്യൻ ഒരു പരീക്ഷണം നടത്തി.

കല്ല്യാണിയക്കൻ ആദ്യമായി ഒരു പരീക്ഷയിൽ മുട്ടുകുത്തി.

പൗരമുഖ്യൻ തിന്മയുടെ വിത്തു പാകി.

കല്ല്യാണിയക്കന്റെ മനസ്സിൽ പാപത്തിന്റെ ഗർഭമുണ്ടായി.

കല്ല്യാണിയക്കന്റെ വീർത്ത അടിവയർ ഒരു പതനത്തിന്റെ കഥ പറഞ്ഞു.

മനഃപാഠമാക്കിയ ആ കഥ പത്തിക്കരക്കാർ പരസ്പരം വിളിച്ചുപറഞ്ഞു. അതിൽ പൗരമുഖ്യന്റെ പങ്ക് അവരൊട്ടു മനസ്സിലാക്കിയതുമില്ല. വക്രിച്ച മുഖങ്ങളും കള്ളച്ചിരിയുമായിരുന്നു കല്ല്യാണിയക്കന്റെ നേർക്ക് അവരുടെ പ്രതികരണം. പൗരമുഖ്യനെ മനസ്സിൽ ഒളിപ്പിച്ചുകൊണ്ട് കല്ല്യാണിയക്കൻ ഏകയായി ചെറുത്തുനിന്നു. അവസാനം അവർ അനിവാര്യമായ പരാജയമേറ്റു വാങ്ങി.

ഒരു വർഷകാല സന്ധ്യയിൽ താന്തോന്നിപ്പുഴ തടിച്ചുകൊഴുത്തു. അലറിപ്പൊങ്ങിയ പുഴ പാലത്തിനു തെക്കുവശത്തുവച്ച് പടിഞ്ഞാറോട്ടു പതഞ്ഞൊഴുകി. കീറാമുട്ടിപ്പാലം പതറാതെ പിടിച്ചുനിന്നു.

പൗരമുഖ്യന്റെ ഭവനത്തിനു മുന്നിൽനിന്നു കല്ല്യാണിയക്കൻ അലമുറയിട്ടു കരഞ്ഞു. അന്തസ്സുള്ള ഏതൊരുവനേയുംപോലെ പൗരമുഖ്യൻ കുറ്റം നിഷേധിച്ചു. കല്ല്യാണിയക്കൻ രഹസ്യങ്ങളുടെ കിളിവാതിൽ തുറക്കുമെന്നു ഭീഷണിപ്പെടുത്തി. കല്ല്യാണിയക്കൻ രോഷംകൊണ്ടു പതഞ്ഞുപൊന്തി. അവരുടെ വാക്കുകൾ വികാരങ്ങളുടെ കുത്തൊഴുക്കായി, താന്തോന്നിപ്പുഴയുടെ രൗദ്രപ്രകടനംപോലെ.

പൗരമുഖ്യൻ കീറാമുട്ടിപ്പാലംപോലെ പിടിച്ചുനിന്നു. അവസാനം കല്ല്യാണിയക്കൻ നിരാശയോടെ മടങ്ങി. വില്ലേജാപ്പീസിനു മുന്നിൽ നിന്ന് അവർ പൊട്ടിക്കരഞ്ഞു. പത്തിക്കരയിലെ മരപ്പാവകളിൽ പലരും അവരുടെ ചുറ്റും കൂടി.

ഒരു പ്രസ് കോൺഫെറൻസിലെന്നപോലെ കല്ല്യാണിയക്കൻ രഹസ്യങ്ങളുടെ ചുരുൾ നിവർത്തി.

മരപ്പാവകൾ മുഖം വക്രിച്ചുകാട്ടി കരുണയില്ലാതെ ചിരിച്ചു. അവരുടെ മുന്നിൽ പൗരമുഖ്യൻ നിർദ്ദോഷിത്വത്തിന്റെ പര്യായമായിരുന്നു. തേജോവധം കൊലപാതകത്തേക്കാൾ ഭയങ്കരമെന്നു കരുതിയിരുന്ന അവരുടെ മുന്നിൽ കല്ല്യാണിയക്കൻ ഒരു കോമാളിവേഷമായി.

അന്നുരാത്രി കല്ല്യാണിയക്കന്റെ കൊച്ചുവീട് കത്തിച്ചാമ്പലായി. പെട്രോളിന്റെ മണം പരന്നു. ചെറുനാളത്ത പിടിച്ച കുട്ടി തീയിൽ വെന്തു മരിച്ചു.

പത്തിക്കരക്കാരുടെ നിർവ്വികാരതയ്ക്ക് ഒരിക്കൽക്കൂടി സാക്ഷിയാകാൻ കല്ല്യാണിയക്കൻ പരുക്കുകളോടെ രക്ഷപ്പെട്ടു.

വീണ്ടുമൊരു പുലരിയുണരുംമുമ്പെ കരഞ്ഞു കണ്ണീരുവറ്റിപ്പോയ കല്ല്യാണിയക്കൻ കുഞ്ഞിന്റെ കരിഞ്ഞ ജഡത്തെ അവസാനമായൊന്നു തലോടിയിട്ട് ഇരുട്ടിലേയ്ക്കിറങ്ങി നടന്നു.

അത്രയും നേരം മാറിനിന്നിരുന്ന മഴ കനലുകൾ കെടുത്താനോടി വന്നു.

കല്ല്യാണിയക്കൻ ആ മഴയുടെ നേരെ കാർക്കിച്ചു തുപ്പി.

കീറാമുട്ടിപ്പാലത്തിന്റെ നെഞ്ചത്തുനിന്നും അവർ പിന്നീട്ട താഴോട്ടു കുതിച്ചു ചാടി.

പത്തുനാഴിക അകലെ പിറ്റേന്നു ജഡം പൊന്തിയെന്നുകേട്ടു.

പാപത്തിന്റെ ശമ്പളം മരണം- പത്തിക്കരക്കാർക്ക് പഴമൊഴികളറിയാമായിരുന്നു.

കല്ല്യാണിയക്കൻ നാണക്കേട്ടു സഹിക്കാനാകാതെ പുരയും കത്തിച്ച് കുഞ്ഞിനേയും കൊന്ന് ആത്മഹത്യ ചെയ്തു.

10

സ്വയം വിശ്വസിക്കാത്തവർപോലും ആ കഥ പറഞ്ഞുപരത്തി. കാരണം, പൗരമുഖ്യൻ പ്രബലനായിരുന്നു. പത്തിക്കരയിലെ പ്രമുഖനായിരുന്നു; പ്രവാചകനായിരുന്നു.

പ്രവാചകൻ തന്നെ രക്ഷകനും- അവർ കരുതിക്കാണണം.

മോശയെപ്പോലെ അയാൾ അവരെ നയിക്കുമെന്നു അവർ കരുതിക്കാണണം.

ഏതായാലും അഹറോനെപ്പോലെ അധികാരത്തിന്റെ അംശവെടിയേന്തിയവരെ ആരു തടുക്കാൻ?

കാനാൻ ദേശം അവരുടെ സ്വപ്നത്തിലെവിടെയോ ഒരു മരീചിക പോലെ പടർന്നു കിടന്നിരുന്നു.

കുരിശുമരണത്തെപ്പറ്റി, സൗകര്യപൂർവ്വം, ഓർക്കാതെ അവർ പൊട്ടിത്തെറിക്കുന്ന കല്ലറകളുടെ ശബ്ദം കാതോർത്തിരുന്നു.

പൗരമുഖ്യൻ നീതിയുടെ ആദാനപ്രദാനങ്ങളിൽ പത്തിക്കരക്കാരുടെ പ്രധാന കാർമ്മികനായിരുന്നു.

നീതിമേളകളിലെന്നും അദ്ദേഹം ആഡംബരപൂർവ്വം അദ്ധ്യക്ഷം വഹിച്ചു. നീതി ലഭിച്ചില്ലെങ്കിലും, എപ്പോൾ വേണമെങ്കിലും അതു

ലഭിച്ചേക്കുമെന്ന പ്രത്യാശയുണ്ടായല്ലൊ.

കല്ല്യാണിയക്കന്റെ കഥയിലെന്റെ ഭാവനയുണ്ടാകാം. യഥാർത്ഥ സംഭവങ്ങളുടെ വിശദാംശങ്ങളിൽ അല്പസ്വല്പം വ്യത്യാസങ്ങൾ ഉണ്ടായിക്കൂടെന്നില്ല. പത്തിക്കരക്കാർക്കറിയാം ഈ കഥ. അവർ തമ്മിൽ തമ്മിൽപോലും അതു പറയാറില്ല. എന്തിന്, ഈ കഥ ഞാൻതന്നെ ഇപ്പോഴാണ് ആരോടെങ്കിലും പറയുന്നത്. പത്തിക്കരയിലെ മരപ്പാവകളുമായി കാര്യമായ വ്യത്യാസമൊന്നും എനിക്കില്ലെന്നു ഞാൻ നേരത്തെ സൂചിപ്പിച്ചുവല്ലോ.

11

എന്റെ മനസ്സു വീണ്ടും വർത്തമാനകാലത്തിലേയ്ക്കു തിരിച്ചെത്തിയപ്പോൾ ഇതിനകം നിങ്ങൾ എന്നോടു ചോദിക്കുമായിരുന്ന ചോദ്യം ഞാൻ എന്നോടുതന്നെ ചോദിച്ചു. ഞാൻ എന്തിന് ഇനിയും പൗരമുഖ്യനെ ഒരു സ്നേഹിതനായി കരുതണം? എന്റെ സ്വാർത്ഥത കൊണ്ടുതന്നെ എന്നു പറയാം. എന്റെ മനസ്സാക്ഷിയിൽ പൗരമുഖ്യനെതിരായി പൊടിക്കുന്ന മുകുളങ്ങൾ ഞാനുടനുടൻ നുള്ളിക്കളയുകയായിരുന്നു പതിവ്. ഒരു പ്രതിസന്ധിഘട്ടത്തിൽ നിഷ്പക്ഷതാനയം അവലംബിക്കുന്നവനായിട്ടാണ് നരകത്തിലെ ഏറ്റവും ചൂടുകൂടിയ ഭാഗം നീക്കിവയ്ക്കപ്പെട്ടിരിക്കുന്നതെന്ന് ഡാന്റെ തന്റെ പ്രസിദ്ധമായ “ഡിവൈൻ കോമഡിയിൽ” എഴുതിവച്ചിട്ടുള്ള കാര്യം ഞാൻ സൗകര്യപൂർവ്വം വിസ്മരിക്കുകയായിരുന്നു.

“ഇന്നലെ രാത്രി എനിക്കൊരു തോന്നലുണ്ടായി.”

പൗരമുഖ്യൻ വീണ്ടും സംഭാഷണമാരംഭിച്ചു.

അത് ഒരു വിശദീകരണത്തിന്റെ തുടക്കമായിരുന്നുവെന്ന് എനിക്കു മനസ്സിലായി. ഞാൻ ചെവി കൂർപ്പിച്ചിരുന്നു.

“മത്തായി ഉറക്കത്തിൽ എഴുന്നേറ്റു നടക്കുന്നുവെന്നു പറയുന്നത് സ്വയം പരിശോധിച്ചറിയണമെന്നു ഞാൻ തീർച്ചപ്പെടുത്തി.”

അല്പസമയത്തെ നിശ്ശബ്ദതയ്ക്കുശേഷം അയാൾ തുടർന്നു-

“അർദ്ധരാത്രി എന്റെ വീടിന്റെ വരാന്തയിലും അതോടനുബന്ധിച്ചുള്ള തളത്തിലും തെല്ലുനേരം ഞാൻ കഴിച്ചുകൂട്ടി. ഡ്രൈവർ യോഹന്നാനും തോട്ടക്കാരൻ അന്തോണിയും കൂർക്കം വലിച്ചുറങ്ങുകയായിരുന്നു. അവരുടേത് ഒരു കൂർക്കംവലി മത്സരമാണോയെന്നു ഞാൻ സംശയിച്ചു. എന്റെ പുതിയ കുശിനിക്കാരൻ കുഞ്ഞപ്പൻ ഒരു ദിവസത്തെ ലീവിനു വീട്ടിൽ പോയ ദിവസം.

മത്തായിയുടെ മുറിയുടെ കതക് ചാരിയിട്ടേ ഉണ്ടായിരുന്നുള്ളൂ.

അറുത്തെടുത്ത പലകക്കഷണം പോലെ നിലാവിന്റെ ഒരു പാളി നിശീഥിനി അകത്തേയ്ക്ക് തള്ളിക്കയറ്റിക്കൊണ്ടിരുന്നു. മത്തായി അവന്റെ മുറിയിൽ കട്ടിലിൽത്തന്നെ കിടക്കുന്നുണ്ടായിരുന്നു. ഒരു വേള അതു മത്തായി അല്ലെങ്കിലോ-എനിക്കൊരു സംശയം. ഞാൻ പതുക്കെ മുറിയുടെ വാതിൽ തുറന്ന് അകത്തു കടന്നുനിന്നു നോക്കി. മത്തായി തന്നെ-സംശയമില്ല. അവന്റെ തലയിണയ്ക്കു താഴെയായി എന്തോ തിളങ്ങുന്നതു ഞാൻ കണ്ടു. എടുത്തു പരിശോധിച്ചപ്പോൾ അതൊരു ഞെക്കു വിളക്കാണെന്നു കണ്ടു. ബാറ്ററികൊണ്ടു പ്രവർത്തിപ്പിക്കുന്ന നേർത്തു കൂർത്തൊരു ഞെക്കുവിളക്ക്. എനിക്ക് അരിശം വന്നു. എവിടെയെങ്കിലും വലിച്ചെറിഞ്ഞു കളയാമെന്ന ഉദ്ദേശ്യത്തോടെ ഞാൻ ആ ഞെക്കുവിളക്ക് എന്റെ കുപ്പായക്കീശയിൽ നിക്ഷേപിച്ചു. പിന്നെയാണ് ഞാനതുവരെ ജീവിതത്തിൽ കണ്ടിട്ടുള്ളതിൽവച്ച് ഏറ്റവും വലിയ അത്ഭുതം കണ്ടത്. മത്തായിയെ മത്തായിയാക്കുന്ന ആ എഴുന്ന നീണ്ട മൂക്ക് അവന്റെ മുഖത്തില്ലായിരുന്നു! മൂക്കുണ്ടായിരുന്ന സ്ഥാനം ഒരു കഷണം മാംസം കൊണ്ട് അടഞ്ഞ നിലയിലായിരുന്നു. മൂക്ക് നഷ്ടപ്പെട്ടതറിയാതെയാണ് മത്തായി കിടന്നുറങ്ങുന്നതെന്നെനിക്കു തോന്നി. ഞാൻ അവനെ അലട്ടിയില്ല. സത്യം പറഞ്ഞാൽ ആ വൈരൂപ്യത്തിന്റെ സാമിപ്യം ഞാൻ ഇഷ്ടപ്പെട്ടില്ല. ഞാൻ വേഗം പുറത്തിറങ്ങി."- പൗരമുഖ്യൻ പറഞ്ഞു നിറുത്തി.

12

"ഈ മൂക്ക് താങ്കളുടെ കൈവശമെങ്ങിനെ വന്നു?"

ചോദ്യം ചെയ്യുന്നത് പൗരമുഖ്യന് ഇഷ്ടമല്ലെന്നറിഞ്ഞുകൊണ്ടുതന്നെയാണ് ഞാൻ അങ്ങിനെ ചോദിച്ചത്.

പൗരമുഖ്യന്റെ മുഖത്ത് അനിഷ്ടമൊന്നും നിഴലിച്ചു കണ്ടില്ല.

"പറയാം"- അയാൾ പറഞ്ഞു.

"ആ ഞെക്കുവിളക്കെവിടെ?"- ഞാൻ രണ്ടാമത്തെ ചോദ്യം ചോദിച്ചു.

പൗരമുഖ്യൻ ഒന്നും പറയാതെ ചവിട്ടിയിൽ കിടന്ന മൂക്ക് ഒരു തവളയെയെന്നോണം പിടിച്ചെടുത്ത് കുപ്പിയിലിട്ടടച്ചു. അപ്പോൾ മൂക്കിന്റെ നിറം പച്ചയായിരിക്കുന്നത് ഞാൻ ശ്രദ്ധിച്ചു.

"ഞെക്കുവിളക്ക് ഇരുട്ടിലെവിടെയോ ഞാൻ വലിച്ചെറിഞ്ഞു കളഞ്ഞു."

പൗരമുഖ്യൻ രണ്ടാമത്തെ ചോദ്യത്തിനാണ് ഉത്തരം പറഞ്ഞത്.

“അന്നു രാത്രി മത്തായിക്കു മൂക്ക് നഷ്ടപ്പെട്ടിരിക്കുന്നുവെന്നറിഞ്ഞതിനു ശേഷം ഞാൻ എന്റെ സ്വന്തം കിടപ്പുമുറിയിലേയ്ക്കെത്തിനോക്കിയപ്പോൾ കണ്ടത് ഈ മൂക്ക് ഇട്ടടച്ച- ഈ കുപ്പിയുടെ മുന്നിൽ അവൾ ധ്യാനനിരതയായി നില്ക്കുന്നതാണ്.”

“ഈ മൂക്ക്!” ഞാൻ അത്ഭുതത്തോടെ ചോദിച്ചു.

“അതേ...ഈ മൂക്ക്...ഇതേ കുപ്പി.” പൗരമുഖ്യൻ ഒരുതരം ആവേശത്തോടെയാണ് ഉത്തരം പറഞ്ഞത്.

അയാൾ തുടർന്നു “ഞാൻ അവളോടായി വിളിച്ചു പറഞ്ഞു-അതു മത്തായിയുടെ മൂക്കാണ്.”

“എനിക്ക് അറിയാം”- അവൾ ഉത്തരം പറഞ്ഞു- അവൾക്ക് യാതൊരു കൂസലുമില്ലായിരുന്നു.

ഭാര്യയും ഭർത്താവും തമ്മിൽ നടന്ന സംവാദം പൗരമുഖ്യൻ അതു പടിതന്നെ വിവരിക്കുകയായിരുന്നു.

“ഈ മൂക്കെങ്ങനെ ഇവിടെ വന്നു?”

“ഞാൻ ഈ ചോദ്യം നിങ്ങളോടുതന്നെ ചോദിക്കുവാനിരിക്കുകയായിരുന്നു. നിങ്ങൾ പത്തിക്കരയെന്ന പ്രപഞ്ചത്തിലെ പ്രജാപതിയല്ലെ. നിങ്ങളറിയാതെ ഇവിടൊന്നും നടക്കുകയില്ലല്ലോ?”

“ക്രോധംകൊണ്ട് എന്റെ ദേഹമാകെ വിറച്ചുപോയി. കുപ്പി കൈക്കലാക്കാനായി ഞാൻ മുന്നോട്ടു കുതിച്ചു- തൊട്ടുപോകരുത്-എന്റെ ഭാര്യ അലറി. ഞാൻ അന്തം വിട്ടു നില്ക്കുമ്പോൾ ഒരു പരിഹാസച്ചിരിയോടെ അവൾ വീണ്ടും പറഞ്ഞു. അസൂയപ്പെട്ടിട്ടു കാര്യമില്ല. നിങ്ങൾ നിങ്ങളുടെയീ മഞ്ഞത്തവളയെക്കൊണ്ടുതന്നെ തൃപ്തിപ്പെടണം- ഈ ചത്ത മഞ്ഞത്തവള. എത്രയും വെറുപ്പോടെ എന്റെ മൂക്കിനു നേരെ വിരൽ ചൂണ്ടിക്കൊണ്ടാണ് അവളതു പറഞ്ഞത്. പിന്നെ ഏതാനും നിമിഷത്തേയ്ക്ക് എനിക്കു ബോധം നഷ്ടപ്പെട്ടുവെന്നു പറയുകയാവും ശരി. ഞാനവളുടെ മോന്തയ്ക്കൊരടിയും ചുമലിലും പുറത്തുമായി രണ്ടു മൂന്നിടിയും ഇടുപ്പിനൊരു ചവിട്ടും വച്ചുകൊടുത്തു. അരിശം തീരാതെ അവസാനം ചെകിട്ടത്തൊരടിയും കൂടി വച്ചുകൊടുത്തതാണ്. അവൾ തല തിരിച്ചുകളഞ്ഞു. അവളുടെ മുടിപ്പിന്ന് എന്റെ കൈയിൽ തറച്ചു കയറി. ഇതാ നോക്ക്...”

പൗരമുഖ്യൻ തന്റെ ഉള്ളംകൈയ്യ് എന്റെ നേരെ നീട്ടി. ഉള്ളംകൈയ്യിലേറ്റിരുന്ന പരുക്ക് ഞാൻ കണ്ടുവെങ്കിലും അത്ര കാര്യമാക്കിയില്ല. എന്റെ ഉദാസീനത അയാൾക്കിഷ്ടപ്പെട്ടുകാണാനിടയില്ല.

പൗരമുഖ്യൻ ജീവിതവിജയത്തിന്റെ കുന്നിറങ്ങുകയാണെന്നെനിക്കു തോന്നി. എനിക്ക് ഒരു ചോദ്യം ചോദിക്കാനുണ്ടായിരുന്നു.

"താങ്കൾ പരിസരബോധമില്ലാതിരുന്നിട്ടും ഭാര്യയെ അടിച്ചതിന്റെയും തൊഴിച്ചതിന്റെയും കണക്കുകൾ കൃത്യമായി ഓർക്കുന്നു?"

"ഞാൻ കൊടുക്കുന്നതിന്റെയും വാങ്ങുന്നതിന്റെയും കണക്കുകൾ സൂക്ഷിക്കുന്നതിൽ പ്രത്യേകം ശ്രദ്ധിക്കാറുണ്ട്." സങ്കോചലേശമന്യേ പൗരമുഖ്യൻ പറഞ്ഞു.

ഞാൻ ചിരിച്ചുപോയി. എന്നാൽ അയാൾക്കു യാതൊരു ഭാവമാറ്റവും കണ്ടില്ല.

അല്പം കഴിഞ്ഞ് ഞാനൊരു ചോദ്യംകൂടി ചോദിച്ചു.

"താങ്കളുടെ വീട്ടിൽ ഭാര്യയ്ക്കും ഭർത്താവിനും പ്രത്യേകം പ്രത്യേകം ബെഡ്റൂമുകളുണ്ടോ?"

"ഉണ്ടെന്നു മാത്രമല്ല, വേണ്ടി വന്നാൽ വല്ലപ്പോഴും ഒരുമിച്ചുകൂടാൻ വേണ്ടി പൊതുവായൊരു ബെഡ്റൂമും കൂടിയുണ്ട്."

ഉള്ളവരുടെ നേരമ്പോക്കുകളോർത്ത് വീണ്ടും ഞാൻ ഉള്ളാലെ ചിരിച്ചു. എന്റെ വീട്ടിൽ എനിക്കും ഭാര്യയ്ക്കും കുട്ടികൾക്കുംകൂടി കിടക്കാൻ ഒരൊറ്റ മുറിയേയുണ്ടായിരുന്നുള്ളു. അത് ഞങ്ങൾ കിടക്കാൻ ഉപയോഗിച്ചിരുന്നതുകൊണ്ട് ബെഡ്റൂമെന്ന ഓമനപ്പേരിട്ട് വിളിച്ചിരുന്നെന്നു മാത്രം.

"അത്ഭുതകരം!" ഞാനയാളോടു പറഞ്ഞു.

"എന്റെ വീട്ടിൽ അതിനൊക്കെ സൗകര്യങ്ങളുണ്ടെന്ന് നിങ്ങൾക്കറിയാമല്ലോ!" ആ ഉത്തരത്തിൽനിന്ന് അയാളുടെ കാഴ്ചപ്പാട് മറ്റൊന്നാണെന്നെനിക്കു മനസ്സിലായി. അയാളുടെ മൗഢ്യമോർത്ത് ഞാൻ ലജ്ജിച്ചു.

"ബെഡ്റൂമുകളുടെ ബാഹുല്യവും ബെഡ്റൂമുകളുടെ അകലവും ദാമ്പത്യത്തിന്റെ കണ്ണികളെയകറ്റില്ലെ?"

എന്റെ ചോദ്യം അയാൾക്കിഷ്ടപ്പെട്ടിട്ടില്ലെന്നെനിക്കു മനസ്സിലായി. ദാമ്പത്യം ലൈംഗികതയുടെ അവസാനവാക്കല്ലെന്നെങ്ങാൻ പറയുമോയെന്നായിരുന്നു എന്റെ ഭയം. ഏതായാലും അയാൾ അങ്ങനെയൊന്നും പറയുകയുണ്ടായില്ല. സംശയദൃഷ്ടിയോടെ എന്നെ നോക്കി അല്പനേരംകൂടി ഇരുന്നുവെന്നുമാത്രം. അതിനുശേഷം പൗരമുഖ്യൻ മൂക്ക് അടക്കം ചെയ്ത കുപ്പി കടലാസ്സിൽ പൊതിഞ്ഞെടുത്തു. അതിനകം കുപ്പിയും അതു പൊതിഞ്ഞ കടലാസുംകൂടി പച്ചനിറമായിരിക്കുന്നത് ഞാൻ കണ്ടു. അയാൾ പൊതിയുമായി ഒന്നുമുരിയാടാതെ

ഇറങ്ങി നടന്നു.

താങ്കൾ പിണങ്ങാൻ മാത്രം ഞാനൊന്നും പറഞ്ഞില്ലല്ലോയെന്നു ഞാൻ പിന്നിൽ നിന്നു വിളിച്ചു പറഞ്ഞെങ്കിലും അയാൾ തിരിഞ്ഞു നോക്കിയതുപോലുമില്ല.

നടന്നകലുന്ന ആ പച്ചപ്പിനു പുറകെ ഓടിച്ചെന്നു ക്ഷമായാചനം ചെയ്യാനൊന്നും ഞാനും തയ്യാറല്ലായിരുന്നു.

13

എത്രനേരം ഞാൻ പൗരമുഖ്യനുമായി സംഭാഷണത്തിലേർപ്പെട്ടിരുന്നുവെന്നതിനെക്കുറിച്ച് എനിക്ക് ആലോചിച്ചിട്ടും ഒരെത്തും പിടിയും കിട്ടിയില്ല. അനവധി ദിവസങ്ങളിലൂടെ ആ സംഭാഷണം പുരോഗമിക്കുകയായിരുന്നെന്നൊരു തോന്നൽ. സംഭാഷണം പുരോഗമിച്ചതാകട്ടെ, അനിവാര്യമായിരുന്നെങ്കിലും ഒരു മാനസികാകൽച്ചയിലേയ്ക്കായിരുന്നുവെന്നത് തീർത്തും നിർഭാഗ്യകരമായിപ്പോയി.

ജാലകത്തിലൂടെ നോക്കുമ്പോൾ ഉച്ചവെയിൽ തീ ആളിക്കത്തുകയാണെവിടെയുമെന്നു തോന്നി. പത്തിക്കരയിലെ സാഹചര്യങ്ങൾ കാലത്തിനുപോലും കുച്ചുവിലങ്ങണിയിച്ചിരിക്കുന്നതുപോലെ ബോധപൂർവ്വം നിരീക്ഷിക്കുമ്പോഴെല്ലാം കാലം ഒരു മന്ദുകാലനെപ്പോലെ മന്ദഗതിയിലാണു നീങ്ങിക്കൊണ്ടിരുന്നത്. ശ്രദ്ധിക്കാത്തപ്പോഴാകട്ടെ അതെത്രകാതം മുന്നോട്ടുപോയെന്നതിനെപ്പറ്റി ഒരു ഗ്രാഹ്യവും കിട്ടുന്നുണ്ടായിരുന്നില്ല. കാലത്തിനും കരയ്ക്കുമല്ല കുഴപ്പം. എന്റെ മനസ്സിലെ സമയമാപിനിക്ക് എന്തോ കാര്യമായ തകരാറു സംഭവിച്ചിരിക്കുന്നു. അതാണ് അടിസ്ഥാനപരമായ പ്രശ്നം. പൗരമുഖ്യനുമായി നടത്തിയ സംഭാഷണത്തിനിടയ്ക്ക് പോസ്റ്റോഫീസിൽ ജോലിക്കു വന്ന ലേഡി ക്ലാർക്ക് എന്റെ മേശപ്പുറത്തുനിന്നും താക്കോൽ എടുത്തുകൊണ്ടുപോകുന്നത് ഒരു സ്വപ്നത്തിലെന്നപോലെ ഞാൻ കണ്ടിരുന്നു. എഴുന്നേറ്റു ശ്രദ്ധിച്ചപ്പോൾ, ഏതായാലും പോസ്റ്റോഫീസ് പ്രവർത്തനം ആരംഭിച്ചിട്ടുള്ളതായി ഞാൻ കണ്ടു.

പൗരമുഖ്യൻ മത്തായിയുടെ സ്വപ്നാടനത്തെ സംബന്ധിച്ച് നടത്തിയ പരീക്ഷണനിരീക്ഷണങ്ങൾ അയാളെത്തന്നെ ഒരു ദുരന്തത്തിന്റെ വക്കിലെത്തിച്ചിരിക്കുന്നതായി ഞാൻ കണ്ടു. ആസന്നമായ അപകടം ഒരു പൊട്ടക്കിണറിന്റെ രൂപത്തിൽ പൗരമുഖ്യന്റെ പാതയിലുണ്ട്. അയാൾ അന്ധനുമാണ്. ഏതുനിമിഷവും അയാൾ ആ പൊട്ടക്കിണറിന്റെ അഗാധതയിലേയ്ക്കു പതിക്കാം. കൊച്ചു കൊച്ചുകാര്യങ്ങളിലുണ്ടായിരുന്ന അയാളുടെ സംശയങ്ങൾ വലിയ

കാര്യങ്ങളിലേയ്ക്കുംകൂടിപ്പടർന്ന് അയാളെ നിൽക്കക്കള്ളിയില്ലാത്തവനായിത്തീർത്തിരിക്കുന്നു

ഇത് സ്വയംകൃതാനർത്ഥമാണ്. അനേകം ദുഷ്ച്ചെയ്തികളുടെ തിരിച്ചടിയുമാകാം. അങ്ങിനെയൊക്കെ ചിന്തിക്കുന്നതു ശരിയല്ലെന്നു ഞാനോർത്തു. അന്യരെ വിധിക്കാനുള്ള അർഹത എനിക്കില്ലെന്നുമോർത്തു. ജീവിതം അതിന്റെ വഴിക്ക് നീങ്ങുകയായിരുന്നിരിക്കണം. അനുഭവങ്ങളുടെ പ്രകൃതത്തിനൊത്ത് ഭാഗ്യം, നിർഭാഗ്യം, വിധി എന്നൊക്കെപ്പറഞ്ഞ് മനുഷ്യൻ ആശ്വസിക്കുകയോ അസ്വസ്ഥനാകുകയോ ചെയ്യുന്നു, അത്രമാത്രം.

അതിരിക്കട്ടെ, ഞാൻ പറഞ്ഞുവന്നത് മൂക്കിനെപ്പറ്റിയാണല്ലോ. എന്റെ 'മൂക്കി'നെപ്പറ്റി. പൗരമുഖ്യനെ അതൊന്നു വായിച്ചു കേൾപ്പിക്കണമെന്നു ഞാൻ ചിന്തിച്ച കാര്യവും പറഞ്ഞിട്ടുണ്ടല്ലോ. എന്നാൽ പൗരമുഖ്യനുമായി നടന്ന മേൽവിവരിച്ച കൂടിക്കാഴ്ചയ്ക്കുശേഷം എന്റെ കാഴ്ചപ്പാടുകൾ മാറി. പൗരമുഖ്യൻ എന്റെ കഥ വായിച്ചുകേൾപ്പിക്കാൻ പറ്റിയ ആളല്ലതന്നെ. കലാബോധമോ സഹൃദയത്വമോ അയാൾക്കു തീരെ ഇല്ലെന്നാണ് എന്റെ പുതിയ തോന്നൽ. സഹിഷ്ണുത എന്ന ഗുണം ആ മനുഷ്യന് തീരെയില്ലെന്ന കാര്യം വളരെ വ്യക്തമായിരിക്കുന്നു. ശരിക്കും അകന്നുപോയ അയാൾ എന്തെങ്കിലും തിരിച്ചടിക്കുമുതിരുമോയെന്നാണു പേടി. അല്പന്മാരുടെ വഴികൾ ആലോചനയ്ക്കു വഴങ്ങാത്ത വിധം അതിഗൂഢമായിരിക്കും.

14

മത്തായിയുടെ മൂക്കാണല്ലോ എന്റെ കഥാവിഷയം. അതുകൊണ്ടു തന്നെ ഇനി ആ കഥയ്ക്ക് ഒരു പ്രസക്തിയുമില്ലെന്നു തോന്നി. പ്രസ്തുത മൂക്കിനെ വട്ടമിട്ട് സംഭവങ്ങളുടെ ഒരു പരമ്പരതന്നെ പത്തിക്കരയിൽ ഉണ്ടായിക്കൊണ്ടിരിക്കുന്നു. ഈ സംഭവകഥാപരമ്പരയാകട്ടെ വളരെ ഉദ്വേഗഭരിതമായിരിക്കുന്നു. ഇതുതന്നെ, പരിണാമഗുപ്തിയറിഞ്ഞശേഷം, ആരെങ്കിലും അതേപടി പകർത്തിയാലും മതിയല്ലോ മത്തായിയുടെ കഥ ലോകമറിയാൻ.

അതുകൊണ്ട് എഴുതിവച്ചിരുന്ന കഥയെടുത്ത് അനേകം നുറുങ്ങുകളായി ഞാൻ കീറി. ആ തുണ്ടുകൾ അപ്പാടെ ഞാൻ തുറന്നുകിടന്നിരുന്ന ജനാലയിലൂടെ പുറത്തേയ്ക്കെറിഞ്ഞു. അന്നേരം ഇരമ്പലോടെ ഒരു കാറ്റു വീശി. തുറന്നുകിടന്ന വാതിലുകളും ജനാലകളും പടപടേന്ന് അടയുകയും തുറക്കുകയും ചെയ്തു.

ഞാൻ ജനാലയിലൂടെ പുറത്തേയ്ക്കെറിഞ്ഞ കടലാസുതുണ്ടുകൾ

കാറ്റിൽ പറന്നുപൊന്തി. വെളുത്ത കടലാസുതുണ്ടുകൾ പെട്ടെന്നു പച്ചനിറമാർന്നു. അവ ഉയർന്നും അകന്നും പറക്കുകയായിരുന്നു. മത്തായിയുടെ മൂക്കിന്റെ കഷണങ്ങൾ പൗരമുഖ്യന്റെ സ്വന്തം സാമ്രാജ്യമായ പത്തിക്കരയിൽ ആകമാനം പാറിവീഴാൻ സർവ്വശക്തൻ വിധിച്ചിരിക്കുന്നതായി ഞാനറിഞ്ഞു.

പിന്നീട് കുളിച്ചൊരുങ്ങി ആഫീസിലേയ്ക്കു കടന്നു. ഞാൻ ജോലിയിൽ വ്യാപൃതനായി.

15

കുറേ ദിവസങ്ങൾക്കുശേഷം ഞാൻ തപാലാപ്പീസിൽ ഡ്യൂട്ടിയിലായിരിക്കുമ്പോൾ മൂക്കുനിറയെ കാക്കപ്പുള്ളികളുള്ള ഒരുവൻ സ്റ്റാമ്പുകളും മറ്റും വിൽക്കുന്ന കൗണ്ടറിനരികെനിന്ന് എന്നെ സൂക്ഷിച്ചുനോക്കുന്നതായി കണ്ടു. യാദൃശ്ചികമായിരിക്കുമെന്നോർത്ത് ആ നോട്ടം ആദ്യം ഞാനത്ര വകവച്ചില്ല. പക്ഷേ, വീണ്ടും വീണ്ടും അയാളെന്നെ നോക്കി നില്ക്കുകയാണെന്നു കണ്ടപ്പോൾ ഞാൻ അയാളെ കൈകൊട്ടി എന്റെ അടുത്തേക്കു വിളിച്ചു. അതിനകം വാങ്ങിച്ചു കഴിഞ്ഞിരുന്ന കുറേ പോസ്റ്റുകവറുകൾ താൻ ധരിച്ചിരുന്ന കാക്കിക്കുപ്പായത്തിന്റെ കീശയിൽ പ്രയാസപ്പെട്ടു തള്ളിക്കേറ്റിക്കൊണ്ട് മേശകൾക്കിടയിലൂടെ നടന്ന് മുറിയുടെ പിന്നിലെ ഭിത്തിയോട് ചേർത്തിട്ടിരുന്ന എന്റെ സീറ്റിനു സമീപം വന്നുനിന്നു. അയാൾ ആകെ ഭയന്നുപോയതുപോലെ തോന്നി.

അടുത്തുവന്നപ്പോഴാണ് ഞാൻ ശ്രദ്ധിച്ചത്- അയാളുടെ മൂക്കത്തെ കാക്കപ്പുള്ളികൾക്ക് കടുംപച്ചനിറമായിരുന്നു. സത്യത്തിൽ എനിക്കും ചെറിയൊരു ഭയം തോന്നി, ആപ്പീസിൽ വേറെ ജീവനക്കാരുണ്ടായിരുന്നെങ്കിലും മൂക്കത്തെ പച്ചനിറമുള്ള കാക്കപ്പുള്ളികളുമായി നിൽക്കുന്ന അയാളോടൊപ്പം ഞാൻ മാത്രമേയുണ്ടായിരുന്നുള്ളുവെന്നൊരു തോന്നൽ. നേരം നട്ടുച്ച. മുറ്റത്തും റോഡിലും കണ്ണഞ്ചിപ്പിക്കുന്ന കൊടുംവെയിൽ.

16

“നിങ്ങളെ എവിടെയോവച്ചു ഞാൻ കണ്ടിട്ടുണ്ട്... പക്ഷേ...” സംഭാഷണം ഞാൻ തന്നെ തുടങ്ങി.

“ഞാൻ അങ്ങേരുടെ തോട്ടക്കാരനാണ്.” അയാൾ പറഞ്ഞ ഉത്തരത്തിൽ ഒരു സാധാരണക്കാരന്റെ വീക്ഷണകോണിൽ നിന്നുനോക്കുമ്പോൾ അല്പം അപൂർണ്ണതയുണ്ടായിരുന്നുവെന്നു സമ്മതിക്കണം.

ഏതായാലും എനിക്കു കാര്യം പിടികിട്ടി. പൗരമുഖ്യന്റെ തോട്ടക്കാരൻ അന്തോണിയായിരുന്നു അത്. പൗരമുഖ്യനെ മത്തായിക്കു പകരം അകമ്പടി സേവിച്ചു നടക്കുന്ന അന്തോണിയെ അപൂർവമായി ഞാൻ കണ്ടിട്ടുണ്ടായിരുന്നു അതിനുമുമ്പും.

"നിങ്ങളുടെ യജമാനനെ കണ്ടിട്ട് കുറച്ച് അധികം ദിവസമായ ല്ലോ?"

"അദ്ദേഹത്തിനു സുഖമില്ല."

"അദ്ദേഹം അധികം ആരോടും സംസാരിക്കാറില്ലെന്നു കേൾക്കു ന്നു."

"ശരിയാണ്."

"രാത്രി ഉറക്കമില്ലെന്നു കേൾക്കുന്നു."

"ശരിയാണ്."

ഒരു നിമിഷത്തിനുശേഷം ഞാൻ അയാളെ ദഹിപ്പിക്കുന്ന ഒരു നോട്ടം നോക്കി. അയാൾ നിന്നു ചൂളി. അതിനുശേഷം പോസ്റ്റോ ഫീസിന് എതിർവശം റോഡിൽ അകലെ കാണാമായിരുന്ന ഒരു ഷെഡ്ഡിനുനേരെ വിരൽ ചൂണ്ടിക്കൊണ്ട് ഞാൻ അയാളോടു ചോദിച്ചു:

"ആ കാണുന്ന കെട്ടിടം എന്താണെന്നറിയാമല്ലോ?"

അയാൾ ആകെ വിളറിപ്പോയി.

"അതു പോലീസ് ഔട്ട്പോസ്റ്റാണ്. ഞാൻ പോലീസ് ഉദ്യോഗ സ്ഥനല്ലെങ്കിലും ഒരു സർക്കാർ ഉദ്യോഗസ്ഥനാണ്. കള്ളം പറയരുത്. മത്തായിക്ക് എന്താണ് പറ്റിയത്?"

അയാളുടെ മുഖത്ത് നിസ്സഹായത നിഴലിച്ചു.

അത് ഇരുണ്ട് ആകെ പച്ചനിറം കൈക്കൊണ്ടു.

ഞാനും അസ്വസ്ഥനായി.

പച്ചനിറം ഈയിടെയായി എന്നെ അസ്വസ്ഥനാക്കാൻ തുടങ്ങി യിരിക്കുന്നു.

"ഉം പറയൂ." ഞാൻ ഗൗരവം കുറയ്ക്കാൻ ഒരുക്കമായിരുന്നില്ല.

"എനിക്കൊന്നും വ്യക്തമായി അറിയില്ല സാർ."

"സാരമില്ല. അറിയാവുന്നതു പറയൂ."

"ഒരു ദിവസം യജമാനൻ മത്തായിയുടെ മുറിയിലേക്കു കയറി പ്പോകുന്നതു ഞാൻ കണ്ടു."-മനസ്സില്ലാ മനസ്സോടെ അന്തോണി പറഞ്ഞുതുടങ്ങി.

"എന്നിട്ട്?"

"താമസിയാതെ പുറത്തു വന്നു. കുറേക്കഴിഞ്ഞ് കൊച്ചമ്മയുടെ മുറിയിൽ നിന്ന് അവരുടെ കരച്ചിൽ കേട്ടു. കുറേനേരത്തേയ്ക്ക് എനിക്കുറക്കം വന്നില്ല."

"പിന്നെ?"

"പിന്നെ...പിന്നെ ഞാനുറങ്ങിപ്പോയി. ഒരു വാഹനത്തിന്റെ ശബ്ദം കേട്ടാണ് ഞാൻ കണ്ണു തുറന്നത്. ഞാൻ നോക്കുമ്പോൾ ഇരുട്ടിൽ നാലഞ്ചുപേർ ചേർന്നു മറ്റൊരാളെ ഒരു വാഹനത്തിൽ തള്ളിക്കയറ്റുകയായിരുന്നു."

"നിങ്ങൾ അങ്ങോട്ടെത്തി നോക്കിയതുപോലുമില്ല?"

"അവിടെത്താമസിക്കുമ്പോൾ ആകാംക്ഷ അപകടമാണു സാർ."

"മത്തായിയെ പിന്നെ നിങ്ങൾ കണ്ടിട്ടില്ലേ?"

"ഇല്ല സാർ."

"ഡ്രൈവർ യോഹന്നാന് എല്ലാമറിയാമായിരിക്കും?"

"ഇല്ല സാർ, അയാൾ എന്റെ സമീപത്തുകിടന്ന് കൂർക്കം വലിച്ചുറങ്ങുകയായിരുന്നു."

ആ ഉത്തരം എനിക്കു നിരാശയാണുണ്ടാക്കിയത്.

എന്റെ ചോദ്യങ്ങൾക്കുത്തരം പറഞ്ഞ് അയാൾ മുറിവിട്ടിറങ്ങുമ്പോൾ ആകെ പരിഭ്രാന്തനായിരുന്നു. എനിക്ക് അയാളോട് സഹതാപം തോന്നി. പോകുമ്പോൾ ഞാനൊരു ലോഹ്യം ചോദിച്ചു.

"ഈ നട്ടുച്ചയ്ക്കു നിങ്ങളെങ്ങിനെ പോകും?"

"സൈക്കിളുണ്ട് സാർ."

ഞാൻ അയാളുടെ പുറകേ മുറ്റംവരെ നടന്നുചെന്നു. ഒരു ഉടങ്കൊല്ലി സൈക്കിൾ മുറ്റത്തിരിക്കുന്നത് ഞാൻ കണ്ടു. അതിന്റെ കാരിയറിൽ കടലാസു കൊണ്ടു പൊതിഞ്ഞ വലിയ കെട്ടുകൾ ഞാൻ കണ്ടു.

"എന്താണീ കെട്ടുകൾ?"-

സൈക്കിൾ സ്റ്റാന്റിൽനിന്നിറക്കി ഉരുട്ടാൻ തുടങ്ങിയ അന്തോണിയോടു ഞാൻ ചോദിച്ചു.

ഒരു കള്ളച്ചിരിയോടെ അന്തോണി ഉത്തരം പറഞ്ഞു-

"ഇൻലന്റുകൾ, പോസ്റ്റു കവറുകൾ മുതലായവ. പലേ പോസ്റ്റോഫീസുകളിൽനിന്നായി വാങ്ങിച്ചതാണ്."

"എന്തിന്?''- എനിക്കു തോന്നിയ അത്ഭുതം

അമർത്തിവെയ്ക്കാനെനിക്കായില്ല.

അയാൾ ആ ചോദ്യത്തിനുത്തരം പറയാൻ നില്ക്കാതെ ചാടിക്കയറി സൈക്കിളോടിച്ചുപോയി.

പച്ചനിറമുള്ള സൈക്കിളോടിച്ചുപോകുന്ന പച്ചനിറമുള്ള മനുഷ്യൻ. അയാൾ അകന്നുപോയപ്പോൾ ഞാൻ പത്തിക്കരയെ പ്രാകി. പച്ച നിറത്തെ പ്രാകി. പൗരമുഖ്യനേയും പ്രാകി.

17

അപൂർവ്വമായിട്ടാണെങ്കിലും എനിക്ക് പൗരമുഖ്യനോട് അസൂയ തോന്നിയിട്ടുണ്ട്. പത്തിക്കരയെന്ന പട്ടിക്കാട്ടിലെങ്കിലും പൗരമുഖ്യ നായി വിലസാൻ കഴിയുന്നത് ഒരു വലിയ കാര്യമല്ലേ? ആരാണാവോ അയാൾക്ക് പൗരമുഖ്യൻ സ്ഥാനം നൽകിയത്? ഏതായാലും അറിയുന്ന കാലം മുതൽക്കേ അയാൾ പൗരമുഖ്യൻ തന്നെ.

പത്തിക്കരയിലെ പോലീസും ജുഡീഷ്യറിയും റെവന്യൂ റിക്കവെ റിങ്ങ് അതോറിറ്റിയുമൊക്കെ തത്വത്തിലല്ലെങ്കിലും പ്രയോഗത്തിൽ പൗരമുഖ്യനിൽ ലയിച്ചു ചേരുന്നു.

എന്നാൽ വൈദ്യുതി, ജലം തുടങ്ങിയവയുടെ വിതരണസമ്പ്ര ദായങ്ങളിലും വാർത്താവിനിമയ സാധ്യതകൾ നിലനിറുത്തുന്ന കാര്യത്തിലും വരുന്ന വീഴ്ചകളെ സംബന്ധിച്ചെടത്തോളം പൗരമു ഖ്യൻ പന്തിയോസ് പിലാത്തോസിനെ അനുകരിച്ച് കൈകഴുകി മാറിനിൽക്കുന്നു.

ഏതായാലും എന്റെ വീട്ടിൽ വച്ചു നടന്ന കൂടിക്കാഴ്ചയ്ക്കുശേഷം പൗരമുഖ്യനെ ഞാൻ കണ്ടിട്ടേയില്ല. ആ സംഭവത്തിനുശേഷമാണോ അന്തോണി പറഞ്ഞ കാര്യം നടന്നത് എന്ന കാര്യം അറിയാനും കഴിഞ്ഞിട്ടില്ല. എന്നാണ് ഞാനും പൗരമുഖ്യനും തമ്മിലുണ്ടായ അവസാന കൂടിക്കാഴ്ച നടന്നതെന്ന് അന്തോണിക്കുമറിയില്ലല്ലോ.

പത്തിക്കരയിൽ കലണ്ടറില്ലേയെന്നു ചോദിച്ചേക്കാം. ഉണ്ട്. പോസ്റ്റോഫീസിലും ഒരെണ്ണമുണ്ട്. പക്ഷേ, ഞങ്ങളത് തപാൽ മുട ക്കങ്ങളെന്നൊക്കെയെന്നു നോക്കാനേ ഉപയോഗിക്കാറുള്ളൂ. ഒന്നു തോന്നിയിട്ടുണ്ട്. പത്തിക്കരയിൽ കാലം ചക്രംപോലെ ഉരുളുകയല്ല, ഒടിഞ്ഞുമടങ്ങിക്കിടന്ന് ചുമ്മാ നിവരുകയാണ് എന്ന്.

പരാമർശ വിധേയനായിരിക്കുന്ന മത്തായിയേയും കണ്ടിട്ട്ഒ ത്തിരി നാളായെന്ന് ഞാനോർക്കുന്നു.

ഇപ്പോൾ സത്യം പറഞ്ഞാലെനിക്കുതന്നെയാണു സംശയങ്ങൾ. പൗരമുഖ്യൻ കണ്ടെന്നു പറഞ്ഞ കാര്യങ്ങൾ സത്യമോ അയാളുടെ

മതിഭ്രമമോ? അയാൾ കൊണ്ടു വന്നിരുന്ന ആ മൂക്കിന്റെ യാഥാർത്ഥ്യമെന്ത്? രാത്രിയുടെ ഇരുട്ടിൽ ആര് ആരെയാണ് വാഹനത്തിൽ തള്ളിക്കയറ്റിയത്?-

പൗരമുഖ്യന്റെ ആൾക്കാർ മത്തായിയേയോ, മത്തായിയുടെ ആൾക്കാർ പൗരമുഖ്യനേയോ?

വാഹനത്തിൽ കയറ്റപ്പെട്ടയാൾക്ക് ജീവനുണ്ടായിരുന്നോ?

അതോ, അതൊരു മൃതദേഹമായിരുന്നോ?

മൃതശരീരമായിരുന്നെങ്കിൽ ആര് ആരെയാണ് കൊന്നത്?

പൗരമുഖ്യന്റെ ഭാര്യയുടെ സ്ഥിതിയെന്താണ്?

സംശയങ്ങൾ ധാരാളമായുണ്ടായിരുന്നെങ്കിലും അവയ്ക്കു നിവാരണമുണ്ടാക്കുകയെന്നത് എനിക്കു സാധ്യമായിരുന്നില്ല.

ഇൻവെസ്റ്റിഗേഷൻ പോസ്റ്റുമാസ്റ്ററുടെ പണിയല്ല. പോലീസുകാരുടേതാണെന്നെനിക്കറിയാമായിരുന്നതാനും.

18

ഔട്ട് പോസ്റ്റിലുണ്ടായിരുന്ന പോലീസുകാർ പൗരമുഖ്യൻ മിക്കവാറും സായാഹ്നങ്ങളിൽ സംഘടിപ്പിച്ചിരുന്ന പാനോപചാര പരിപാടികളിലെ സ്ഥിരം അതിഥികളായിരുന്നു. മദിര സേവിക്കാത്ത നിമിഷങ്ങളിലെല്ലാം അവർഎന്നോട് ഒരുതരം കൃത്രിമഗൗരവം നടിച്ചിരുന്നു. എന്നാൽ മദിര സേവിക്കുമ്പോൾ അവർ പൗരമുഖ്യൻ പറയുന്ന നേരമ്പോക്കില്ലാത്ത നേരമ്പോക്കുകൾ കേട്ട് പൊട്ടിച്ചിരിക്കുമായിരുന്നു. അവർക്ക് എന്നോട് എന്തെങ്കിലും മതിപ്പുള്ളതായി തോന്നിയിട്ടില്ല. പൗരമുഖ്യന്റെ സുഹൃത്താണല്ലോയെന്നു വിചാരിച്ചിട്ടായിരിക്കണം അവരെന്നെക്കാണുമ്പോൾ ഓരോ സലാം ഇനാമായിത്തന്നിരുന്നു.

മദിരോത്സവങ്ങളിൽ മുടങ്ങാതെ പങ്കെടുത്തിരുന്ന മറ്റൊരാൾ പത്തിക്കരയിലെ വില്ലേജ് അധികാരിയായിരുന്നു. അയാളും ഞാനും ഉത്തമസുഹൃത്തുക്കളായിരുന്നുവെന്ന ധാരണ ഞങ്ങൾക്കു രണ്ടുപേർക്കുമുണ്ടായിരുന്ന ഒരു കാലഘട്ടമുണ്ടായിരുന്നു. ആ ഘട്ടത്തിലാണ് കല്യാണിയക്കന്റെ കഥ രഹസ്യമായി അയാൾ എന്നെ ധരിപ്പിച്ചത്. അയാളും എന്നെപ്പോലെ പൗരമുഖ്യനെ ഉള്ളിൽ അല്പം വിമർശനബുദ്ധിയോടെയാണു കണ്ടിരുന്നതെന്ന് ഞാൻ വിചാരിച്ചിരുന്നു. കല്യാണിയക്കന്റെ കഥയിലെ തനിക്ക് അധികം പ്രതികൂലമല്ലെന്നു സ്വയം കരുതിയിരുന്ന ചില വശങ്ങൾ പൗരമുഖ്യൻതന്നെ മദിരോത്സവവേളകളിൽ ഉപദംശമായി വിളമ്പിയിട്ടുണ്ട്.

വില്ലേജധികാരിക്കു കലശലായ കവിതക്കമ്പവുമുണ്ടായിരുന്നു. തണ്ടപ്പേരെഴുതുന്ന പുസ്തകത്തിൽ പോലും കവിത എഴുതി നിറച്ചതിന് ഡിപ്പാർട്ടുമെന്റധികൃതരുടെ ശിക്ഷണ നടപടികൾപോലും അയാൾ വിധേയനായിട്ടുണ്ട്. ഈ കവിയുടെ കവനകൊലപാതകങ്ങൾ പലതും അയാൾതന്നെ പാരായണം ചെയ്യുന്നത് സൗഹൃദം നിലനിറുത്താൻ വേണ്ട ഒരു ത്യാഗമായി കണക്കാക്കി ഞാൻ സഹിച്ചിട്ടുള്ളതുമാണ്. എന്നാൽ ഞങ്ങളുടെ സൗഹൃദത്തിന്റെ തിളക്കം മങ്ങാനിടവന്ന ഒരു സംഭവമുണ്ടായി. ഒരു സായാഹ്നപാനോപചാരവേളയിൽ നമ്മുടെ വില്ലേജധികാരി പൗരമുഖ്യനെ പച്ചയായി പ്രകീർത്തിച്ചുകൊണ്ടൊരു കവിത പാരായണം ചെയ്തു കേൾപ്പിച്ചു. സ്വന്തം കൃതി തന്നെയായിരുന്നു അതെന്നു പ്രത്യേകം പറയേണ്ടതില്ലല്ലോ, പൗരമുഖ്യന്റെ കപോലങ്ങൾ അഭിമാനംകൊണ്ടു ചുവന്നുതുടുത്തു. അയാൾ അതീവ സന്തുഷ്ടനായിരുന്നു. പോലീസുകാർ കൈയ്യടിച്ച് ആർത്തുവിളിച്ചനുമോദിച്ചു. എനിക്ക് ഓക്കാനം വന്നു. വൃത്തികെട്ട സാഹിത്യം കേൾക്കേണ്ടി വരുമ്പോഴുള്ള ഒരുതരം മനംപുരട്ടൽ കൊണ്ടായിരുന്നു അത്. ആദ്യമായി പൗരമുഖ്യന്റെ മുറിയിലെ വാഷ്ബേസിനിൽ ഞാൻ ഛർദ്ദിച്ചു. പോലീസുകാർ എന്നെ നിഷ്കരുണം അധിക്ഷേപിച്ചു സംസാരിച്ചു. വില്ലേജധികാരിയുടെ കവനകുശലതയിൽ എനിക്കുണ്ടായ അസൂയയുടെ പ്രകടനമായിട്ടാണ് അവർ എന്റെ പ്രവൃത്തിയെ ചിത്രീകരിച്ചത്. പൗരമുഖ്യൻ എന്റെ നേരെ പുച്ഛം കലർന്ന ഒരു ചെറുചിരിയോടെ കാലും കുലുക്കിയിരിക്കുകയായിരുന്നു. വില്ലേജധികാരിയുടെ മുഖത്ത് പോലീസുകാരുടെ പ്രോത്സാഹനത്തിനുപോലും തണുപ്പിക്കാനാകാതെ രൗദ്രം നിന്നു ജ്വലിക്കുന്നതു ഞാൻ കണ്ടു. കവിത രചിക്കാനും ആസ്വദിക്കാനുമുള്ള കഴിവ് തെരഞ്ഞെടുക്കപ്പെട്ടവർക്കു മാത്രം ലഭിക്കുന്നതാണെന്നു പറഞ്ഞ് പോലീസുകാർ വീണ്ടുമെന്നെ പ്രകോപിക്കുവാൻ മുതിർന്നെങ്കിലും നിശ്ശബ്ദത പാലിക്കുന്നതിൽനിന്നും ഞാൻ വ്യതിചലിച്ചില്ല. ഏതായാലും കവിയുടെ മുഖത്ത് അസ്തമിച്ചുകൊണ്ടിരുന്ന സൂര്യന്റെ രൗദ്രശോഭ കാളിമയായി അചിരേണ പടരുന്നത് ഞാൻ ശ്രദ്ധിക്കാതിരുന്നില്ല. അന്നും നിർഭാഗ്യവശാൽ വില്ലേജാധികാരിയോടൊപ്പംതന്നെയാണ് എനിക്ക് മടങ്ങേണ്ടി വന്നത്. മൗനം ഒരു മൂന്നാമനായി ഞങ്ങളോടൊപ്പം നടക്കുകയായിരുന്നു. വില്ലേജാധികാരിയുടെ മുഖം കടന്നൽ കുത്തിയതുപോലെ വീർത്തു വീർത്തു വരുന്നത് ഞാൻ ശ്രദ്ധിച്ചു. ഒരു കർക്കിടകമാസത്തിലെ കാർമേഘങ്ങൾ മുഴുവൻ അയാളുടെ മുഖത്തേയ്ക്ക് ഇരച്ചുകയറുകയായിരുന്നു.

താന്തോന്നിപ്പാലം കടക്കുമ്പോൾ അയാളെന്നെ താഴേയ്ക്കു തള്ളിയിടുമോ എന്നു ഞാൻ ഭയപ്പെട്ടു.

അടുത്ത പാനോപചാരദിനത്തിൽ ഞാൻ ക്ഷണം നിരസിച്ചു. പിന്നീടൊരിക്കലും എനിക്കു ക്ഷണം ലഭിച്ചിട്ടുമില്ല. വില്ലേജധികാരിയുമായി പിന്നീടൊരിക്കലും കണ്ടുമുട്ടേണ്ടി വന്നിട്ടുമില്ല. അയാൾ എന്നെപ്പറ്റി ഒരു ആക്ഷേപമഹാകാവ്യം ചമച്ചുകൊണ്ടിരിക്കുകയാണെന്ന് പോലീസുകാരിലൊരുവൻ മറ്റൊരു ദിവസം വഴിയിൽവച്ച് എന്നോട് പറയുകയുമുണ്ടായി. പോലീസുകാർ ഈയിടെയായി എന്നെക്കാണുമ്പോൾ സലാം തരുന്ന പതിവ് നിറുത്തിയിരിക്കുന്നു.

പൗരമുഖ്യനെ കുറച്ചുനാൾ കാണാതിരുന്നതിന്റേയും രഹസ്യം ഇതുതന്നെയായിരിക്കണം. മുഖസ്തുതി ദൈവത്തിനുപോലും ഇഷ്ടമാണെന്നാണല്ലോ പറയുന്നത്. അയാളെത്തന്നെ മുമ്പ് കഥ വായിച്ചുകേൾപ്പിക്കണമെന്നു കരുതിയ ഞാൻ ഒരു മണ്ടൻ തന്നെ. ഏതായാലും അതു സംഭവിക്കുകയുണ്ടായില്ല, ഭാഗ്യം. ഇതിനൊക്കെ ശേഷമാണ് ഞാൻ നിങ്ങളോട് ആദ്യം വിവരിച്ച സംഭവമുണ്ടായത്. അതോടെ അയാൾ ശരിക്കും എന്റെ ശത്രുവായിട്ടുണ്ടാകണം.

ഒറ്റപ്പെട്ടപ്പോൾ ജീവിതത്തിൽ യഥാസ്ഥാനത്തു ഞാൻ തിരിച്ചെത്തിയെന്നതുപോലെ തോന്നി. ഞാനിപ്പോൾ കാലത്തിന്റെ നിവർന്നു ചുരുങ്ങിയുണ്ടായ മടക്കുകളിലെവിടെയോ ആണ് ജീവിക്കുന്നതെന്നു തോന്നുന്നു. ഒറ്റപ്പെട്ടതുകൊണ്ട് എനിക്കു ഭയം തോന്നുന്നില്ല. ഒറ്റപ്പെട്ടപ്പോൾ ഞാൻ പൂർവ്വാധികം ശക്തനായതുപോലെ. എന്നാൽ പൗരമുഖ്യനെ എന്തെങ്കിലും കാര്യത്തിൽ നേരിട്ടെതിർക്കണമെന്നൊരു ചിന്ത എനിക്കിതേവരെ ഉണ്ടായിക്കഴിഞ്ഞിട്ടുമില്ല.

19

പൗരമുഖ്യനെ പരിചയപ്പെട്ടതിനുശേഷം ഇത് രണ്ടാമത്തെ പ്രാവശ്യമാണ്. ദീർഘനാളായി അദ്ദേഹത്തെ കാണാതിരിക്കുന്നതെന്ന് ഞാൻ സൂചിപ്പിച്ചുവല്ലോ. ഞാൻ മത്തായിയെക്കുറിച്ചും അന്വേഷിക്കാതിരുന്നില്ല. ആരുംതന്നെ മത്തായിയേയും കുറേ നാളായി കണ്ടിട്ടില്ലായിരുന്നു.

പൗരമുഖ്യനും നാട്ടിലില്ലെന്ന വാർത്ത പരന്നു.

സത്യത്തിൽ പൗരമുഖ്യനോട് ഒരുതരം സഹതാപം എനിക്കു തോന്നി. ധാരാളം സ്വപ്നം കാണുന്ന ഒരു വികാരജീവിയായിരുന്നു അയാൾ. എന്തൊക്കെയോ കാരണങ്ങൾകൊണ്ട് അയാൾക്ക് ആത്മവിശ്വാസം നഷ്ടപ്പെട്ടിരുന്നു.

അയാൾ സ്വന്തം സ്വപ്നങ്ങൾ പലതും എന്നോടു വിശദീകരിച്ചിട്ടുണ്ട് അതിലൊന്നു ഞാനിപ്പോഴും വ്യക്തമായി ഓർക്കുന്നു.

"...ഞാൻ അങ്ങിനെ മുമ്പോട്ടു നടക്കുകയായിരുന്നു. സ്ഥലം, കാലം എന്നിവയെപ്പറ്റിയൊന്നും എനിക്കു യാതൊരു ധാരണയുമുണ്ടായിരുന്നില്ല. ഒരുവൻ യാദൃശ്ചികമായി എന്റെ നേരെ ചാടിവീണു- ഒരു ഉദ്ദണ്ഡൻ. അയാൾ വഴി തടഞ്ഞുകൊണ്ട് എന്റെ മുന്നിൽനിന്നു. അയാളുടെ മൂക്കിന്റെയറ്റം നമ്മുടെയൊക്കെ കണ്ണിന്റെ ഇമ പോലെ ചലിച്ചുകൊണ്ടിരുന്നു. എനിക്ക് ആ കാഴ്ച ഒരു തരം മനംപുരട്ടലുണ്ടാക്കി. അയാളെക്കടന്നു ഞാൻ മുമ്പോട്ടു പോകാൻ ഭാവിക്കുമ്പോൾ അയാൾ അലറി-"ഓരോ രാത്രിയിലും മൂക്കുകൊണ്ട് 'റ' വരയ്ക്കുന്നവനാണു ഞാൻ, ഒരിക്കലല്ല, എട്ടു പ്രാവശ്യം." അതു കേട്ടു ഞാൻ അമ്പരന്നു. എട്ടു പ്രാവശ്യം എന്നതു കേട്ടതുകൊണ്ട് ഒരുതരം അമ്പരപ്പ്. അല്ലാതെ 'റ' വരയ്ക്കുകയെന്നു പറഞ്ഞാൽ എന്താണെന്നു മനസ്സിലാക്കിയിട്ടല്ല. ഞാൻ അയാൾ പറഞ്ഞത് എതിർക്കാനൊന്നും നിന്നില്ല. എന്നിട്ടും, അയാൾ എന്നെ കടന്നുപോകാനനുവദിച്ചില്ല.

"നിങ്ങൾ പരമാവധി എത്ര 'റ' വരയ്ക്കും ഒരു ദിവസം?" അയാൾ എന്നോടു ചോദിച്ചു.

എന്തെങ്കിലും ഉത്തരമായിപ്പറയാതെ എനിക്കു കടന്നുപോകാനാവില്ലെന്നു തോന്നി, "മൂന്നു പ്രാവശ്യം"- ഞാൻ ചുമ്മാ തട്ടിവിട്ടു.

അയാൾ പുച്ഛത്തോടെ എന്നെ നോക്കിച്ചിരിച്ചു. പിന്നെ എന്നെ അപഹസിക്കുംവിധം ഉച്ചത്തിൽ പൊട്ടിച്ചിരിച്ചു. അവസാനം അതൊരു അട്ടഹാസമായി മാറി.

എങ്കിലും ഞാൻ കടന്നുപോയപ്പോൾ അയാൾ പിന്നെ എന്നെ തടുക്കുകയുണ്ടായില്ല. ഏതോ മലഞ്ചെരിവിലൂടെയാണ് ഞാൻ കടന്നുപോയിരുന്നതെന്ന് എന്നെ ബോദ്ധ്യപ്പെടുത്തുന്ന ദൃശ്യങ്ങൾ പ്രത്യക്ഷമായി. ഒരു ചെറിയ കുന്നു വളഞ്ഞ് ഞാൻ താഴ്വരയിലേക്കുള്ള പാതയിലെത്തിയിരുന്നു. അകലെ ആൾപാർപ്പില്ലെന്നു എനിക്കു തോന്നിയ സ്ഥലത്ത് പെട്ടെന്ന് അനേകം ആളുകൾ ഓടിക്കൂടുന്നതു കണ്ടു. സ്വാഭാവികമായും എനിക്ക് ആ രംഗം അവിശ്വസനീയമായിത്തോന്നി. അത്രയധികം ആളുകൾ ഞൊടിയിടയിൽ എങ്ങിനെ അവിടെത്തി?

ഞാൻ അടുത്തെത്തുമ്പോൾ ഒരാൾ ആൾക്കൂട്ടത്തിനു നടുവിൽ വീണു കിടക്കുന്നതു കണ്ടു. അത് അയാളായിരുന്നു-ഒരു രാത്രി തന്നെ എട്ടു പ്രാവശ്യം 'റ' വരയ്ക്കുമെന്നു വീമ്പിളക്കിയ ആ മനുഷ്യൻ.

"അയാൾ എനിക്കു മുമ്പായി ഇവിടെ എങ്ങിനെയെത്തി?" ചുറ്റും

നിന്നവർ എന്റെ ചോദ്യം കേട്ടതായി ഭാവിച്ചില്ല.

അയാൾ മരിച്ചുകിടക്കുകയാണെന്ന മനസ്സിലായപ്പോൾ ഞാൻ വീണ്ടും ആരോടെന്നില്ലാതെ ചോദിച്ചു: "ഇയാൾ എങ്ങിനെയാണ് മരിച്ചത്?" ഇത്തവണ അവിടെ കൂടിയിരുന്നവരിലൊരുവൻ എന്റെ നേരെ തിരിഞ്ഞിട്ടു പറഞ്ഞു. "പ്രിയസ്നേഹിതാ, നിങ്ങളുടെ ആദ്യത്തെ ചോദ്യത്തിനുത്തരം 'വിധി' എന്നൊരൊറ്റ വാക്കിൽ ഞാനൊതുക്കാം. രണ്ടാമത്തെ ചോദ്യം തീർച്ചയായും ഒരു വിശദീകരണമർഹിക്കുന്നുണ്ട്. നാമോരോരുത്തരും മൂക്കുകൊണ്ട് ഒരു നിശ്ചിത സംഖ്യ 'റ' വരയ്ക്കണം എന്ന നിയോഗത്തോടെയാണ് ഭൂമിയിലെത്തുന്നത്. ഈ മനുഷ്യൻ ഇയാളുടെ ക്വോട്ടാ വേഗം തീർത്തുകളഞ്ഞു. അങ്ങിനെ അയാൾ ഇനിയും ജീവിക്കുന്നതിന്റെ പ്രസക്തി ഇല്ലാതാക്കി. അയാൾ തിരിച്ചു വിളിക്കപ്പെട്ടു."

ആ വിശദീകരണം എനിക്കു വളരെ തൃപ്തികരമായിത്തോന്നി. പക്ഷേ, അപ്പോഴും 'റ' വരയ്ക്കുക എന്ന പ്രയോഗത്തിന്റെ നിയതമായ അർത്ഥം എനിക്കു പിടികിട്ടിയില്ല. ഞാൻ ഒരിക്കൽക്കൂടി ആ മൃതന്റെ നേരെ നോക്കി. ഒരു പറ്റം കാക്കയുറുമ്പുകൾ അയാളുടെ വായുടെ ഇടത്തെ ചിറിയിലൂടെ അകത്തേയ്ക്കു നീങ്ങുന്നുണ്ടായിരുന്നു.

അവയുടെ പൂർവ്വഗാമികളെന്നു തോന്നിയ ഒരുപറ്റം അയാളുടെ നേരത്തേ നിരന്തരം ചലിച്ചുകൊണ്ടിരുന്ന, എന്നാൽ ആ സമയം നിശ്ചലമായിക്കണ്ട മൂക്കിന്റെ വലത്തെ ദ്വാരത്തിലൂടെ ഇറങ്ങിവരുന്നുണ്ടായിരുന്നു.

ഞാൻ വീണ്ടും മുന്നോട്ടു നീങ്ങുമ്പോൾ അയാളുടെ വികടച്ചിരി എന്റെ മനസ്സിൽ മുഴങ്ങുന്നതുപോലെ തോന്നി."

പൗരമുഖ്യൻ ഈ സ്വപ്നം എന്നോടു വിശദീകരിച്ചത് മത്തായിയുടെ തിരോധാനത്തിനു മുൻപാണ്. എന്നാൽ പൗരമുഖ്യൻ സ്വപ്നത്തിൽ കണ്ടെന്നു പറഞ്ഞ ആ മനുഷ്യന്റെ ചിരി എന്റെയുള്ളിലും മുഴങ്ങുന്നതുപോലെ എനിക്കു തോന്നുന്നു.

20

മത്തായിക്ക് എന്തു പറ്റിയെന്നും പൗരമുഖ്യൻ എങ്ങോട്ടുപോയെന്നും മറ്റുമുള്ള വിഷയങ്ങളെക്കുറിച്ച് ഞാനൊത്തിരി ചിന്തിച്ചുകഴിഞ്ഞിരിക്കുന്നു. പക്ഷേ, തൃപ്തികരമായ ഒരു നിഗമനംകൊണ്ട് എന്റെ മനസ്സ് ഇതുവരെ അനുഗൃഹീതമായിട്ടില്ല. എന്തു പറയട്ടെ, റബ്ബർ മരത്തിന്റെ കായകൾ പൊട്ടുമ്പോലെ എന്റെ മനസ്സിലെ സ്മൃതികലശങ്ങൾ ഒന്നൊന്നായി പൊട്ടിക്കൊണ്ടിരിക്കുന്നു.

അന്നൊരു സായാഹ്നോല്ലാസവേളയിൽ ഞാൻ മാത്രമായിരുന്നു പൗരമുഖ്യന്റെ കൂട്ട്. രംഗം അദ്ദേഹത്തിന്റെ വസതിയിൽ ഞങ്ങൾ പതിവായി കൂടാറുണ്ടായിരുന്ന മുറി തന്നെ. അന്ന് ആദ്യമായാണ് പൗരമുഖ്യൻ ഹൃദയം തുറന്ന് എന്നോടു സംസാരിച്ചത്. സ്വപ്നം എന്നതിലേറെ അയാളുടെ മതിഭ്രമം എന്നു വിശേഷിപ്പിക്കാവുന്ന ഒരു സംഭവം അയാൾ അന്നെന്നോടു പറഞ്ഞു.

ഉറക്കം വരാതിരുന്ന ഒരു രാത്രി ഭാര്യ കിടന്നിരുന്ന മുറിയുടെ തൊട്ടുമുന്നിലുള്ള വരാന്തയിൽ അയാൾ ഉലാത്തിക്കൊണ്ടിരിക്കുകയായിരുന്നത്രെ. അരണ്ട പ്രകാശം പ്രസരിപ്പിക്കുന്ന ഒരു വസ്തു ഭാര്യയുടെ മുറിയിൽ പറന്നു നടക്കുന്നതായി അയാൾക്കു തോന്നി. സൂക്ഷിച്ചുനോക്കുമ്പോൾ മൂക്കിന്റെ ആകൃതിയിലുള്ള ആ വസ്തു ഭാര്യയുടെ കട്ടിലിനു മുകളിൽ ലംബതലത്തിൽ ഉയരുകയും താഴുകയും ചെയ്യുന്നതായി അയാൾ കണ്ടു. പിന്നീട് അത് ജനലഴികളിലൂടെ പുറത്തുവന്ന് വരാന്ത ക്രോസ് ചെയ്തു പറന്ന് മുറ്റത്തെ ചെടിക്കൂട്ടത്തിൽ മറഞ്ഞു. പൗരമുഖ്യന്റെ കൈയിൽ അതിനെ ഏതാണ്ട് കിട്ടിയതാണ്. അസാധാരണമായ ചൂട്കൊണ്ട് അയാൾ അതിനെ വിട്ടുകളഞ്ഞു. ക്രോട്ടൻ ചെടികൾക്കിടയിൽ മറഞ്ഞ അത് പിന്നീട് എങ്ങോട്ടു പോയിയെന്ന് അയാൾക്കു പിടികിട്ടിയില്ല. വീണ്ടുമതിനെ പറമ്പിലെങ്ങാനും തേടാനായി മത്തായിയെ വിളിച്ചു, ഒരു കൂട്ടിന്. ഉച്ചത്തിൽ വിളിച്ചതുകേട്ട് ആ വീട്ടിലുണ്ടായിരുന്നവരെല്ലാം ഓടിയെത്തി, അയാളുടെ ഭാര്യയുൾപ്പടെ. അത്ഭുതകരമെന്നു പറയട്ടെ, ആ കൂട്ടത്തിൽ മത്തായിയുണ്ടായിരുന്നില്ലപോലും!

മത്തായിയുടെ മൂക്ക് പൗരമുഖ്യന്റെ മനസ്സിൽ ഒരു അഗ്നിനാളത്തിന്റെ രൂപത്തിൽ പറന്നുനടക്കുന്നുവെന്ന് അന്നാണ് ഞാൻ അറിഞ്ഞത്. അനിവാര്യമായ ഒരു പച്ചനിറം ആ വസതിയേയും അതിലെ അന്തേവാസികളേയും വിഴുങ്ങാനിരിക്കുന്നുവെന്നും ഞാൻ കണ്ടു. സത്യം പറഞ്ഞാൽ ഇതൊക്കെ നടന്നിട്ട് അധികം കാലമായിട്ടില്ല. കൃത്യമായിപ്പറഞ്ഞാൽ വില്ലേജാധികാരിയെന്ന കുകവിയുടെ സ്തുതികാവ്യം കേട്ട് ഛർദ്ദിച്ചതിന്റെ തൊട്ടു തലേന്ന്. പക്ഷേ, യുഗങ്ങൾക്കു മുമ്പാണിതെല്ലാം നടന്നതെന്നു തോന്നിപ്പോകുന്നു. പത്തിക്കരയിലെ എന്റെ ജീവിതാനുഭവങ്ങളെ കാലം എന്തിനിങ്ങനെ കശക്കുന്നുവെന്ന് എനിക്കു മനസ്സിലാകുന്നില്ല.

പൗരമുഖ്യൻ പത്തിക്കരയിലെ മരപ്പാവകളുടെ ജീവനുള്ള നേതാവാണ്. തന്റെ ഭരണത്തിൽ പ്രജകൾക്ക് ചൂടും ചൂരുമില്ലാത്തതിൽ അഭിമാനം കൊള്ളുന്ന നേതാവ്. പത്തിക്കരയിലെ മരപ്പാവകളുടെ വക്രിച്ച ചിരിയുടെ ഉപജ്ഞാതാവുപോലും പൗരമുഖ്യനാണ്.

അയാളുടെ കോടിപ്പോകുന്ന ചുണ്ടുകൾ യഥാർത്ഥമായ ചിരിയെ വെല്ലുവിളിക്കുന്നു.

പൗരമുഖ്യൻ ചിരിക്കുമ്പോൾ മേൽച്ചുണ്ടും കീഴ്ച്ചുണ്ടും ഇടത്തോട്ടു വലിഞ്ഞ് ആ ഭാഗത്തെ കവിളിൽ മാംസപേശികളുടെ ഒരു ചുഴിയുണ്ടാകുന്നു. ആ ചുഴിയിൽ വിരിയുന്നത് മന്ദഹാസത്തിന്റെ മലരാണോ, പരിഹാസത്തിന്റെ വിഷപുഷ്പമാണോയെന്നു വ്യവച്ഛേദിച്ചറിയാൻ കഴിയാത്തവന് പത്തിക്കരയിലെ ജീവിതം ഉരുട്ടിലൂടെയുള്ള ഇഴച്ചിലായിരിക്കും.

അന്ന് സായാഹ്നത്തിൽ ഞാൻ തനിച്ചാണ് എന്റെ വാസസ്ഥലത്തേയ്ക്കു മടങ്ങിയത്.

താന്തോന്നിപ്പുഴയുടെ അപ്പുറം പുഴവക്കിലൂടെ മറ്റൊരു പാതയുണ്ട്. കീറാമുട്ടിപ്പാലം കടന്ന് അക്കരെയെത്തി കുറച്ചധികം ദൂരം പുഴവക്കിലൂടെയുള്ള പാതയിലൂടെനടക്കുമ്പോഴാണ് പൗരമുഖ്യന്റെ ഭവനം. അതു പുഴയെ അഭിമുഖീകരിച്ചു നിൽക്കുന്നു.

ഞാൻ അന്നു കീറാമുട്ടിപ്പാലം ലക്ഷ്യമാക്കി നടക്കുകയായിരുന്നു. ഒരു വശത്തു താന്തോന്നിപ്പുഴ. മറുവശത്ത് പൗരമുഖ്യന്റെ വക റബ്ബർതോട്ടങ്ങൾ. കരിയിലകൾ താളത്തിൽ ഞെരിയുന്ന ശബ്ദം കേട്ടു ഞാൻ തിരിഞ്ഞുനോക്കി. പ്രൗഢയായ ഒരു വനിത റബ്ബർ മരങ്ങൾക്കിടയിലൂടെ എന്റെ നേരെ ഓടിയടുക്കുന്നത് ഞാൻ കണ്ടു. ആ സ്ത്രീ എന്റെ മുമ്പിലേയ്ക്കോടി വന്നു നിന്നു കിതച്ചു.

"എന്നെ രക്ഷിക്കണം." മുഖവുരയൊന്നും കൂടാതെ അവർ പറഞ്ഞു.

ഞാൻ പരിഭ്രമത്തോടെ ചുറ്റും നോക്കി.

അകലെ പിന്നിലായി ദിഗന്തങ്ങൾ പൊട്ടുമാറ് ഉച്ചത്തിൽ കുരയ്ക്കുന്ന ഒരു നായയുടെ കഴുത്തിൽ ബന്ധിച്ച ചങ്ങലിന്റെ ഒരറ്റത്തുപിടിച്ചുകൊണ്ട് പൗരമുഖ്യൻ നില്ക്കുന്നതു ഞാൻ കണ്ടു.

പൗരമുഖ്യന്റെ ചെറുപ്പക്കാരിയായ ഭാര്യയായിരുന്നു അതെന്ന് ആരും പറയാതെ എനിക്കു മനസ്സിലായി.

അവരുടെ കണ്ണുകൾ കരഞ്ഞു കലങ്ങിയിരുന്നു.

കവിളിൽ കരിനീല നിറത്തിൽ കൈവിരൽപ്പാടുകൾ തിണർത്തു കിടന്നിരുന്നത് ഞാൻ കണ്ടു.

അവരേക്കാളും പരിഭ്രമിച്ചത് ഞാനായിരുന്നു.

എന്തെങ്കിലുമൊന്നു പറയാൻ നാവു വഴങ്ങുന്നുണ്ടായിരുന്നില്ല.

"എന്നെ രക്ഷിക്കണം"- ആ സ്ത്രീ വീണ്ടും വീണ്ടും എന്നോടു യാചിച്ചു.

ഞാൻ നിസ്സഹായനായി വീണ്ടും പൗരമുഖ്യന്റെ നേരെനോക്കി. മനുഷ്യനെ കടിച്ചുകീറാൻ ദാഹിക്കുന്ന ആ നായയുടെ തുടൽ ഏതുനിമിഷവും അയാൾ വിട്ടുകളഞ്ഞേക്കുമെന്നെനിക്കു തോന്നി. ചെമ്പോത്തിന്റെ കണ്ണുകൾപോലെ ചുവന്ന അയാളുടെ കണ്ണുകളിൽനിന്നു രൗദ്രത്തിന്റെ അഗ്നിശാലകൾ പ്രസരിച്ചുകൊണ്ടിരിക്കുന്നത് ഞാൻ കണ്ടു.

ഞാനൊന്നും കണ്ടില്ല, കേട്ടില്ല-എന്ന നാട്യത്തിൽ മുന്നോട്ടു നടന്നു. ഒന്നു തിരിഞ്ഞുപോലും നോക്കാതെ ഞാനന്നു സ്ഥലം വിടുകയായിരുന്നു. അപ്പോൾമുതൽ എന്റെ ഇടനെഞ്ചിൽ ഒരു വിങ്ങൽ അനുഭവപ്പെടാൻ തുടങ്ങിയിരിക്കുന്നു. എനിക്കു ഒരുതരത്തിൽ അത് സന്തോഷപ്രദമാണ്. എന്നിലെ ഞാൻ തീർത്തും കഥാവശേഷനായിട്ടില്ലെന്ന് അത് എന്നെ അനുസ്മരിപ്പിക്കുന്നു.

ഞാൻ ഒരിക്കലും ആ സംഭവത്തെപ്പറ്റി പൗരമുഖ്യനോടു സംസാരിച്ചിട്ടില്ല. അല്ലാതെതന്നെ അയാൾ എന്നിൽനിന്നും അകന്നുവല്ലോ.

21

മത്തായിയുടെ തിരോധാനം ഏതോ കുറ്റകരമായ സാഹചര്യത്തിലാണു സംഭവിച്ചതെന്നു തോന്നിയിട്ടും തക്കസമയത്ത് അധികൃത സ്ഥാനങ്ങളിൽ അതേപ്പറ്റി അറിവുകൊടുക്കുവാൻ വേണ്ട നീതിബോധം എനിക്കില്ലാതെ പോയതിനെപ്പറ്റി അനുവാചകരായ നിങ്ങൾക്കു പരാതിയുണ്ടാകാം. ഞാൻ നിങ്ങളിൽ ഒരുവൻ തന്നെയാണെന്നതാണ് എന്റെ വിശദീകരണം. നമ്മെ നേരിട്ടു ബാധിക്കാത്ത കാര്യങ്ങളിൽ നമ്മളെന്തിനിടപെട്ടു വെറുതെ പുലിവാലു പിടിക്കണം എന്ന ചിന്ത നമുക്കു പൊതുവെയുണ്ടല്ലോ. സാഹചര്യങ്ങളെപ്പറ്റി വ്യക്തമായ കാഴ്ചപ്പാട് ഇല്ലായ്മയാണ് മറ്റൊരു കാരണം. എന്തൊക്കെപ്പറഞ്ഞാലും പൗരമുഖ്യൻ എന്റെ സ്നേഹിതൻ തന്നെയാണല്ലോയെന്നൊരു ചിന്തയും എന്റെ നിഷ്ക്രിയത്വത്തിനു നിദാനമായിരുന്നു.

ഏതായാലും കുറേദിവസങ്ങൾക്കുശേഷം ഒരു സായാഹ്നത്തിൽ ഞാനൊന്നു നടക്കാനിറങ്ങി. കീറാമുട്ടിപ്പാലത്തിന്റെയപ്പുറം വരെ അന്നു ഞാനെന്തൊക്കെയോ ചിന്തിച്ചുകൊണ്ടു നടന്നു. പാലം കടക്കുമ്പോൾ അകലെക്കാണാമായിരുന്ന പൗരമുഖ്യന്റെ ആ പടുകൂറ്റൻ സൗധത്തിനുനേരെ നോക്കിയപ്പോൾ എന്റെ മനസ്സിൽ കടവവ്വാലുകൾ ചിറകിട്ടടിച്ചു.

ഞാൻ പാലത്തിനപ്പുറത്തെത്തി നിൽക്കുമ്പോൾ പൗരമുഖ്യന്റെ ഭവനം സ്ഥിതി ചെയ്യുന്ന ഭാഗത്തുനിന്നും ദ്രുതഗതിയിൽ ഒരാൾ

നടന്നുവരുന്നതു കണ്ടു. അടുത്തെത്തിയപ്പോൾ എനിക്ക് ആളെ മനസ്സിലായി. പൗരമുഖ്യന്റെ ഡ്രൈവർ യോഹന്നാനായിരുന്നു അത്.

അയാൾക്കെന്നെ മനസ്സിലായെന്നു തോന്നി. എന്നാൽ, അയാൾ എന്നെ അഭിമുഖീകരിക്കാതെ തിരിഞ്ഞ് പാലത്തിനുനേരേയുള്ള വഴിയിലൂടെ നടന്നുപോകാൻ ഭാവിക്കുകയായിരുന്നു. ആ വഴിയാകട്ടെ പാടങ്ങൾക്കു നടുവിലൂടെ പടിഞ്ഞാറോട്ട് നീണ്ടുകിടക്കുന്ന ഒന്നായിരുന്നു.

ഞാൻ അയാളെ കൈകൊട്ടി വിളിച്ചു. മനസ്സില്ലാമനസ്സോടെ അയാൾ നിന്നു. ഞാൻ ഗൗരവം സമാഹരിച്ച് അയാളോടു ചോദിച്ചു-

"മത്തായിയെപ്പറ്റി വിവരം വല്ലതുമുണ്ടോ?"

"ഇല്ല" മുഖത്തുനോക്കാതെ യോഹന്നാൻ മറുപടി പറഞ്ഞു.

"നിങ്ങളുടെ യജമാനൻ?"- എന്റെ അടുത്ത ചോദ്യം.

"ഒരു വിവരവുമില്ല." നിസ്സംഗമായ ഉത്തരം.

"നിങ്ങളല്ലെ, അയാളെ ഭയപ്പെടുത്തി ഈ നാട്ടിൽ നിന്നോടിച്ചത്?"

അത് എനിക്ക് പുതിയൊരറിവായിരുന്നു.

ഞാൻ പൗരമുഖ്യന്റെ പിണിയാളാണെന്നല്ലെ യോഹന്നാൻ പരോക്ഷമായി ആരോപിച്ചത്? എന്റെ മനസ്സിടിഞ്ഞു.

"എനിക്ക് സ്വാർത്ഥലക്ഷ്യങ്ങളൊന്നുമില്ലായിരുന്നു."

"ഞാനതു വിശ്വസിക്കുന്നു." യോഹന്നാൻ ഒന്നു മയപ്പെട്ടു.

ഞാൻ പ്രത്യാശയോടെ ചോദിച്ചു- "മിസ്റ്റർ യോഹന്നാൻ, നിങ്ങളുടെ യജമാനനെക്കുറിച്ച് എന്തായിരുന്നു നിങ്ങളുടെ അഭിപ്രായം?"

"ഷെയർ മാർക്കറ്റിങ്ങിനെപ്പറ്റി പഠിക്കാൻ പകലുകൾ മുഴുവൻ ഉഴിഞ്ഞുവച്ച മനുഷ്യൻ. ആ മനുഷ്യന് ഹൃദയമെന്നൊന്ന് ഉണ്ടായിരുന്നില്ല. രാത്രിയുടെ സിംഹഭാഗവും അയാൾ പലിശ കണക്കാക്കാൻ വേണ്ടി ഉപയോഗിച്ചു. ബാക്കി ഉറങ്ങിയെന്നു വരുത്താനും." യോഹന്നാൻ അന്തോണിയേക്കാൾ ധൈര്യമുള്ളവനായിരുന്നുവെന്നെനിക്കു തോന്നി. അന്തോണിയേക്കാൾ വിവരവും അയാൾക്കുണ്ടായിരുന്നെന്നു തോന്നി.

"പിന്നെയുള്ള കാര്യങ്ങളെക്കുറിച്ച് നിങ്ങൾക്കും ഏറെക്കുറെ അറിവുള്ളതാണല്ലോ?"

അതിനുത്തരമായി ഞാനൊന്നും തന്നെ പറഞ്ഞില്ല.

"ആ മനുഷ്യൻ തരംകിട്ടുമ്പോഴൊക്കെ എന്നെ അന്തോണിയെ ക്കൊണ്ടും അന്തോണിയെ എന്നെക്കൊണ്ടും തല്ലിച്ചു."

വേദന കലർന്ന ഒരുതരം അത്ഭുതം അതുകേട്ടെന്റെ മനസ്സിൽ നിറഞ്ഞു. പിന്നെ ഞാൻ ചോദിച്ചു-"അയാളുടെ ഭാര്യ?"

"അവരൊരു പതുപതുത്ത സ്വപ്നമായിരുന്നു" യോഹന്നാൻ പറഞ്ഞു.

"പരുപരുത്ത യാഥാർത്ഥ്യവും, പതുപതുത്ത സ്വപ്നവും തമ്മിലുള്ള ദാമ്പത്യത്തിന്റെ അനിവാര്യമായ തകർച്ച!"

ഞാനങ്ങനെ പറയുമ്പോൾ യോഹന്നാൻ മൃദുവായൊന്നു മന്ദഹ സിച്ചതേയുള്ളൂ. അല്പം കഴിഞ്ഞു അയാൾ ഒരു നിശ്വാസമുതിർത്തു.

"മിസ്റ്റർ യോഹന്നാൻ, അല്പം കൂടി വിശദാംശങ്ങളിലേയ്ക്ക്..."

"ഇല്ല, അതു സാദ്ധ്യമല്ല. എന്തൊക്കെപ്പറഞ്ഞാലും ആ മനുഷ്യന്റെ ഉപ്പും ചോറുമാണെന്റെ പള്ളയിൽ..."

അയാളുടെ ഉത്തരം എന്റെ ചുണ്ടുകൾ പൂട്ടി മുദ്ര വച്ചു.

അനന്തരം യോഹന്നാൻ പറഞ്ഞു- "എല്ലാം നശിച്ചു, സമ്പത്തൊ ഴികെ."

ശൈത്യത്തെ ഗർഭം ധരിച്ച ഒരു കാറ്റു കടന്നുപോയി.

അതൊരടയാളമെടുത്ത് യോഹന്നാനും പോയി.

അയാൾ പത്തിക്കരയോടു യാത്രാമൊഴി ചൊല്ലിയിട്ടായിരി ക്കണം കടന്നുപോകുന്നത്- ഞാനോർത്തു.

അറിയാതെതന്നെ ഞാൻ യോഹന്നാനെ പിന്തുടരുകയായിരുന്നു.

ശീതക്കാറ്റ് തുടർന്നും വീശി.

ഞാനൊത്തിരിക്കാലമായി അയാളെ പിന്തുടരുകയായിരുന്നുവെ ന്ന തോന്നൽ എന്നിലുണർന്നു. കാലം നിർദ്ദാക്ഷിണ്യമായി എന്നെ കബളിപ്പിക്കുകയാണെന്നെനിക്കു തോന്നി.

എരിയുന്നൊരു നെരിപ്പോടുപോലുള്ള മനസ്സുമായാണ് യോഹന്നാൻ കടന്നുപോകുന്നത്. എന്നിട്ടും അയാളുടെ ശരീരത്തി നും കുളിരനുഭവപ്പെട്ടിരിക്കണം. അയാൾ തൂക്കിപ്പിടിച്ചിരിക്കുന്ന സഞ്ചിയിൽനിന്നും ഒരു പുതപ്പെടുത്ത് പോകുന്ന പോക്കിൽത്തന്നെ കഴുത്തിനു താഴെയായി ശരീരം മൂടിപ്പുതച്ചു. അതു പച്ച നിറമുള്ള പുത പ്പായിരുന്നുവെന്നത് എന്നെ വല്ലാതെ അസ്വസ്ഥനാക്കി. അയാളെ അനന്തകാലം പിന്തുടരേണ്ടി വരുമെന്ന് എനിക്കു തോന്നി.

അയാൾ നെൽപ്പാടങ്ങളുടെ മദ്ധ്യേയുള്ള പാതയിലൂടെ ബഹുദൂരം

മുന്നേറിക്കഴിഞ്ഞിരുന്നു. ഞാനാകട്ടെ, അയാളിൽനിന്ന് ഒട്ടുംതന്നെ പിന്നിലല്ലായിരുന്നു താനും.

പാടങ്ങളിൽ സ്വർണ്ണനിറമാർന്ന വിളഞ്ഞുനിന്നിരുന്ന കതിരുകൾ താളത്തിൽ തലയാട്ടിക്കൊണ്ടിരുന്നു. അസ്തമനസൂര്യന്റെ പ്രഭ ആ കതിരുകളുടെ സ്വർണ്ണവർണ്ണത്തിനു മാറ്റു കൂട്ടുന്നുണ്ടായിരുന്നു.

പിന്നെ ഞാൻ യോഹന്നാനെ ശ്രദ്ധിച്ചത് എന്നെക്കാൾ വളരെ മുമ്പെത്തിയ നിലയിലായിരുന്നു.

എയ്തുവിട്ടൊരു അമ്പുപോലെ അയാൾ അസ്തമയ സൂര്യനിലേയ്ക്ക് ആഞ്ഞടുക്കുകയാണെന്നെനിക്കു തോന്നി. എത്രനേരം ഞാൻ അയാളെ പിന്തുടർന്നുവെന്നൊരു രൂപവുമില്ലായിരുന്നു.

അവസാനം അയാൾ അപ്രത്യക്ഷനായി. നെല്ലോലകളുടെ പച്ചപ്പ് അയാളെ വിഴുങ്ങിയോ? ജ്വലിക്കുന്ന അസ്തമയ സൂര്യൻ അയാളെ ആവാഹിച്ചു തന്നിലലിയിച്ചു ചേർത്തുവോ?

എന്തിനുവേണ്ടിയാണു ഞാൻ യോഹന്നാനെ പിന്തുടർന്നത്?

വ്യർത്ഥമായിരുന്ന ഒരു പിന്തുടരലായിപ്പോയി അതെന്നു ഞാനോർത്തു. എനിക്കതിൽ പ്രയാസം തോന്നിയില്ല. ഇത്തരം അനേകം വ്യർത്ഥതകളുടെ ആകെത്തുകയല്ലേ ജീവിതം?

22

ഒരു സ്വപ്നാടനത്തിന്റെ അന്ത്യത്തിലെന്നപോലെ, ഇരുളാൻ തുടങ്ങിയിരുന്ന, പത്തിക്കരയിലെ പോസ്റ്റോഫീസിനു സമീപത്തുള്ള എന്റെ വീടു ലക്ഷ്യമാക്കി ഞാൻ തിരിഞ്ഞു നടന്നു.

കീറാമുട്ടിപ്പാലം കുലച്ചുപിടിച്ച വില്ലുപോലെ അകലെ വളഞ്ഞു നില്ക്കുന്നത് അവ്യക്തമായി കാണാമായിരുന്നു.

'പതുപതുത്ത സ്വപ്നം' യോഹന്നാന്റെ പ്രയോഗം എനിക്കു വളരെ ഇഷ്ടപ്പെട്ടിരുന്നു.

അക്കാര്യമോർത്തപ്പോൾ എന്റെ മനസ്സിന്റെ കരിയിലക്കാട്ടിൽ ദ്രുതഗതിയിലുള്ള പദവിന്യാസം കേട്ടു. കുലീനയായ ഒരു സുന്ദരി ഓടി എന്റെ മുന്നിലെത്തി. ഏതോ കദനോദന്തത്തിലെ നായികയെപ്പോലെ, കരിനീലനിറമാർന്ന കൈവിരൽപ്പാടുകൾ അവളുടെ കപോലങ്ങളിൽ തിണർത്തു കിടന്നിരുന്നു.

"എന്നെ രക്ഷിക്കുമോ?"

ഞാൻ ആ ചോദ്യം കേൾക്കാത്ത മട്ടിൽ തിരിഞ്ഞു നടന്നു.

23

നിരുന്മേഷങ്ങളായ പകലുകൾ!

നിർന്നിദ്രങ്ങളായ രാത്രികൾ!

അവയെത്ര കടന്നുപോയി?

ഞാൻ ചിലപ്പോഴൊക്കെ മൂക്കിനെപ്പറ്റി ഓർത്തു. അപ്പോഴൊക്കെ മത്തായിയെപ്പറ്റിയും ഓർത്തു.

മത്തായി യോഹന്നാനോടും, അന്തോണിയോടും, കുശിനിക്കാരൻ കുഞ്ഞപ്പനോടും അകാരണമായി ശണ്ഠ കൂടിയിരുന്നു. വില്ലേജധികാരിയോട് തക്ക കാരണം കൂടാതെ കയർത്തിരുന്നു. എന്തുകൊണ്ടോ അയാൾ എന്നോട് ഏറ്റുമുട്ടിയിട്ടില്ല. അതിനൊരു നിസ്സാര കാരണം പോലുമുണ്ടാകാതെ ഞാൻ പ്രത്യേകം ശ്രദ്ധിച്ചിരുന്നു. പോലീസുകാരിലൊരുവന്റെ കഴുത്തിന് മത്തായി ഒരു ദിവസം കടന്നുപിടിച്ചതാണ്. അന്ന് പൗരമുഖ്യന് മത്തായി പ്രിയങ്കരനായിരുന്നു. അയാൾ തന്റെ സ്വാധീനംകൊണ്ട് മത്തായിയുണ്ടാക്കിയ കേസുകളൊക്കെയും ഒതുക്കിത്തീർത്തു. പിന്നീടാണ് അയാൾ തരം കിട്ടിയപ്പോഴൊക്കെ പൗരമുഖ്യനുമായിത്തന്നെ ഏറ്റുമുട്ടാൻ തുടങ്ങിയത്. കേട്ടിടത്തോളം കാര്യങ്ങൾ നിഷ്പക്ഷമായി ആലോചിക്കുമ്പോൾ മത്തായിയുടെ ഭാഗത്തും ന്യായങ്ങളുണ്ടായിരുന്നു. പക്ഷേ, പത്തിക്കരയിരയിൽ പൗരമുഖ്യൻ പറയുന്നതായിരുന്നു പ്രമാണം. മത്തായി ഒരിക്കലും പൗരമുഖ്യന്റെ ഭാര്യയോട് കയർത്തതായി കേട്ടിട്ടില്ല. ആ സ്ത്രീയുടെ മുന്നിൽ എന്നും അതീവ വിനയത്തോടെ അയാൾ ഒരു ദാസനായി നിന്നു.

24

മത്തായിയേയും പൗരമുഖ്യനേയും കാണുന്നില്ലെന്ന വാർത്ത പത്തിക്കരക്കാർക്കു പഴഞ്ചനായി. പൗരമുഖ്യന്റെ ഭാര്യയെപ്പറ്റി ഒന്നുമേ കേട്ടിരുന്നില്ലതാനും. പക്ഷേ, പണ്ടും അങ്ങിനെതന്നെയായിരുന്നു. അവർ ആ ഭവനത്തിൽ തന്നെയുണ്ടോയെന്ന കാര്യത്തിൽ പണ്ടില്ലാതിരുന്ന ഒരു സംശയം എനിക്കു തോന്നി. അന്തോണിയോടോ യോഹന്നാനോടോ അതേക്കുറിച്ചു ചോദിക്കാൻ തരപ്പെട്ടില്ല. അതേപ്പറ്റിയറിയാൻ അതിയായ ഒരു ആകാംക്ഷ എനിക്കുണ്ടായിരുന്നുതാനും. ആരോടാണ് ഒന്നു ചോദിക്കുക?

ആകാശമിടിഞ്ഞു വീണാലും തങ്ങൾക്കൊന്നുമില്ലെന്നു കരുതുന്ന മരപ്പാവകളുടെ നാടല്ലേ പത്തിക്കര?

പിന്നീടു കേട്ടു പത്തിക്കരയിലെ പൗരമുഖ്യന്റെ ബംഗ്ലാവ്

കിരാതന്മാർക്കു ഗുഹയായിരിക്കുന്നുവെന്ന്. ആ ഭാഗത്തേയ്ക്ക് കത്തുകൾ കൊണ്ടുപോകാറുള്ള പോസ്റ്റ്മാനാണ് അക്കാര്യം പറഞ്ഞത്. രാത്രിയിൽപോലും കിരാതന്മാരുടെ ആക്രോശങ്ങൾ ആ ഭവനത്തിലെ നിശ്ശബ്ദത കീറിമുറിക്കുന്നുപോലും.

25

ഒരു ദിവസം പോസ്റ്റോഫീസ് പ്രവർത്തനമാരംഭിക്കുന്നതിനു മുമ്പ് ഓഫീസിന്റെ മുറ്റത്ത് എന്തൊക്കെയോ ചിന്തിച്ചുകൊണ്ട് ഞാൻ ഉലാത്തുകയായിരുന്നു. അപ്പോൾ ഞാനൊരു കാഴ്ച കണ്ടു. ഒരു മരക്കമ്പ് പുറത്തേയ്ക്കു തള്ളിനില്ക്കുന്നു. അടുത്തുചെന്നു പരിശോധിച്ചപ്പോൾ മനസ്സിലായി, ആരോ എന്തൊക്കെയോ പോസ്റ്റുബോക്സിനുള്ളിൽ കുത്തിനിറച്ചിരിക്കുകയാണെന്ന്. കുത്തിനിറയ്ക്കാൻ ഉപയോഗിച്ച കമ്പായിരുന്നു പുറത്തേയ്ക്കു തള്ളിനിന്നിരുന്നത്.

ഞാൻ ബോക്സ് തുറന്നു പരിശോധിച്ചു. അത്ഭുതകരം! നിറയെ കത്തുകൾ. ബഹുഭൂരിപക്ഷവും എനിക്കു തന്നെയുള്ള കത്തുകൾ. ഞാനവയെല്ലാം തരംതിരിച്ചെടുത്തു. എനിക്കുള്ളവയെല്ലാം ഞാനെന്റെ വീട്ടിലേയ്ക്കു കൊണ്ടുപോയി. ബാക്കിയെല്ലാം ഞാൻ ബോക്സിൽത്തന്നെയിട്ടു പൂട്ടി.

വീട്ടിൽചെന്നു കത്തുകളൊന്നൊന്നായി പൊട്ടിച്ചു പരിശോധിച്ചു. ഒന്നിലും അയച്ചവന്റെ മേൽവിലാസമില്ല. ഒന്നിലും ഒരക്ഷരം പോലും എഴുതിയിട്ടുമില്ല. എന്നാൽ എല്ലാറ്റിലും ഓരോ ചോദ്യചിഹ്നങ്ങൾ വരച്ചുവച്ചിരിക്കുന്നു.

ആ ചോദ്യചിഹ്നമോരോന്നും ഓരോ കൊളുത്തായി ഉയർന്ന് എല്ലാംകൂടി എന്റെ ശരീരഭാഗങ്ങളിൽ കൊളുത്തിവലിക്കുന്നതായി എനിക്കു തോന്നി. മത്തായിയിൽനിന്ന് പൗരമുഖ്യനിൽനിന്ന് അങ്ങനെ ബന്ധപ്പെട്ടവരെല്ലാവരിലുംനിന്ന് എനിക്കു മോചനമില്ലെന്നു തോന്നി.

പിന്നീടാണെനിക്കു മനസ്സിലായത് കത്തുകളിലുണ്ടായിരുന്നത് ചോദ്യചിഹ്നങ്ങളോ കൊളുത്തുകളോ ആയിരുന്നില്ലെന്നും അവ മൂക്കിന്റെ ചിത്രങ്ങളായിരുന്നുവെന്നും.

ഇൻലാന്റുകളും പോസ്റ്റുകവറുകളും വാങ്ങി വലിയ കെട്ടുകളാക്കി സൈക്കിളിൽ വച്ചുകൊണ്ടുപോയ അന്തോണിയുടെ കാര്യം എനിക്ക് ഓർമ്മ വന്നു. ഞാനെത്രയും പെട്ടെന്ന് ആ കത്തുകളൊക്കെ പിച്ചിക്കീറി വെയ്സ്റ്റ് പേപ്പർ ബാസ്ക്കറ്റിൽ നിക്ഷേപിച്ചു. സൗകര്യംപോലെ മറ്റാരും കാണാതെ അവ കത്തിച്ചു കളയണമെന്ന ഉദ്ദേശ്യത്തോടെ.

26

ഇതിനകം പോലീസ് അധികാരികൾ എന്നെ ആവശ്യത്തില ധികം ബുദ്ധിമുട്ടിച്ചു കഴിഞ്ഞിരുന്നു. എന്റെ തലമുടിയിൽ ചിലതൊക്കെ നരപ്പിക്കാൻ അവർക്കു കഴിഞ്ഞതൊഴിച്ചാൽ കാര്യമായ ഫലമൊ ന്നുമുണ്ടായിട്ടില്ല.

ഭാര്യയും മക്കളും വീട്ടിൽ പോയിട്ട് എത്രനാളായെന്ന് ആലോ ചിച്ചിട്ട് ഒരു പിടിയും കിട്ടുന്നില്ല. അവർ പോകുമ്പോൾ എന്റെ മുടികളൊന്നും നരച്ചിട്ടില്ലായിരുന്നു. തോളൊപ്പമുള്ള ചങ്ങാത്തമേ പാടുള്ളു എന്ന് ഭാര്യ എപ്പോഴുമെന്നെ ഓർമ്മിപ്പിച്ചിരുന്നതുമാണ്. ഓഫീസിന്റെ ചുമരിൽ തൂങ്ങിക്കിടക്കുന്ന കലണ്ടർ എന്നെ കബളിപ്പി ക്കുകയാണോന്നൊരു സംശയം. ഭാര്യയും മക്കളും മടങ്ങി വരുമ്പോൾ എന്നെ തിരിച്ചറിയുമോയെന്നാണ് ഇപ്പോഴെന്റെ പേടി.

ഋതുക്കൾ ചാക്രികമായി ചലിച്ചുകൊണ്ടിരിക്കുന്നു. ഒരു കാര്യ ത്തിൽ മാത്രം വ്യത്യാസമില്ല- ഞാനിപ്പോഴും പത്തിക്കരയിലെ പോസ്റ്റ്മാസ്റ്റർ തന്നെ.

പൗരമുഖ്യൻ എന്റെ ജീവിതത്തിലേയ്ക്ക് ഒരു നിമിഷനേര ത്തേയ്ക്കെങ്കിലും ഇനിയും കടന്നുവരുന്ന കാര്യം എനിക്കുറ പ്പാണ്-ഇത്തരം കാര്യങ്ങൾ ചിന്തിച്ചു കൊണ്ട് ഞാനൊത്തിരി നേരമായി ഒറ്റയ്ക്കിരിക്കുന്നു. സായാഹ്നത്തിലെ മഞ്ഞ വെയിലേറ്റ് മരപ്പാവകൾ റോഡിലൂടെ അപൂർവ്വമായി അങ്ങോട്ടുമിങ്ങോട്ടും നടന്ന കലുന്നതു കാണാമായിരുന്നു. ഞാൻ അവരെയാരെയും പ്രത്യേകിച്ചു ശ്രദ്ധിച്ചില്ല. ശ്രദ്ധിക്കുമ്പോൾ അവർ കൈക്കൊള്ളുന്ന പച്ചനിറം എനിക്ക് അത്രയ്ക്കു അരോചകമായിരുന്നു. ഒന്നോർത്താൽ ഞാൻ അവരെ മരപ്പാവകളായി കണക്കാക്കുന്നത് കഷ്ടം തന്നെ. അവരിൽ നിന്ന് ഏതു തരത്തിലാണ് ഞാൻ വ്യത്യസ്തനായിരിക്കുന്നത്?

ഈ ചിന്ത എന്റെ മനസ്സിൽ സ്വാഭാവികമായി ഉരുത്തിരിഞ്ഞ താണ്. ഏതായാലും ഞാനതിനെ മനസ്സിലിട്ടു താലോലിച്ചില്ല. തന്നെത്തന്നെ ഒരു മരപ്പാവയായി കണക്കാക്കാൻ ആർക്കിഷ്ടം?

ഞാനെന്റെ ഉള്ളിലേയ്ക്കുതന്നെ നോക്കിയിരുന്നു

മനസ്സിലെ ചുവരെഴുത്തുകൾ വായിച്ചുകൊണ്ട്

27

ഉദിച്ച സൂര്യൻ അസ്തമിക്കാൻ മറന്ന ഒരു സായാഹ്നം. ഓഫീസ് സമയം കഴിഞ്ഞിരുന്നു. ഞാനെന്റെ ചാരുകസാലയിൽ കിടന്ന് ഓർമ്മ യിൽ തെളിഞ്ഞ ഓരോരുത്തരോടും സംസാരിക്കുകയായിരുന്നു.

വാതില്ക്കലൊരു മുട്ടുകേട്ടു. എനിക്ക് അത്ഭുതം തോന്നി.

എനിക്കു സാധാരണ സന്ദർശകർ കുറവാണല്ലോ. വാതിൽ തുറന്നു നോക്കിയപ്പോൾ എനിക്കു വിശ്വസിക്കാൻ കഴിഞ്ഞില്ല. അതു പൗര മുഖ്യനായിരുന്നു!

ഞാൻ കണ്ണു മിഴിച്ചു നില്ക്കുമ്പോൾ പൗരമുഖ്യൻ പറഞ്ഞു-"എന്റെ പ്രിയ സ്നേഹിതാ, എന്റെ കണ്ണു തുറന്നു കിട്ടിയെന്നാണ് വിചാരിച്ചത്. എന്നാൽ ഈ പത്തിക്കരയിൽ നിങ്ങളുടെ വീടല്ലാതെ മറ്റൊരു വീടും എനിക്കു തിരിച്ചറിയാൻ കഴിഞ്ഞില്ല; എന്റെ വീടുപോലും."

ഞാനെന്തെങ്കിലും പറയുന്നതിനു മുമ്പായി അയാൾ വീണ്ടും പറഞ്ഞു:

"എന്നെ എന്റെ വീട്ടിലേയ്ക്കു നയിക്കണം."

"ഉടൻ തന്നെ?"

"അതേ ഉടൻ തന്നെ വേണം." അങ്ങിനെ പ്രതിവചിച്ചുകൊണ്ട് അയാൾ ഒരു പൊതിയുയർത്തിക്കാട്ടി. അതുകണ്ടയുടൻ എന്റെയു ള്ളിൽ അനിർവ്വചനീയമായ ഒരു അരോചകത്വം അനുഭവപ്പെട്ടു.

"ഇതു തിരിച്ചേല്പിക്കണം,"

"അതിലർത്ഥമില്ല." - ആറാമിന്ദ്രിയത്തിന്റെ പ്രവർത്തനംകൊ ണ്ടെന്നപോലെ ഞാൻ പറഞ്ഞു. ആരെയാണ് തിരിച്ചേല്പിക്കേണ്ടത്- എന്നായിരുന്നു ഞാൻ ചോദിക്കേണ്ടിയിരുന്നതെന്ന് പിന്നീടെനിക്കു തോന്നി.

ഒന്നും മിണ്ടാതെ അയാൾ കൈയിലുണ്ടായിരുന്ന പൊതി തുറന്നു. കുപ്പിയിൽ വിളറിവെളുത്ത നിറത്തിൽ ആ സാധനം വീണ്ടും ഞാൻ കണ്ടു അതിന്റെ മൂടി തുറന്നപ്പോൾ അസഹ്യമായൊരു ദുർഗ്ഗന്ധം മുറിയിലാകെ നിറഞ്ഞു.

"പ്ലീസ്!...."- ഞാൻ അയാളോടായി കേണു.

ഭാഗ്യം! പെട്ടെന്ന് അയാൾ കുപ്പിയടച്ചു.

ഞങ്ങൾ രണ്ടുപേരും മൂക്കു പൊത്തിപ്പിടിച്ചിരിക്കുകയായിരുന്നു. എങ്കിലും ഞങ്ങൾക്ക് ആ വൃത്തികെട്ട ഗന്ധത്തിൽനിന്നും മോചന മില്ലെന്നു തോന്നി.

28

ഞാൻ മുമ്പെ നടന്നു; അയാൾ പിമ്പെയും.

ഒരുപാടു കാര്യങ്ങൾ എനിക്കയാളെപ്പറ്റി അറിയണമെന്നുണ്ടായി രുന്നു. എന്നാൽ എനിക്കൊന്നും ചോദിക്കാൻ കഴിഞ്ഞില്ല; എന്റെ

ചുണ്ടുകൾ മൗനമുദ്രിതങ്ങളായിരുന്നു.

ഞാൻ ആവശ്യപ്പെടാതെ തന്നെ വഴിയരികിൽ കണ്ട ഒരു കുറ്റിക്കാട്ടിലേയ്ക്ക് അയാൾ ആ കുപ്പി വലിച്ചെറിഞ്ഞു.

ആശ്വാസസൂചകമായി ഞാനൊരു നിശ്വാസമുതിർത്തു.

രണ്ടുപേർക്കൊരുമിച്ച് സ്വപ്നാടനം നടത്താനാകുമെന്ന് ഞാൻ ആദ്യമായി അറിഞ്ഞു.

പുഴയ്ക്കരികിലെത്തിയപ്പോൾ അക്കരെയായി പത്തിക്കര ബംഗ്ലാവ് കാണായി-പൗരമുഖ്യന്റെ വസതി.

അയാളും അപ്പോഴതു കണ്ടെന്നു തോന്നുന്നു. പ്രജ്ഞ തിരിച്ചു കിട്ടിയ സന്തോഷമായിരുന്നു അയാൾക്ക്.

വീണ്ടും നേരത്തെ കുപ്പി തുറന്നപ്പോഴുണ്ടായ ദുർഗ്ഗന്ധം ഞങ്ങൾക്ക് അനുഭവപ്പെടാൻ തുടങ്ങി. നാസാരന്ധ്രങ്ങളിലൂടെ ഒരു ജീവനുള്ള പുഴുവിനെപ്പോലെ അതു തുളച്ചു കയറുകയായിരുന്നു.

ഞാൻ തിരിച്ചുപോരാനാഞ്ഞതാണ്. അയാൾ എന്റെ കൈയിൽ മുറുകെപ്പിടിച്ചുകൊണ്ട് നടന്നു. കീറാമുട്ടിപ്പാലത്തിനു നേരെ.

കീറാമുട്ടിപ്പാലത്തിന്റെ നെഞ്ചത്തുനിന്നു നോക്കിയിട്ടും പൗരമുഖ്യന്റെ ഭവനത്തിന്റെ നെറുക കാണാനുള്ള ശ്രമം വഫലമായി. ആ ഭവനം അത്രയ്ക്കു ഉത്തുംഗമായിരുന്നു.

"താങ്കളുടെ വീട് ആകാശത്തുനിന്നും കെട്ടിത്തൂക്കിയ ഒരു പോസ്റ്റ്ബോക്സ് പോലെയുണ്ട്."

ഞാൻ പറഞ്ഞതിനോട് പൗരമുഖ്യൻ യോജിച്ചില്ല.

"അതൊരു മൂക്കാണു മാസ്റ്റർ, പട്ടുകുറ്റൻ മൂക്ക്. ആകാശത്തിനു കീഴെ കുത്തിനിറുത്തിയ മൂക്ക്."

പൗരമുഖ്യൻ അതേപ്പറ്റിയെല്ലാം ചിന്തിച്ചിരിക്കുന്നുവെന്നു കണ്ടപ്പോൾ എനിക്ക് അത്ഭുതം തോന്നി.

പൗരമുഖ്യൻ വീണ്ടും പറഞ്ഞു: "താഴെ രണ്ടു ദ്വാരങ്ങൾ കണ്ടില്ലേ? ഇടതുഭാഗത്തെ ദ്വാരം രണ്ടാം നിലയിലേയ്ക്കും വലതുഭാഗത്തേത് മൂന്നാംനിലതൊട്ട് മുകളിലെ നിലകളിലേയ്ക്കും നയിക്കുന്നു."

ഞാൻ അയാൾ പറഞ്ഞ തരത്തിൽതന്നെ ആ ഭവനത്തെ മനസ്സുകൊണ്ടു കാണാൻ ശ്രമിച്ചു. അപ്പോൾ പറഞ്ഞതു നൂറു ശതമാനം ശരിയാണെന്നു ബോധ്യപ്പെട്ടു.

പത്തിക്കരയിലെ ഏറ്റവും വലിയ കെട്ടിടമായിരുന്ന സ്വന്തം ഭവനം എന്തുകൊണ്ട് പൗരമുഖ്യൻ തിരിച്ചറിഞ്ഞില്ലെന്നാലോചിക്കുമ്പോൾ,

ഇതാ എന്റെ മനസ്സിലാകെ ഞാനിഷ്ടപ്പെടാത്ത പച്ചനിറം പടരുന്നു.

29

മൂക്കിന്-പൗരമുഖ്യന്റെ ഭവനത്തിന്-തൊട്ടുമുന്നിലെത്തിയപ്പോൾ അകന്നുപോയിരുന്ന ദുർഗന്ധം വീണ്ടുമെത്തുന്നതുപോലെ തോന്നി.

'താഴത്തെ നിലയിലേയ്ക്ക് എങ്ങിനെയാണ് പ്രവേശിക്കുക?'

എന്റെ ചോദ്യം കേട്ട് പൗരമുഖ്യൻ കുഴങ്ങി.

അവസാനം അയാൾ സമ്മതിച്ചു. 'അതെനിക്കുമറിയില്ല: താഴത്തെ നിലയുമായി പണ്ടെ എനിക്കു ബന്ധമൊന്നുമുണ്ടായിരുന്നില്ല.'

വിചിത്രമായ ആ ഉത്തരം കേട്ട് ഞാൻ ശബ്ദമില്ലാതെ ചിരിച്ചു.

ഞങ്ങൾ ആ കോമ്പൗണ്ടിലേയ്ക്കു പ്രവേശിക്കുമ്പോൾ അത് ഒരു ശവപ്പറമ്പുപോലെ വിജനമായിരുന്നു.

അയാൾ ഇടതുഭാഗത്തെ വാതിലിലൂടെ അകത്തേയ്ക്കു കയറി; ഞാൻ അയാളെ അനുഗമിച്ചു. ഏതുനിലയിലെ ഏതുമുറിയിലാണ് ഞങ്ങൾ സായാഹ്നങ്ങൾ ചെലവഴിച്ചിരുന്നതെന്ന കാര്യംപോലും ഞാൻ മറന്നുപോയിരുന്നു.

അയാൾ ഓടി നടന്ന് വിവിധമുറികളിലെ വിളക്കുകൾ തെളിച്ചു. മനുഷ്യജീവിതത്തിന്റെ ലക്ഷണമൊന്നും അവിടെ കണ്ടില്ല. അയാൾ നിർവ്വികാരനായി ഇറങ്ങിപ്പോന്നു; പുറകെ ഞാനും.

പിന്നീട് ഞങ്ങൾ മൂന്നാംനിലയിലേയ്ക്കുള്ള ഉയരമേറിയ കോവണി കയറി. രണ്ടാം നിലയിൽ ചെയ്തതുപോലെ അയാൾ മൂന്നാം നിലയിലും നാലാം നിലയിലും മറ്റുമുണ്ടായിരുന്ന ലൈറ്റുകൾ പ്രകാശിപ്പിച്ചു.

പ്രായം മറന്ന് ഓട്ടുകയും കയറുകയും ഇറങ്ങുകയും ചെയ്തതിനാൽ അയാൾ ഇതിനകം ഒരു കിതപ്പു യന്ത്രമായിക്കഴിഞ്ഞിരുന്നു.

തെളിഞ്ഞ ബൾബുകളിൽനിന്നു പ്രസരിച്ചത് പച്ചനിറമുള്ള വെളിച്ചമായിരുന്നു.

അവിടെയൊക്കെയുണ്ടായിരുന്ന മുറികളിലും ആരെയും കണ്ടില്ല. യാതൊരു ശബ്ദവും കേട്ടതുമില്ല.

എന്നാൽ ഒരു മുറിയിൽനിന്നും തീക്ഷ്ണമായ ദുർഗന്ധം ഒഴുകിവരുന്നുണ്ടായിരുന്നു. നേരത്തെ എന്റെ വീട്ടിൽവച്ച് പൗരമുഖ്യൻ തന്റെ കൈയ്യിലുണ്ടായിരുന്ന കുപ്പി തുറന്നപ്പോൾ ഉദ്ഗമിച്ച അതേ നശിച്ച നാറ്റം.

പൗരമുഖ്യൻ ആ മുറിയിലേയ്ക്ക് ഓടിക്കയറി.

'ഹാ!' എന്നൊരാർത്ത നാദത്തോടെ അയാൾ ഞെട്ടിത്തരിച്ചുനില്ക്കുന്നതാണ് ആ മുറിയിലേയ്ക്ക് എത്തിനോക്കിയപ്പോൾ ഞാൻ കണ്ടത്.

അവിടെ തറയിൽ ഒരു അസ്ഥിപഞ്ജരം കിടന്നിരുന്നു.

ആ അസ്ഥിപഞ്ജരത്തിൽ അവിടെയുമിവിടെയുമായി അഴുകിത്തീർന്നിട്ടില്ലാത്ത മാംസശകലങ്ങളുണ്ടായിരുന്നു.

'മത്തായി!' ഞാൻ അറിയാതെ ഉരുവിട്ടുപോയി.

'അല്ല, അല്ല, അല്ല!' പൗരമുഖ്യൻ അലറി.

അയാൾ എന്നെ ഇമ വെട്ടാതെ നോക്കിനിന്നു.

ആ കണ്ണുകളിൽ ക്രോധവും പകയും വെറുപ്പും സംശയവും പ്രതിബിംബിച്ചു.

ഞാൻ ഭയന്നു വിറച്ചുപോയി. എന്റെ ശരീരത്തിലെ സന്ധിബന്ധങ്ങൾ ആരോ പെട്ടെന്നു തല്ലിക്കെടുത്തിയതുപോലെ.

അയാൾ ഏതായാലും നോട്ടത്തിന്റെ തീക്ഷ്ണത കുറച്ചു സമനില തെറ്റാതിരിക്കാൻ അയാൾ മനസ്സുകൊണ്ട് അഭ്യാസങ്ങൾ നടത്തുകയാണെന്നെനിക്കു തോന്നി.

പെട്ടെന്നു കണ്ട അസ്ഥിപഞ്ജരം ഞാനൊന്നു ശരിക്കും നോക്കുന്നതിനു മുമ്പായി അയാൾ പുറത്തിറങ്ങി ആ മുറിയുടെ വാതിൽ വലിച്ചടച്ചു. എന്നാലുമതിനകം അതിന്റെ കഴുത്തിലുണ്ടായിരുന്ന സ്വർണ്ണമാലയും അതിന്റെ അറ്റത്തുണ്ടായിരുന്ന താലിയും ഞാൻ ശ്രദ്ധിച്ചു കഴിഞ്ഞിരിക്കുന്നു. അതോടൊപ്പം ഞാനൊരു നടുക്കത്തിനു വിധേയനായി.

'നിങ്ങൾ മത്തായിയെയാണു തേടുന്നത്?' പൗരമുഖ്യൻ അസ്വസ്ഥമായ മുഖഭാവത്തോടെ എന്നോടു ചോദിച്ച ആ ചോദ്യത്തിന് ഞാൻ ഉത്തരമൊന്നും നല്കിയില്ല.

അയാൾ ആകെ അസ്വസ്ഥനായി അങ്ങുമിങ്ങുമുലാത്തുകയായിരുന്നു. ഞാൻ മുറിയുടെ മൂലയിൽ അയാളൊന്നു തണുക്കാൻ വേണ്ടി കാത്തുനിന്നു. ഉദ്വേഗവും ഭയവും എന്നെ ഭയങ്കരമായി പീഡിപ്പിക്കുന്നുണ്ടായിരുന്നു.

അല്പസമയം കഴിഞ്ഞ് അയാൾ സൗമ്യനായി എന്റെ അടുത്തേയ്ക്കു വന്നു.

'ക്ഷമിക്കണം, ഒരു നിമിഷത്തേയ്ക്കു ഞാനാകെ പരിഭ്രാന്തനായിപ്പോയി. എത്രയും വേഗം നിങ്ങൾ ഇവിടെനിന്നു രക്ഷപ്പെടണം.'

അയാൾ പോക്കറ്റിൽനിന്നും ഒരു കവറെടുത്ത് എന്റെ നേരെ നീട്ടി. യാന്ത്രികമായി ഞാനതു വാങ്ങി.

അയാൾ പറഞ്ഞു: 'നിങ്ങൾ ദയവുചെയ്ത് ഈ കത്ത് ഔട്ട്പോസ്റ്റിലുള്ള പോലീസുകാരെ ഏല്പിക്കണം.'

കത്തു ഞാനെന്റെ ഷർട്ടിന്റെ പോക്കറ്റിൽ നിക്ഷേപിച്ചു.

എനിക്ക് അനേകം ചോദ്യങ്ങൾ അയാളോടു ചോദിക്കാനുണ്ടായിരുന്നു. പക്ഷേ എന്റെ നാവ് വായിൽ ഒരു ചത്ത തവളയെപ്പോലെ കിടക്കുകയായിരുന്നു.

സന്ധ്യയായിട്ട് അധികനേരം കഴിഞ്ഞിട്ടില്ലെന്നു തോന്നി. പുറത്ത് കൊള്ളിയാനുകൾ മിന്നിമറഞ്ഞുകൊണ്ടിരുന്നു. മാനത്തിന്റെ അകന്ന കോണുകളിലെവിടെയോ ഇടിനാദങ്ങൾ ദുർബ്ബലമായി മുഴങ്ങിക്കൊണ്ടിരുന്നു. പെട്ടന്നാണ് മഴ പെയ്യാൻ തുടങ്ങിയത്. മഴത്തുള്ളികൾ ജനൽപ്പാളികളെ ഘോരമായി മർദ്ദിക്കുന്ന ശബ്ദം ഞാൻ കേട്ടു.

കാലവർഷപ്പേമാരിയായിരുന്നു അത്.

എന്നാണ് കാലവർഷമാരംഭിച്ചത്?

എനിക്കൊരു രൂപവുമുണ്ടായിരുന്നില്ല.

പൗരമുഖ്യനുമൊത്ത് വീട്ടിൽനിന്നിറങ്ങുമ്പോൾ മഴയുണ്ടായിരുന്നോയെന്നോർക്കുന്നില്ല. ഏതായാലും എന്റെ കൈയ്യിലുണ്ടായിരുന്ന കാലൻകുട മഴയുണ്ടാകുമോയെന്നു ഞാൻ സംശയിച്ചിരുന്നുവെന്നതിനു മതിയായ തെളിവായിരുന്നു.

എന്റെ കണ്ണുകൾ എന്തിനോ വേണ്ടി പരതുകയായിരുന്നുവെന്നു കണ്ടപ്പോൾ പൗരമുഖ്യൻ പറഞ്ഞു: 'നിങ്ങൾ മത്തായിയെയാണ് തേടുന്നത്. പക്ഷേ, ഈ ജീവിതത്തിൽ നിങ്ങൾക്കവനെ ഇനി കണ്ടെത്താൻ കഴിയില്ല.'

ആ വാചകം എന്നെ സംബന്ധിച്ചിടത്തോളം മത്തായിയെ കണ്ടെത്തിയ ഫലമാണുണ്ടാക്കിയത്.

എന്നാലും ഞാൻ ചുമ്മാ ചിരിച്ചതേയുള്ളു. പിന്നെയെനിക്കു തോന്നി അതു പോരെന്ന്. അതുകൊണ്ട് എന്റെ സർവ്വശക്തിയും സമാഹരിച്ചുകൊണ്ട് ഞാൻ അയാളുടെ നേർക്ക് അലറി:

“ലോകത്തിലെ കൂർത്ത വസ്തുക്കളെല്ലാം അപ്പാടെ നശിപ്പിക്കാൻ നിങ്ങൾക്കാവില്ല.”

പൗരമുഖ്യന്റെ മുഖത്തെ മാംസപേശികൾ വലിഞ്ഞു മുറുകുന്നതു കണ്ടപ്പോൾ പിന്നെയും അവിടെ നില്ക്കുന്നത് പന്തിയല്ലെന്ന് എനിക്കുതോന്നി. ഞാൻ വേഗം ഇറങ്ങി നടന്നു. അയാൾ എന്നെ പിന്തുടരുമെന്നു ഞാനോർത്തു. അതുണ്ടായില്ല. ഞാനല്പദൂരം നടന്നശേഷം

തിരിഞ്ഞുനോക്കുമ്പോൾ കണ്ടത് അയാൾ കോവണിപ്പടികൾ ചാടിക്കയറി തൊട്ടുമുകളിലെ നിലയിലേയ്ക്കു പോകുന്നതാണ്.ഞാൻ മുറ്റത്തെത്തുമ്പോൾ മഴ കുറഞ്ഞിട്ടുണ്ടായിരുന്നു. ചാറ്റൽ മഴയത്ത് കുട നിവർത്തി ഞാൻ വേഗം ഗേറ്റിനു നേരെ നടന്നു. ഞാൻ ഗേറ്റി ലെത്തുമ്പോൾ മുകളിൽനിന്ന് ആരോ എന്നെ കൈകാട്ടി വിളിച്ചു. കെട്ടിടത്തിന്റെ ടെറസ്സിൽ എന്തിലോ പിടിച്ചു തൂങ്ങിനില്ക്കുന്ന ഒരു മനുഷ്യനെ ഞാൻ കണ്ടു. ആ കറുത്ത രൂപത്തിന്റെ പശ്ചാത്തല ത്തിൽ, കാർമേഘപാളികൾക്കിടയിലൂടെ, എത്തി നോക്കുന്ന, ഇളം പച്ച നിലാവുതൂവുന്ന ചന്ദ്രിക.

ആ രൂപം പൗരമുഖ്യൻ തന്നെയായിരുന്നുവെന്നത് വ്യക്തമായി രുന്നു.

അയാൾ അവിടെ എന്തു ചെയ്യുകയായിരുന്നു? എന്റെ സംശ യങ്ങൾ എന്റെ കാഴ്ചയിൽ വീണ്ടും പച്ചനിറം നിറയ്ക്കുന്നതിനുമുമ്പെ അയാൾ താഴേയ്ക്കു കുതിച്ചു ചാടി.

പത്തിക്കരയെ നടുക്കുന്ന ഒരു ആർത്തനാദം മുഴങ്ങി. അതിന്റെ യറ്റത്ത് സാന്ദ്രമായ നിശ്ശബ്ദത.

മരണത്തിന്റെ നിശ്ചലതയിലേയ്ക്ക് എത്തിനോക്കാൻ ഞാൻ നിന്നില്ല. എന്റെ മനസ്സിലെ ജലാശയത്തിൽ വികാരങ്ങൾ ചത്ത മീനുകളെപ്പോലെ പൊങ്ങിക്കിടന്നു. നിലാവിന്റെ ഹരിതനിറം വിളറിവെളുത്തുകൊണ്ടിരുന്നു.

ഞാൻ ആവുന്നത്ര വേഗത്തിൽ നടന്നു. പൗരമുഖ്യന്റെ ജീവിത ത്തിൽ ഞാൻ ഒരു രംഗപരികർമ്മിയായിരുന്നുവെന്ന വസ്തുത എന്നെ അസ്വസ്ഥനാക്കി. അതെനിക്ക് അപമാനകരമായിത്തോന്നി.

താന്തോന്നിപ്പുഴയുടെ തീരത്തുകൂടെ എന്റെ മടക്കയാത്രയായിരുന്നു അത്. കാലവർഷത്തിന്റെ കനിവിൽ താന്തോന്നിപ്പുഴ തടിച്ചുകൊഴു ത്തുകിടക്കുകയായിരുന്നു. പുഴ, പക്ഷേ, ഒഴുകാതെ നിശ്ചലയായിക്കി ടക്കുന്നതു കണ്ടപ്പോൾ എനിക്ക് അമ്പരപ്പു തോന്നി. പുഴയിലെ ജലം മുഴുവൻ തണുത്തുറഞ്ഞ് മഞ്ഞുകട്ടിയായിത്തീർന്നതുപോലെ.

പൗരമുഖ്യനോടൊപ്പം അയാളുടെ ഭവനത്തിലേയ്ക്കു പോകുമ്പോൾ ക്രൂരമായി ബലാത്സംഗം ചെയ്യപ്പെട്ട ഒരു തരുണിയെപ്പോലെ താന്തോന്നിപ്പുഴ തളർന്നുകിടക്കുന്നതു കണ്ടതാണ്; കാര്യമാക്കിയില്ല. പടിഞ്ഞാറൻ മാനത്ത് ചോര വാർന്നു മരിച്ച പകലോനെയും കണ്ടു; കാര്യമാക്കിയില്ല.

ഒന്നു കരയാനെങ്കിലും കഴിയുമായിരുന്നു; കഴിയണമായിരു ന്നു. പക്ഷേ, ഞാൻ പത്തിക്കരയിലെ പോസ്റ്റുമാസ്റ്ററായിരുന്നു.

പോസ്റ്റുമാസ്റ്റർ മാത്രമായിരുന്നുവെന്ന് ഞാൻ ധരിച്ചും പോയിരുന്നു. ശമ്പളം വളരെയില്ലെങ്കിലും ഉത്തരവാദിത്വം കുറവല്ലെന്നു ഞാൻ കരുതിയിരുന്നു.

ഞാൻ പലപ്പോഴും ആഗ്രഹിച്ചിട്ടുണ്ട് ഒരു ലെറ്റർ പോലെ പോസ്റ്റുകവറിൽ ഒതുങ്ങിക്കിടന്ന് ഏതെങ്കിലുമൊരു വിദൂരമേൽവിലാസത്തിൽ എത്തിപ്പെടാൻ കഴിഞ്ഞിരുന്നെങ്കിലെന്ന്. പക്ഷേ, എനിക്കിപ്പോഴൊരു സംശയം-കർമ്മനിരാസത്തിന്റെ മുദ്രയുണ്ടോ എന്റെ നെറ്റിയിൽ?

ഭീരുത്വത്തിന്റെ പതക്കമുണ്ടോ എന്റെ നെഞ്ചത്ത്?

30

കീറാമുട്ടിപ്പാലം അകലെനിന്നേ ഞാൻ കണ്ടു. താന്തോന്നിപ്പുഴയ്ക്കു കുറുകെ ഒരു പട്ടുക്കുറ്റൻ ചീങ്കണ്ണിയെപ്പോലെ പതുങ്ങിയിരിക്കുന്നു.

കീറാമുട്ടിപ്പാലത്തിന്റെ ഒത്ത നടുക്ക് ഒരു വിളക്കുകാലിൽ നാട്ടിയ വെളിച്ചമുണ്ടായിരുന്നു. ഒരു വിളക്കുകാലിന്റെ പ്രേതം വെളിച്ചത്തിന്റെ പ്രേതത്തെ ചുമന്നുകൊണ്ടു നില്ക്കുകയാണെന്നാണ് അതു കണ്ടപ്പോൾ തോന്നിയത്.

എന്റെ പോക്കറ്റിൽ പൗരമുഖ്യൻ പോലീസുകാരെ ഏല്പിക്കാനായി തന്നിരുന്ന കത്തുണ്ടായിരുന്നു. അതിലെന്താണെഴുതിയിരിക്കുന്നതെന്നറിയാൻ അസാധാരണമായ ഒരു ആകാംക്ഷ. ഒരു പോസ്റ്റുമാസ്റ്റർക്ക് അതു പാടില്ലാത്തതാണ്. എന്തിന് മാന്യനായ ഒരുവനും അതു പാടില്ലാത്തതാണ്.

ആകാംക്ഷ എന്റെ മാന്യതയുടെ അസ്ഥിവാരമിളക്കി. പാലത്തിലെത്തിയപ്പോൾ വിളക്കുകാലിന്റെ ചോട്ടിൽ വച്ച് ഞാൻ ആ കത്തുതുറന്ന് വായിക്കുക തന്നെ ചെയ്തു.

"ഈ പോസ്റ്റുമാസ്റ്ററെ വെറുതെ വിടരുത്. അവന്റെ ഉള്ളിൽ ഉത്തരം കിട്ടാത്ത ചോദ്യങ്ങൾ ഇരമ്പുന്ന ഒരു കടന്നൽ കൂട്ടുണ്ട്. അവനെന്റെ നാശം ആശിച്ചിരുന്നു. ഉള്ളിന്റെയുള്ളിൽ. അല്ലെങ്കിൽ നോക്കണം അവന്റെ മൂക്കും ആവശ്യത്തിലധികം കൂർത്തിരിക്കുന്നു."

അടിയിൽ പൗരമുഖ്യൻ എന്നെഴുതി ഒപ്പിട്ടിരുന്നു.

കത്തു വായിച്ചതിനുശേഷം എന്റെ മനസ്സ് വിവിധ വികാരങ്ങൾ കൊണ്ട് കലങ്ങിമറിഞ്ഞു. ഒട്ടും അമാന്തിച്ചില്ല. ഞാൻ ആ കത്ത് തുണ്ടംതുണ്ടമായിക്കീറി താന്തോന്നിപ്പുഴയിലെറിഞ്ഞു.

എന്തൊരത്ഭുതം താന്തോന്നിപ്പുഴ വീണ്ടും ഒഴുകാൻ തുടങ്ങുന്നതായി

എനിക്കു തോന്നി. ഞാൻ വേഗം പാലത്തിൽ നിന്നിറങ്ങി നടന്നു.

പൗരമുഖ്യന്റെ മരണം പുതിയ പ്രശ്നങ്ങൾ സൃഷ്ടിക്കുമെന്ന് എനിക്കു മുൻകൂട്ടി കാണാനൊത്തു. എങ്കിലും എനിക്ക് അധൈര്യമൊന്നും തോന്നിയില്ല. വരുന്നേടത്തുവച്ച് നേരിടുകതന്നെ- ഞാനോർത്തു.

ഞാൻ വീണ്ടും മുന്നോട്ടു നടന്നു.

പോകും വഴി ഞാൻ അനിർവ്വചനീയമായ ഏതോ ഉൾപ്രേരണ മൂലം പോലീസ് ഔട്ട് പോസ്റ്റിലൊന്നു കയറി. എനിക്കു നേരത്തെ തന്നെ പരിചയമുണ്ടായിരുന്ന പോലീസുകാർ രണ്ടുപേരും കൂർക്കം വലിച്ചുറങ്ങുകയായിരുന്നു. രണ്ട് ഉലകൾ മാറിമാറി ഊതുന്നതു പോലെയാണ് എനിക്കു തോന്നിയത്. ഞാൻ വേഗം ഇറങ്ങിപ്പോന്നു.

എന്റെ വികാരങ്ങളെ വ്യവച്ഛേദിച്ചറിയാൻ എനിക്കു നന്നേ പാടു പെടേണ്ടിവന്നു.

പൗരമുഖ്യനോട് എനിക്കു സഹതാപമൊന്നും തോന്നിയില്ല. അയാളുടെ അന്ത്യം അയാൾ അർഹിച്ചിരുന്നതു തന്നെ.

എന്റെ കണ്ണുകൾക്ക് തെളിച്ചം കൂടിയതുപോലെ.

എന്റെ ദൃശ്യങ്ങളിൽ പടർന്നു കയറാൻ വെമ്പിയിരുന്ന ഹരിതനിറം എന്റെ തോന്നൽ മാത്രമായിരുന്നുവോ?

എന്റെ മൂക്കിന്റെ തുമ്പത്ത് വിയർപ്പിന്റെ മുഴുത്ത തുള്ളികൾ തങ്ങിനില്ക്കുന്നുണ്ടായിരുന്നു. ഞാൻ ഒരു കൈലേസുകൊണ്ട് മൂക്ക് തുടച്ചു. ഞാൻ അപ്പോഴാണ് എന്റെ മൂക്കിനെപ്പറ്റി ചിന്തിച്ചത്. അതു പൗരമുഖ്യൻ കത്തിൽ സൂചിപ്പിച്ചിരുന്നതുപോലെ സാമാന്യം എഴുന്നതുതന്നെ.

എനിക്കു അഭിമാനം തോന്നി. എന്തു വിലകൊടുത്തും ഞാനെന്റെ മൂക്ക് സംരക്ഷിക്കുമെന്ന് പ്രതിജ്ഞ ചെയ്തു. വീടെത്തിയപ്പോൾ ഞാൻ അകലെനിന്നേ കണ്ടു. വീട്ടിൽ ലൈറ്റുകൾ ആരോ തെളിച്ചിട്ടിരിക്കുന്നു. എനിക്കു മനസ്സിലായി. എന്റെ ഭാര്യയും മക്കളും തിരിച്ചെത്തിയിരിക്കുന്നു. ഒരു പുതിയ യുഗം പിറക്കുന്നതുപോലെ. എന്റെ ജീവിതം താന്തോന്നിപ്പുഴയെപ്പോലെ പ്രവാഹശക്തി വീണ്ടെടുത്തിരിക്കുന്നു.

ഇതാ ഞാനൊരിക്കൽ കൂടി ശപഥം ചെയ്യുന്നു. ഞാനിനി എന്റെ സ്വന്തം മൂക്കിന്റെ കാര്യം മറക്കില്ല.

പരേതാത്മാക്കളുടെ പുരാവൃത്തം

ഞാൻ കുരിയച്ചൻ. കോടതിയിൽ ഗുമസ്ഥനായിരുന്നു. റിട്ടയർ ചെയ്തു. കിടക്കാനൊരിടം വേണ്ടേ? അങ്ങിനെയാണ് ഇവിടെ വന്നുപെട്ടത്. ഒരു ചെമ്മാന്ത്രവുമില്ലാത്ത വീട് അല്ലെ? ഏതായാലും സ്വൈര്യമായി കഴിഞ്ഞുകൂടാമല്ലോ? അതാണോർത്തത്.

കഥ നേരെ പറഞ്ഞാൽ കലയാകില്ലെന്ന കാഴ്ചപ്പാടുള്ളവരുടെ നാടാണിത്.

എങ്കിലും കഥ തന്നെ കഥാനായകനാകാൻ പോന്നതാണെങ്കിൽ എങ്ങിനെയും പറയാം. അതിനു ഞാൻ പറയുന്ന കഥ അത്രയ്ക്ക് കേമമാകണമെന്നില്ലല്ലോ.

ഏതായാലും തുനിഞ്ഞില്ലേ, പറഞ്ഞു തീർത്തേക്കാം. നിങ്ങൾ ആരാണെന്നറിയാതെ, കഥ കേൾക്കുമ്പോൾ നിങ്ങൾക്കുണ്ടായേക്കാവുന്ന പ്രതികരണമെന്തായിരിക്കും എന്നറിയാതെ കഥ പറഞ്ഞു മുന്നേറുകയെന്നത് ബുദ്ധിമുട്ടായിരിക്കുമെന്ന കാര്യം ഞാൻ തത്കാലം അവഗണിക്കുന്നു.

ദാ, ആ മുറ്റത്തു ഉലാത്തിക്കൊണ്ട് പാഠപുസ്തകം വായിക്കുന്ന ആ പയ്യൻ എന്റെ മകനാണ്; എന്ന് പറഞ്ഞാലും പോരാ, എന്റെ ഏക മകൻ. കുരിയച്ചൻ മൂഞ്ഞപ്പിള്ളി എന്ന് പള്ളിക്കൂടങ്ങളിലും ഔദ്യോഗിക രംഗത്തും അറിയപ്പെട്ടിരുന്ന, ഇപ്പോഴും അറിയപ്പെടുന്ന എന്റെ മകൻ മത്യാസ് മൂഞ്ഞപ്പിള്ളി. സംഭാഷണമൊക്കെ വളരെ കുറവാണ്; എന്നാൽ തീരെയില്ലെന്നു പറയാനാവില്ല താനും.

പറിയപ്പുറത്തെ കിണറ്റിൽനിന്നും ഏന്തി വലിഞ്ഞു വെള്ളം കോരുന്ന ആ സ്ത്രീയെക്കണ്ടില്ലേ? അതാണ് എന്റെ സഹധർമ്മിണി

എലീസാ. ഇടയ്ക്കിടെ ചില ചൊറിഞ്ഞ വർത്തമാനങ്ങൾ പറയുമെന്നതൊഴിച്ചാൽ കാര്യമായ കുഴപ്പമൊന്നുമില്ല. തെളിഞ്ഞ മനസ്സും പെട്ടന്നലിയുന്ന ഹൃദയവുമുള്ളവൾ.

മനസ്സ് തെളിയാനും ഹൃദയം അലിയാനും ചിലപ്പോൾ ഇത്തിരി സമയം കൂടുതലെടുത്തെന്നും വരും. ഇഷ്ടപ്പെടാത്തവരെ മുഷിപ്പിക്കുന്നതിൽ എലീസായ്ക്കു യാതൊരു മടിയുമില്ല.

'കുര്യാസ് ആരോടാണീ സംസാരിക്കുന്നതെന്ന് ആലോചിക്കുകയായിരുന്നു. ഞാൻ.... നോക്കിയിട്ടാരേയും കാണുന്നുമില്ല."

വഴിയുടെ അപ്പുറത്തുനിന്നും ദീനാമ്മാമ്മ. അപ്രധാനമായൊരു കഥാപാത്രമാണെന്നു കരുതരുത്. ഇതാണ് നമ്മുടെ കഥാനായിക. അവരെന്നെ കുര്യാസെന്നാണ് വിളിക്കുക.

"ഓരോന്ന് ഓർത്തുപോയതാണ് ദീനമ്മാമ്മേ, അല്പമുറക്കെയായിപ്പോയി."

"സാരുല്ല; എനിക്കുമുണ്ടല്ലോ, ആ സൂക്കേട്."

വഴിയിലാണ് നിൽക്കുന്നതെന്ന് ബോധം ഇല്ലാതെ പോയതിൽ ജാള്യത തോന്നി. ഏതായാലും ദീനാമ്മാമ്മ പറഞ്ഞത് കേട്ട് നിസ്സഹായതയോടെ ഒന്ന് ചിരിക്കാനേ കഴിഞ്ഞുള്ളൂ.

"കുര്യാസിനു പട്ടണത്തിലെ പത്തു സെന്റിൽത്തന്നെ കൂടിയാൽ പോരായിരുന്നോ?"

"പട്ടണത്തിലെ പത്തുസെന്റിൽ തറവാടുൾപ്പെടെ വീടുകൾ മൂന്നായമ്മാമ്മേ. പുര വെയ്ക്കാൻ അനിയന്മാര് രണ്ടുപേരുകൂടി ബാക്കിയാണ്."

ദീനാമ്മാമ്മേ എന്ന് അവരെ വിളിക്കുമ്പോഴുള്ള അസാംഗത്യത്തെപ്പറ്റിയാണ് പിന്നെ ഞാനോർത്തത്.

കപ്യാര് സ്കറിയ ഒരു ദിവസം പറഞ്ഞ കണക്കനുസരിച്ച് അവർക്ക് ഏകദേശം അൻപത്തിനാല് വയസ്സേ കാണൂ. സത്യത്തിൽ എന്നെക്കാളും പ്രായം കുറവ്. എല്ലാവരും ദീനാമ്മാമ്മ എന്ന് വിളിക്കുന്നത് കേട്ട് ഞാനും അങ്ങിനെ വിളിക്കാൻ തുടങ്ങി. ഇനിയിപ്പോൾ മാറ്റി എന്തെങ്കിലും വിളിച്ചാൽ അവർക്കുതന്നെ ഇഷ്ടമായില്ലെന്നു വരാം. ചടച്ചുമെലിഞ്ഞു മുടിയെല്ലാം നരച്ചു; ഇപ്പോഴത്തെ രൂപം കണ്ടാൽ കുറഞ്ഞത് എഴുപതു വയസ്സ് പ്രായം തോന്നിക്കും.

എന്റെ സാമ്പത്തികനില നിങ്ങൾക്ക് ഏതാണ്ട് മനസ്സിലായെന്നു തോന്നുന്നു.

ശരിക്കുള്ള ഒരു ജോലി എന്ന് പറയാൻ വീട്ടിൽ എനിക്ക് മാത്രമേ ഉണ്ടായിരുന്നുള്ളൂ. അത്കൊണ്ട് എല്ലാവരേയും ആവുമ്പോലെ

നോക്കി.

റിട്ടയർ ചെയ്തപ്പോൾ, കയ്യിൽ വന്ന കാശുകൊണ്ട് ശാന്തമായ ഒരിടത്ത് ഒരു ചെറിയ വീട്. അതായിരുന്നു സ്വപ്നം. അങ്ങിനെയാണ് ഒരു സഹപ്രവർത്തകന്റെ സഹായത്തോടെ ഈ വീട് സ്വന്തമാക്കി യത്.

പട്ടണത്തിൽ പെരുമാറിപ്പോന്ന ഒരാൾക്ക് പറ്റിയ സ്ഥലമല്ലെന്നു പലരും പറഞ്ഞു; എനിക്കു പറ്റിയ സ്ഥലമാണെന്ന് ഞാനും. അപരി ഷ്കൃതത്വം മനഃശ്ശാന്തിക്കു നിമിത്തമാകുമെന്നു ഒരു മണ്ടൻ തോന്നലും ഉണ്ടായിരുന്നില്ലെന്നില്ല.

ദീനാമ്മാമ്മയും മത്യാസിന്റെ ഒരു പ്രോട്ടോടൈപ്പാണെന്നു വേണമെങ്കിൽ പറയാം. അവർ എന്നോടല്ലാതെ മറ്റാരോടെങ്കിലും സംസാരിക്കുന്നതു ഞാൻ ഇതുവരെ കണ്ടിട്ടില്ല. എന്നോടാണെങ്കിലോ ചറപറാന്നു പറയുകയും ചെയ്യും.

"ഒന്നുമല്ലെങ്കിലും അമ്പതുസെന്റുണ്ടല്ലോ ദീനാമ്മാമ്മേ, ഞങ്ങടെ ചെറുക്കന് ന്നായൊന്നു മൂരി നിവർക്കാമല്ലോ. വീട്ടിലും നാട്ടിലും കോടതിയിലും ശ്വാസം മുട്ടി കഴിഞ്ഞുകൂടിയവനാണ് ഞാൻ."

ഉത്തരമുണ്ടായില്ല. എന്റെ മനോഗതത്തിനിടയിൽ ദീനാമ്മാമ്മ കൂടാരം പൂകിക്കഴിഞ്ഞിരുന്നു.

ഇതാണ് പുള്ളിക്കാരിയുടെ രീതി-പറയുന്നത് മുഴുവൻ കേൾക്കാൻ നിൽക്കില്ല; കേൾക്കാനുള്ളതു മുഴുവൻ പറയാൻ നിൽക്കില്ല.

"നേരം സന്ധ്യയായി, അപ്പനോട് അകത്തേയ്ക്കു കയറിപ്പോരാൻ പറയെടാ"

മത്യാസിനോട് അമ്മയുടെ നിർദ്ദേശം.

"ഞാനൊരു പഴയ മനുഷ്യനാണ്. സ്നേഹം കൊണ്ടാണെങ്കിലും പെണ്ണുംപിള്ള പറഞ്ഞാൽ പെട്ടന്നങ്ങു അനുസരിക്കാൻ പറ്റ്വോ?

"നിങ്ങളോടാണ് പറഞ്ഞത് കയറിപ്പോരാൻ. ത്രിസന്ധ്യയാ യപ്പോഴൊരാളുടെ ഉലാത്തലും കുശലം പറയലും." എലീസായുടെ താക്കീതു ഇത്തവണ എന്നോട് നേരിട്ട് തന്നെ. പിന്നെ നിന്നില്ല. ചെറിയ കാര്യത്തെ ചൊല്ലിയാണെങ്കിലും പിണക്കം വേണ്ടല്ലോ.

എലിസായും മത്യാസും സന്ധ്യാപ്രാർത്ഥന തുടങ്ങിക്കഴിഞ്ഞിരു ന്നു. അവരുടെ പുറകിലായി ചമ്രം പടഞ്ഞിരുന്നു പ്രാർത്ഥനയിൽ ഭാഗഭാക്കായെന്ന് വരുത്തി.

പ്രാർത്ഥന കഴിഞ്ഞാൽ വീണ്ടും മത്യാസിനു പഠിക്കാനുള്ള നേരമാണ്. അതും കഴിഞ്ഞാണ് അത്താഴം വിളമ്പുക. അപ്പോഴുണ്ട്

എലീസാ എന്നെ കൈകാട്ടി അടുക്കളയിലേയ്ക്ക് വിളിക്കുന്നു. അങ്ങിനെയൊരു പതിവില്ല. അതുകൊണ്ട് തന്നെ എനിക്ക് വല്ലാത്തൊരു ആകാംക്ഷ.

"എല്ലാം അറിഞ്ഞിരുന്നുകൊണ്ട് ഒന്നും അറിയാത്ത മട്ടു നടിക്കുകയായിരുന്നുവല്ലെ?" എന്റെ ആകാംക്ഷ അമ്പരപ്പായി മാറി.

"എന്നോടെല്ലാം മറിയാമ്മച്ചേടത്തി വിസ്തരിച്ചു പറഞ്ഞു."

കപ്യാരുടെ ഭാര്യ മറിയാമ്മ ചേടത്തിയായിരിക്കും.

"പറഞ്ഞതെന്താണാവോ?"

"നിങ്ങളെന്നോട് മറച്ചുവെച്ച കാര്യങ്ങള്-അതായതു നമ്മടെ അയലത്തുകാരി തള്ളേടെ വിശേഷങ്ങള്."

"തള്ളയെന്നൊന്നും പറയാതെ, എലീസാ."

"ങ്ഹാ, നിങ്ങൾക്ക് പിടിക്കില്ലെന്നറിയാം."

സന്ധ്യാസമയത്ത് അകത്തുകയറാനുള്ള അടിയന്തിരാജ്ഞയും ത്രിസന്ധ്യ തുടങ്ങിയ പ്രയോഗങ്ങളുമൊക്കെ എലീസാ എന്തൊക്കെയോ ധരിച്ചുവെച്ചിരിക്കുന്നുവെന്ന തോന്നലുളവാക്കിയിരുന്നു.

"എന്നോട് മാത്രം രഹസ്യം പാലിക്കുന്നു." എലീസാ വിടാൻ ഭാവമില്ല.

"നീയും ചെറുക്കനുമറിഞ്ഞാൽ വല്ലാതെ ഭയപ്പെട്ടുമെന്നോർത്തിട്ടല്ലേ?"

"ഏതായാലും പെട്ടുപോയനിലയ്ക്കു എന്നോടും കൂടെ ഒന്ന് പറയാമായിരുന്നു."

"സാവകാശം പറയാമെന്നു കരുതി."

"ഈ വസ്തു തന്നെ കണ്ടുപിടിച്ചു തന്നു സഹായിച്ച നിങ്ങളുടെ ആ ചങ്ങാതിയുണ്ടല്ലോ അയാളെയെങ്ങാനിനി ഞാൻ കാണാനിട വന്നാൽ..."

"നമ്മുടെ ബജറ്റിനും ആവശ്യങ്ങൾക്കുമിണങ്ങിയ..."

ഞാൻ പറഞ്ഞു തീർത്തതിനു മുമ്പേ എലീസ പറഞ്ഞു.

"എന്നാലുമയാൾക്കു കാര്യങ്ങൾ വെട്ടിത്തുറന്നു പറയാമായിരുന്നില്ലേ?"

ആ ചോദ്യത്തിനുത്തരം പറയാനെനിക്കും കഴിഞ്ഞില്ല.

അന്ന് രാത്രി കിടക്കാൻ നേരം എലീസാ വീണ്ടും പറഞ്ഞു. "എന്ത് ദാരുണമായ സംഭവമല്ലേ?"

"ദാരുണമെന്നു പറഞ്ഞാൽ പോരാ, ബീഭത്സവും."

"ഞാൻ അതുകേട്ടു കിടുങ്ങിപ്പോയി."

"ആദ്യം കേട്ടപ്പോൾ ഞാനുമൊന്നു ഞെട്ടി," കുറച്ചു നേരത്തെ നിശ്ശബ്ദതയ്ക്കുശേഷം എലീസാ വീണ്ടും ചോദിച്ചു." അവരുടെ ഭർത്താവിനെന്തായിരുന്നു ജോലി?"

"കൊപ്രാക്കളത്തിലും ചെമ്മീൻകെട്ടിലുമൊക്കെ മുതലാളിയെ സഹായിക്കൽ.."

"മറ്റേയാളായിരുന്നു മുതലാളി അല്ലേ?"

"ങ്ും."

"അയാളും അത്ര മോശക്കാരനായിരുന്നു കാണില്ല."

'ആരാണ് മോശക്കാരനെന്നോ, അല്ലെങ്കിൽ ആരെങ്കിലും മോശക്കാരനായിരുന്നെന്നോ നമുക്കറിയില്ല, എലീസാ'

പ്രശ്നം അങ്ങിനെ തണുപ്പിച്ചു സംസാരിച്ചത് ഭാര്യയ്ക്ക് ഇഷ്ടപ്പെട്ടില്ലെന്നു തോന്നുന്നു.

ഏതായാലും അന്ന് ഞങ്ങൾ ഒരു തീരുമാനത്തിലെത്തി. മത്യാസ് ഇക്കാര്യം അറിയാതെ നോക്കണം. മോശം സംഭവങ്ങളൊന്നും കുട്ടികൾ അറിയാതിരിക്കുന്നതാണ് നല്ലത്. തൊട്ടയല്പക്കങ്ങൾ ഇല്ലാത്തതു ഒരു അനുകൂലഘടകമായിരുന്നു. ആരോടും അടുക്കാത്ത പയ്യന്റെ സ്വഭാവവും അനുഗ്രഹമായി. പിന്നെ പന്തീരാണ്ടു മുൻപേ നടന്ന കാര്യമല്ലേ, സഹപാഠികൾ മൂലമറിയുന്നതും അസാധ്യമായ കാര്യമായിരുന്നു.

"നിനക്ക് ഭയമുണ്ടോ?" ഞാൻ എലീസായോട് ചോദിച്ചു.

"തീരെയില്ലാതില്ല."

"എങ്കിൽ ആവുന്നത്ര വേഗം നമുക്കിവിടെനിന്ന് മാറണം."

"നടക്കുന്ന കാര്യം വല്ലതുമുണ്ടെങ്കിൽ പറയ് മനുഷ്യാ."

അതൊന്നും എളുപ്പത്തിൽ നടക്കുകയില്ലെന്ന ബോധം എലീസയ്ക്കുണ്ടെന്നു കണ്ട് ഞാൻ ഉള്ളാലെ സന്തോഷിച്ചു.

"ഒരു കാര്യം ശ്രദ്ധിക്കണം, ആവശ്യമില്ലാത്ത നിയന്ത്രണങ്ങൾ മത്യാസിന്റെ മേൽ വെച്ചു കെട്ടരുത്. അവനു സംശയം തോന്നും. പൊതുവേ ആരോടും അടുക്കാറില്ലെങ്കിലും അവനു ദീനാമ്മാമ്മയോട് വലിയ കാര്യമാണ്.

അവർക്ക് അവനോടും. അതിനൊന്നും മുടക്കു പറയരുത്. അവൻ ആരോട് വേണമെങ്കിലും ഒന്ന് സംസാരിക്കട്ടെ, എലീസ."

മനസ്സില്ലാമനസ്സോടെയാണെങ്കിലും എലീസാ അതെല്ലാം സമ്മതിച്ചു.

പ്രായമായ ഒരു സ്ത്രീയല്ലേ, ഒറ്റയ്ക്ക് ഒരാളോടുപോലുമൊന്നു മിണ്ടാനും പറയാനുമില്ലാതെ എങ്ങിനെ കഴിച്ചുകൂട്ടും? ഈ ചിന്തകൊണ്ട് ഞാൻ ഇടയ്ക്കിടെ അവസരം കിട്ടുമ്പോൾ അവരോട് സംസാരിക്കാൻ ശ്രമിക്കാറുണ്ടായിരുന്നു. എന്നാൽ സംസാരിക്കുമ്പോൾ ഒരുതരം നൈരന്തര്യമില്ലായ്മ ദീനമ്മാമ്മയുടെ പ്രത്യേകതയായിരുന്നു. പറഞ്ഞുവന്ന കാര്യം മുഴുമിപ്പിക്കാതെ മറ്റൊരു കാര്യം പറയുകയെന്നത് സംഭാഷണം മുന്നോട്ടു കൊണ്ടുപോകാൻ ചിലപ്പോഴൊക്കെ തടസ്സമായി. എന്നാൽ എന്റെ മകൻ മത്യാസ് ദീനമ്മാമ്മയുമായി നിരന്തര സമ്പർക്കത്തിലായിരുന്നു. ആരോടും പൊതുവെ സംസാരിക്കാൻ ഇഷ്ടപ്പെടാത്ത മകൻ ദീനാമ്മാമ്മയോട് വാതോരാതെ സംസാരിക്കുമായിരുന്നു.

എലീസാ രഹസ്യമായി പല്ലുഞെരിച്ചിട്ടും മത്യാസ് ദീനാമ്മാമ്മയുമായുള്ള സൗഹൃദം അഭംഗുരം തുടർന്നുകൊണ്ടിരുന്നു.

ദീനാമ്മാമ്മ ഞങ്ങൾ അപ്പനോടും മകനോടും അകലം പാലിച്ചില്ലെങ്കിലും അവരൊരിക്കലും ഞങ്ങളുടെ വീട്ടിലേയ്ക്കു വന്നിട്ടില്ല. എലീസായുടെ മനസ്സറിയാവുന്നതുകൊണ്ട് ഞാനൊട്ടു വിളിച്ചിട്ടുമില്ല.

അവരുടെ പറമ്പിൽ മുറ്റത്തിനും അപ്പുറത്തായി ഒരു അലക്കുകല്ലുണ്ടായിരുന്നു. വീട്ടിൽനിന്നും അല്പം അകലെയായിരുന്നതുകൊണ്ടാകാം അവർ ആ അലക്കുകല്ലുപയോഗിക്കാറുണ്ടായിരുന്നില്ല. തൊട്ടുമുറ്റത്തുതന്നെയുള്ള ഒരു കരിങ്കല്ലിൽ കുത്തിപ്പിഴിഞ്ഞാണ് അവർ അലക്കു നിർവ്വഹിച്ചിരുന്നത്. തരം കിട്ടുമ്പോൾ മത്യാസ് ആ അലക്കുകല്ലിൽ പോയിരുന്നു വായിക്കും. ചിലപ്പോഴൊക്കെ വീടിന്റെ വരാന്തയിൽ കയറിയിരുന്നാകും വായന. മുൻകൂട്ടി തീരുമാനിച്ചതനുസരിച്ചാകണം എലീസാ ഇത്തരം കാര്യങ്ങളിലിടപെട്ട് അവനെ പരസ്യമായി ശാസിച്ചിരുന്നില്ല.

കുര്യാസ് എന്താണു വഴിയിൽത്തന്നെ നിന്നുകളഞ്ഞത്, വാ മനുഷ്യാ."

ഞാൻ മത്യാസ് എന്തെടുക്കുകയായിരുന്നെന്നു നോക്കാൻ ചെന്നതാണ്.

ദീനാമ്മാമ്മയുടെ ചെറിയ വീടിന്റെ വരാന്തയിലെ ബെഞ്ചിലിരുന്ന് അവനെന്തോ വായിക്കുകയായിരുന്നെന്നു കണ്ട് മടങ്ങിപ്പോകാൻ തുടങ്ങുമ്പോഴായിരുന്നു അവരുടെ ക്ഷണം. അതിനു മുമ്പ് വല്ലപ്പോഴുമൊക്കെ അവിടെ പോയിട്ടുണ്ടെന്നത് വാസ്തവം. എന്നാൽ കൂടുതലായി പോകാൻ ശ്രമിച്ചിട്ടില്ല. എലീസായ്ക്കു അതിഷ്ടപ്പെടുകയില്ലെന്ന

വിചാരം തന്നെ കാരണം. ഏതായാലും അകാരണമായ ഒരു അകലം എലീസാ ദീനാമ്മാമ്മയുമായി വച്ചുപുലർത്തുന്നുണ്ട്.

ഞാൻ കടന്നു ചെല്ലുന്നതു കണ്ടപ്പോൾ മത്യാസ് അവന്റെ പുസ്തകങ്ങളൊക്കെ തപ്പിയെടുത്തു വീട്ടിലേയ്ക്കു പോയി.

ഞാൻ ആ കൊച്ചുവരാന്തയുടെ ഒരറ്റത്തെ മരത്തൂണിനരികിലായി ഇരിക്കാനായുമ്പോൾ ദീനാമ്മാമ്മ പറഞ്ഞു, "അവിടെ ഇരിക്കണ്ടാ കുര്യാസ്."

"സാരമില്ലന്നേ, ഞാൻ കൈലിയല്ലേ ഉടുത്തിരിക്കുന്നതു മുഷിഞ്ഞാലും കുഴപ്പമില്ല."

"അവിടെ ഇരിക്കരുതെന്നു പറഞ്ഞത് കേട്ടില്ലേ?"

അവരുടെ പരുക്കൻ രീതി എനിക്ക് വാസ്തവത്തിൽ ഇഷ്ടപ്പെട്ടില്ല.

"എന്നാൽ ഞാൻ ഈ തൂണിനടുത്തായി ഇരിക്കാം." നടക്കല്ലിനടുത്തായുള്ള തൂണ് ഉദ്ദേശിച്ചു ഞാൻ പറഞ്ഞു.

"അവിടെയുമിരിക്കരുത്, ഈ ബെഞ്ചിലേക്ക് ഇരിക്കൂ."

അതൃപ്തിയേക്കാളേറെ എനിക്ക് അമ്പരപ്പാണ് തോന്നിയത്.

എന്നാലും ഒന്നും പറയാതെ ഞാൻ അവർ ചൂണ്ടിയ ബെഞ്ചിലായി ഇരുന്നു.

ഞാൻ ബെഞ്ചിലിരുന്നു കഴിഞ്ഞപ്പോൾ അവർ ചോദിച്ചു. "കുര്യാസിനു വിഷമം തോന്നിക്കാണും; ആദ്യത്തെ സ്ഥലത്തു ഇരുന്നപ്പോൾ അവിടെ ഇരിക്കണ്ടായെന്നു പറഞ്ഞതിന്റെ കാര്യം മനസ്സിലായോ? അവിടെയാണ് അദ്ദേഹം ഇരിക്കാറുണ്ടായിരുന്നത്."

എന്റെ അമ്പരപ്പ് കണ്ടപ്പോൾ ദീനാമ്മാമ്മ ഒരു വിശദീകരണമായി പറഞ്ഞു, "മനസ്സിലായില്ലല്ലേ, സിദ്ധാർത്ഥൻ മുതലാളിയുടെ കാര്യമാണ് ഞാൻ പറഞ്ഞത്."

സത്യത്തിൽ എനിക്ക് ഒന്നും മനസ്സിലായില്ല.

"രണ്ടാമത്തെ തൂണിനരികിൽ ഇരിക്കാൻ ശ്രമിച്ചപ്പോഴും ഞാൻ വിലക്കി. കാരണം അവിടെയായിരുന്നു അങ്ങേരുടെ ഇരിപ്പിടം. അതായതു എന്റെ കെട്ട്യോന്റെ."

ഭയം കലർന്ന ഒരുതരം അരോചകത്വമാണ് എനിക്ക് ഉള്ളിൽ തോന്നിയത്.

പിന്നീട് ഞാൻ ആവശ്യപ്പെട്ടതിന്റെ മറുപടി എന്നോണം ദീർഘമായ ഒരു വിവരണമാണ് അവർ നല്കിയത്. ഏകപക്ഷീയമായ ആ വിവരണം അനുചിതമായിരുന്നു. എങ്കിലും സംഭവത്തെപ്പറ്റി

അവരുടെ തന്നെ വിശദീകരണം കേൾക്കാനുള്ള ത്വരയും മനസ്സിലുദിച്ചു.

"കൊപ്രാക്കളത്തിലെ ജോലി ഒന്ന് അമരുമ്പോൾ അങ്ങേരു കുറച്ച് നേരം വീട്ടിൽ വന്നിരുന്നു വിശ്രമിക്കും. പിന്നാലെ മുതലാളിയും വരും.

അവരുതമ്മിൽ മുതലാളിയും തൊഴിലാളിയുമെന്നതുവിട്ടു ആത്മാർത്ഥത നിറഞ്ഞ ചങ്ങാത്തമായിരുന്നു. മറ്റാർക്കും അസൂയ തോന്നുന്ന തരം ഒരു കൂട്ടുകെട്ട്. അവർ ലോകവിശേഷങ്ങൾ പറയും. മുതലാളിയാണെങ്കിൽ നല്ല അറിവുള്ള കൂട്ടത്തിലായിരുന്നു. ഒത്തിരിയൊത്തിരി കഥകൾ പറയും; ധാരാളം കവിതകൾ ചൊല്ലും. കേൾക്കാൻ നല്ല രസമായിരുന്നു. പണിയൊന്നുമില്ലാത്ത നേരത്താണെങ്കിൽ ഞാനും വന്നു അതൊക്കെ കേട്ടു നിൽക്കാറുണ്ടായിരുന്നു. മുതലാളി കോളേജിലൊക്കെ പഠിച്ചിട്ടുള്ള ആളായിരുന്നു. നമ്മുടെ ആൾക്കാണെങ്കിൽ ലോകവിവരമൊക്കെ കുറവായിരുന്നു. പക്ഷേ, അവനവന്റെ പണി അസ്സലായിട്ട് ആത്മാർത്ഥതയോടെ ചെയ്യും.

മുതലാളിയും തൊഴിലാളിയും ഒപ്പത്തിനൊപ്പം വരാന്തയിലിരിക്കും ഓരോ തൂണും ചാരി ഇടയ്ക്കൊക്കെ ഞാനൊരു കട്ടൻ കാപ്പിയിട്ടുകൊടുക്കും."

ഓർക്കാപ്പുറത്തു എന്നോടായി ഒരു ചോദ്യമുണ്ടായി.

"കുര്യാസ് കള്ളുകുടിക്ക്യോ?"

"ഇല്ല." ഞാൻ പറഞ്ഞു.

"എന്നാൽ അവന്മാര് ചിലപ്പോഴൊക്കെ ഒരു കുപ്പി കള്ള് വാങ്ങി മുൻപിൽ വെച്ചുകൊണ്ടായിരുന്നു സംസാരം. ഇതിലെ ചെത്താൻ പോകുന്ന അരിങ്ങോടൻ വാസുവിന്റെ അച്ഛൻ കൃഷ്ണനായിരുന്നു അന്നത്തെ ചെത്തുകാരൻ. മുതലാളി ചോദിക്കേണ്ട താമസം അയാൾ കള്ള് കൊടുത്തു കഴിഞ്ഞിരിക്കും.

കുറച്ചു കഴിയുമ്പോൾ രണ്ടുപേരുമെഴുന്നേറ്റു പോകേം ചെയ്യും.

ചിലപ്പോ മുതലാളി കുറച്ചുനേരം കൂടിയിരിക്കും. വല്ല ആഴ്ചപ്പതിപ്പും മറ്റും വായിച്ചുകൊണ്ട്.

പിന്നെ കുറച്ചുനേരത്തേയ്ക്കു ദീനാമ്മാമ്മയുടെ ശബ്ദമൊന്നും കേട്ടില്ല. ഞാനാണെങ്കിൽ വളരെ ആകാംക്ഷയോടെ ഇരിക്കുകയായിരുന്നു താനും.

അതുകൊണ്ടായിരിക്കും ദീനാമ്മാമ്മ എന്റെ നേരെ നോക്കി ചോദിച്ചു,"നമ്മളെന്താ പറഞ്ഞുകൊണ്ടിരുന്നത്, ഓ, പിടികിട്ടി.

കണ്ടില്ലേ, ഈ വീടിന്റെ വടക്കുവശത്ത് ഒരു ഒഴിഞ്ഞ പറമ്പാണ്. അതിനുമപ്പുറം തൊണ്ടു ചീയ്ക്കുന്ന കുഴികളാണ്."

"പറഞ്ഞുവരുന്നത്?"

"കേൾക്കാൻ പോകുന്നത് തന്നെ."

"ഈ മുറ്റത്തിന് നേരെ കുഴികൾ തുടങ്ങുന്നെടത്തു ഒരു കണ്ടൽ മരമുണ്ടായിരുന്നു. അതിന്റെ ഒരു വേര് പടിഞ്ഞാറോട്ടു "റ" പോലെ പൊങ്ങി നിന്നിരുന്നു. തൊണ്ട് ചീയ്ക്കുന്ന കുഴികളിലെപ്പോഴും വെള്ളം കറുത്ത് കിടക്കും. അവിടവിടെ പാലിന്റെ പത പോലെ വെളുത്ത പാടയുണ്ടാകും."

ഒരു ദിവസം മുതലാളി ഒരു ഗ്ലാസ്സ് ചോദിച്ചു.

ചായഗ്ലാസ്സുകളിലൊരെണ്ണം ഞാനെടുത്തു കൊടുത്തു. അതുമായി മുതലാളി ഒരു മടൽക്കുഴിയിലിറങ്ങി. ഒരിടത്തു കുമിളകൾ ഉയർന്നു വരുന്നുണ്ടായിരുന്നു. ഗ്ലാസ് കമിഴ്ത്തിപ്പിടിച്ചു അതിൽ കുമിളകളിലെ ഗ്യാസ് ശേഖരിച്ചു, കൈകൊണ്ട് പൊത്തിപ്പിടിച്ചു കൊണ്ടു വന്നു. ഒരു തീപ്പെട്ടിയുരച്ചു അതിലേക്കിട്ടു. ഗ്ലാസ്സിൽ ഒന്ന് രണ്ട് മിനിറ്റു നേരം തീ കത്തി. അതിലൊരുതരം ഗ്യാസ് ആയിരുന്നത്രെ. ഇങ്ങനെ കാണുന്നതിലൊക്കെ താത്പര്യം കാട്ടുന്ന ഒരു മനുഷ്യൻ-അതായി രുന്നു സിദ്ധാർത്ഥൻ മുതലാളി. അതിനൊക്കെ കൂട്ടുനില്ക്കാൻ എന്റെ കെട്ട്യോനും. അങ്ങേർക്കാണെങ്കിൽ എല്ലാവരെയും സ്നേഹിക്കാന ല്ലാതെ ഒന്നുമറിയുമായിരുന്നില്ല."

ദീനാമ്മാമ്മ എനിക്ക് എന്തെങ്കിലും പറയാൻ അവസരം തന്നില്ല. അവസരം കിട്ടിയപ്പോഴാകട്ടെ ഉചിതമായ ചോദ്യങ്ങൾ ചോദിയ്ക്കാൻ എനിക്ക് തോന്നിയതുമില്ല.

"പറഞ്ഞിട്ടെന്താ കാര്യം ഒരു വേനലിന്റെ ആയുസ്സേ ഉണ്ടായിരു ന്നുള്ളൂ, ആ സ്നേഹത്തിനും സൗഹൃദത്തിനും." ദീനാമ്മാമ്മ തുടർന്നു.

ഞാൻ അവരുടെ കണ്ണുകളിലേയ്ക്ക് തന്നെ നിർന്നിമേഷനായി നോക്കിയിരുന്നു. കുതിരയ്ക്കു എത്ര പല്ലുകൾ ഉണ്ടെന്നു കുതിരവായിൽ നിന്ന് തന്നെ എണ്ണി തിട്ടപ്പെടുത്താൻ ശ്രമിക്കുകയായിരുന്നു ഞാൻ.

അവർ തുടർന്നു: "ഇവിടെ നിന്നാണ് ആ മനസ്സിൽ വിഷം കയറി യതെന്നറിഞ്ഞില്ല; ആരാണത് കയറ്റിയെന്നതുമറിഞ്ഞില്ല, കുര്യാസ്." വീണ്ടും നിശബ്ദതയുടെ ഊഴമായിരുന്നു.

"സിദ്ധാർത്ഥൻ മുതലാളി സാധാരണ ഇരിക്കാറുള്ള സ്ഥലത്തിരു ന്നു എന്തോ വായിക്കുകയായിരുന്നു. അങ്ങേരു കിഴക്കുനിന്നും ഒരു പുലിയെപ്പോലെ കുതിച്ചുവരികയായിരുന്നു. പന്തികേട് തോന്നിയ

മുതലാളി എഴുന്നേറ്റു വടക്കോട്ടോടി. അങ്ങേരു തൈത്തെങ്ങിൽ ചാരിയിരുന്ന ഒരു പാരയുമെടുത്തു പിമ്പേ ഓടി. പിന്നെയെന്താണ് നടന്നതെന്ന് ഞാൻ ശരിക്കും കണ്ടില്ല. ഒരു ആക്രന്ദനം കേട്ടു; അതിനു പിമ്പേ ഒന്നുകൂടി കേട്ടു. ഞാനാകെ തളർന്നു മുറ്റത്തു മുട്ടുകുത്തി വീണുപോയി കുര്യാസ്. സമീപത്തു മറ്റാരും തന്നെയുണ്ടായിരുന്നില്ല. നാവിറങ്ങിപ്പോയതു് പോലെ. ശബ്ദം അല്പംപോലും പുറപ്പെടുവിക്കാനാകാതെ, അല്ലെങ്കിൽ എന്തൊക്കെയോ വികൃതസ്വരങ്ങൾ പുറപ്പെടുവിച്ചുകൊണ്ട് ഞാൻ അവിടെത്തന്നെ വീണുകിടക്കുകയായിരുന്നു."

"അപ്പനെ, അമ്മ വിളിക്കുന്നു." മത്യാസ് വീണ്ടും വന്നിരിക്കുന്നു. സംഭവവിവരണത്തിന്റെ സുപ്രധാന ഘട്ടത്തിലാണ് ബ്രേക്ക് വീണത്. എന്നാലും ദേഷ്യം കാണിച്ചില്ല. ദീനാമ്മാമ്മയും പറഞ്ഞുവന്ന കാര്യം പെട്ടെന്ന് നിറുത്തി.

ചെറുക്കൻ ഇതൊന്നും കേൾക്കാനിടവരരുത് എന്നാണ് ഞാൻ അന്നേരം ചിന്തിച്ചത്. മത്യാസിനു പുറകെ ഞാനും നടന്നു. ദീനാമ്മാമ്മ എലീസായെ അറിഞ്ഞു പ്രാകിക്കാണണം. എന്നാൽ അവരും മത്യാസ് കേൾക്കാതിരിക്കാൻ ശ്രദ്ധിക്കുന്നുണ്ടെന്നു കണ്ടപ്പോൾ തൃപ്തി തോന്നി.

"ദീനാമ്മാമ്മയ്ക്കു എന്ത് പറ്റി, അപ്പാ?"

ദീനാമ്മാമ്മയുടെ ഭാവമാറ്റം മത്യാസും ശ്രദ്ധിച്ചെന്നു ചുരുക്കം.

"ഒന്നും പറ്റിയില്ല; അമ്മാമ്മ ഒരു കഥ പറയുകയായിരുന്നു."

"എന്തു കഥ?"

"രണ്ട് ചെന്നായ്ക്കളുടെ കഥ."

"രണ്ടും തമ്മിൽ കടിപിടികൂടിക്കാണുമല്ലേ; രണ്ടും ചത്തോ?"

"അതറിഞ്ഞുകൂടാ; അപ്പോഴേയ്ക്കുമല്ലേ നീ വന്നത്?"

"ഞാൻ വന്നതുകൊണ്ട് കടിപിടി നിറുത്തിക്കാണുമെന്നാണോ അപ്പൻ പറയുന്നത്?"

"എന്ന് ഞാൻ പറഞ്ഞില്ല."

"എന്റെ അഭിപ്രായത്തിൽ രണ്ടും ചത്തുകാണും."

"രണ്ടും ചത്തുകാണും എന്ന് നീ പറയുന്നതിന്റെ അടിസ്ഥാനമെന്താണ്?"

"ഒന്നാമത്തെ കാര്യം ദീനാമ്മാമ്മയാണ് കഥ പറയുന്നത്; രണ്ടാമത് പലതും ഈ ലോകത്തു അസാധാരണമാണെങ്കിലും അസ്സാദ്ധ്യമാണെന്നു പറയാനാവില്ല."

ചെറിയ വായിൽനിന്നും വലിയ കാര്യങ്ങളാണ് കേൾക്കുന്നതെന്നു തോന്നി.

"അപ്പാ, കഥയുടെ ബാക്കി ദീനാമ്മാമ്മയോട് ഞാൻ നാളെ ചോദിച്ചോളാം."

"വേണ്ട വേണ്ട. അമ്മമ്മ പറഞ്ഞതെന്താണെന്നോ, കുട്ടികൾക്ക് കേൾക്കാൻ പറ്റാത്ത കഥയാണെന്ന്; അവര് കേട്ടാൽ ഞെട്ടിവിറയ്ക്കുമെന്ന്."

"അപ്പൻ എന്നോട് പറഞ്ഞിട്ടുള്ള ഏതെങ്കിലും കഥ കേട്ടിട്ട് ഞാൻ എന്നെങ്കിലും ഞെട്ടിയിട്ടുണ്ടോ?"

"അത്തരം കഥകളൊന്നും ഞാൻ നിന്നോട് പറഞ്ഞിട്ടില്ലല്ലോ?"

"പറഞ്ഞു നോക്കണം."

"അങ്ങോട്ട് നടക്കു മോനെ."

"ബാക്കി കഥ അമ്മാമ്മ അപ്പനോട് പറയുമ്പോ അപ്പനെന്നോടും കൂടി ഒന്ന് പറഞ്ഞാൽ മതി."

"അയ്യോ എനിക്ക് പേടിയാണേ എനിക്കിനി ആ കഥ കേൾക്ക വേണ്ടായേ."

"എന്നാലും."

"നീ മിണ്ടണ്ട; അമ്മ വാതിൽക്കൽനിന്ന് നമ്മളെ ശ്രദ്ധിക്കുന്നുണ്ട്."

അവൻ അകത്തേയ്ക്കു കയറിപ്പോയപ്പോൾ ഒരു പരീക്ഷ എഴുതി ത്തീർന്ന ആശ്വാസമായിരുന്നു എനിക്ക്.

ജയിക്ക്യോ, തോൽക്കോ എന്തെങ്കിലുമാവട്ടെ.

അന്ന് രാത്രി ഊണു കഴിഞ്ഞു ഞാൻ വരാന്തയിൽ ഉലാത്തുമ്പോൾ മത്യാസ് വീണ്ടും വന്നു. അത് പതിവുള്ളതല്ല.

"എന്താടാ, എന്തോ പറയാനുണ്ടെന്ന് തോന്നുന്നു?"

"ആരും കേൾക്കാനില്ലാതെ വന്നാൽ കഥകൾ ഒരാളുടെ മനസ്സിൽ കിടന്നു നശിച്ചു പോകില്ലേ, അപ്പാ?"

"ഇല്ല മോനെ, ചില കഥകൾ നശിക്കില്ല. ആളുകൾ മരിച്ചുപോയാലും കഥകൾ ജീവിക്കും." അത് പറയുമ്പോൾ എന്റെ മനസ്സിൽ ദീനാമ്മാമ്മ തുടങ്ങിവെച്ചു മുഴുമിപ്പിക്കാത്ത കഥയായിരുന്നോ?

ദീനാമ്മാമ്മയോട് കഥയുടെ ബാക്കി ഭാഗം മത്യാസ് ചോദിച്ചിട്ടില്ലെന്നു തന്നെയാണ് പിന്നീട് എനിക്ക് തോന്നിയിട്ടുള്ളത്. ഒരു കാര്യം ഞാൻ പ്രത്യേകം ശ്രദ്ധിച്ചിട്ടുണ്ട്. ഈ വീട്ടിലേയ്ക്ക് താമസം

മാറിയതിനുശേഷം, പ്രത്യേകിച്ച് ദീനാമ്മാമ്മയോട് ഇടപെടാൻ തുടങ്ങിയ ശേഷം മത്യാസിൽ ഒത്തിരി മാറ്റം വന്നിട്ടുണ്ട്. അവന്റെ അന്തർമുഖത്വം ഒരു പഴങ്കഥയായി മാറിയത്പോലെ അവൻ എന്തിനെക്കുറിച്ചും ധാരാളമായി സംസാരിക്കാൻ തുടങ്ങിയിരിക്കുന്നു. ഒന്ന് ഞാൻ പറയാം എനിക്കിഷ്ടം എല്ലാവരോടും ഇടപെടുകയും വർത്തമാനം പറയുകയും ചെയ്യുന്ന എന്റെ മകനെയാണ്. അതുകൊണ്ടുതന്നെ എനിക്ക് ദീനാമ്മാമ്മയോട് ഉള്ളാലെ അല്പം നന്ദിയും തോന്നുന്നുണ്ട്.

എലീസായ്ക്കു ഉള്ളുകൊണ്ട് ദീനാമ്മാമ്മയോട് അത്ര കോളല്ല എന്നു ഞാൻ പറഞ്ഞല്ലോ. മരിച്ചിട്ട് വീണ്ടും ജീവിതത്തിലേയ്ക്ക് തിരിച്ചുവന്ന ഒരു സ്ത്രീയോട് എന്ന പോലെയാണിപ്പോഴും പേടി കലർന്ന ഒരു അവിശ്വാസം. ദീനാമ്മാമ്മ പറയുന്നതിലും ചെയ്യുന്നതിലുമൊക്കെ അലൗകികതയുടെ ഒരു പരിവേഷമുണ്ടെന്നു എലീസാ കരുതുന്നുവോ? അവരുമായുള്ള അടുപ്പം എന്നെ എന്തെങ്കിലും ആപത്തിൽ കൊണ്ടുചെന്നു ചാടിക്കും എന്നുവരെ അവൾ വിശ്വസിക്കുന്നുണ്ടെന്ന് തോന്നുന്നു. ഞാൻ ഒന്നും ഖണ്ഡിക്കാൻ നിന്നില്ല. സ്വന്തം കാഴ്ചപ്പാടുകളുടെ സാംഗത്യം അംഗീകരിച്ചു കിട്ടുകയെന്നതാണ് ഓരോരുത്തരുടെയും സന്തോഷം.

അഴുകിയ തൊണ്ടിന്റെ മണം വീശുന്നുണ്ട് കാറ്റിനൊപ്പം. അത് ആളുകളെ വല്ലാതെ അലോസരപ്പെടുത്താറുണ്ട്. പക്ഷേ, അത് ഈ കരയുടെ സ്വഭാവമായിരുന്നു.

ദീനാമ്മാമ്മയുടെ വീടിന്റെ കിഴക്കുവശത്തായി ഒരു ഒറ്റമുറി കെട്ടിടമുണ്ട്. അതാണ് കളം എന്ന ചുരുക്കപ്പേരിൽ അറിയപ്പെട്ടിരുന്ന കളപ്പുര. ഒറ്റമുറിയായിരുന്നെങ്കിലും അതൊരു വലിയ മുറിയായിരുന്നു. ഉത്പന്നങ്ങളുടെ താത്കാലിക സൂക്ഷിപ്പുശാല. അതിനുമുണ്ടായിരുന്നു ഒരു വലിയ വരാന്ത. നല്ല വീതിയും നീളവുമുള്ള വരാന്ത. ഇപ്പോഴത്തെ മുതലാളി ആ വരാന്തയിലിരുന്നാണ് കണക്കെഴുത്തും കാര്യങ്ങളുടെ മേൽനോട്ടവും നടത്തുന്നത്. ചൂടുകാലത്തു ഒരു പറമ്പിട അകലെയായി ഒഴുകുന്ന ചെറുപുഴയിൽ നിന്നടിക്കുന്ന ഒരു കാറ്റു വരാന്തയിൽ പെരുമാറുന്നവർക്കു തീർത്തും അസഹ്യമായിരുന്നു. മഴക്കാലത്ത് കളത്തിനു വലിയ പ്രസക്തിയില്ല. മഞ്ഞുകാലത്തു ഒരു റിസോർട്ടിന്റെ മനോഹാരിതയും സന്തുലിതമായ അന്തരീക്ഷത്തിന്റെ അവസ്ഥയും തീർത്തും ആസ്വാദ്യകരമായിരുന്നു.

മുറ്റത്തു പുഴയുടെ അരികുവരെ വേനലിൽ തേങ്ങാവെട്ടി ഉണക്കാനിടും. സാവധാനം രൂപപ്പെടുന്ന കൊപ്രയുടെ മണം സുഖകരമായിരുന്നു. ഉണക്കക്കൊപ്രാ താത്കാലികമായി ചാക്കുകളിൽ നിറച്ചു കളപ്പുരയ്ക്കുത്തു അട്ടിയിടും, കച്ചവടം നടക്കും വരെ. സിദ്ധാർത്ഥൻ

മുതലാളിയുടെ കാലത്തും ഇതൊക്കെത്തന്നെയാകണം അവിടെ നടന്നിട്ടുള്ളത്.

ചില കാലങ്ങളിൽ ഉത്പന്നം ചെമ്മീനായിരിക്കും. ചെമ്മീൻ കെട്ടുകളിൽ നിന്ന് വരുന്ന കൊട്ടക്കണക്കിനു ചെമ്മീൻ കൊപ്രയുടെ സ്ഥാനത്തു നിരന്നു കിടക്കും. ഉണക്കച്ചെമ്മീന്റെ മണമായിരിക്കും ആ നാളുകളിൽ കരയ്ക്കാകെ. അപരിചിതർക്കു അത് ചില ഏനക്കേടുകൾക്കു കാരണമാകുമെങ്കിലും ഇന്നാട്ടുകാർക്കു ഒരു പ്രശ്നവുമില്ല.

തെക്കോട്ടു ഒരു കിലോമീറ്റർ നടന്നാൽ ഒരു ചെറിയ പള്ളിയുണ്ട്. ഒന്ന് രണ്ട് പറമ്പിട കൂടി കഴിഞ്ഞാൽ ഒരു ക്ഷേത്രവുമുണ്ട്. ഒരു മുസ്ലിം പള്ളിയുള്ളതു കരയുടെ വടക്കുഭാഗത്തായാണ്. കരക്കാരുടെ മതപരമായ ആവശ്യങ്ങൾ മിക്കവാറും ഈ സ്ഥാപനങ്ങൾകൊണ്ട് നടക്കും.

കുറച്ചധികം വടക്കോട്ടുപോയാൽ വലിയ പുഴയുടെ തീരത്തെത്തും. വാസ്തവത്തിൽ അത് ഒരു കായൽ തന്നെ. കളപ്പുരയ്ക്ക് കിഴക്കുവശത്തുകൂടിയൊഴുകുന്ന ചെറിയ പുഴ ഒഴുകിയെത്തുന്നത് ആ കായലിലേക്കാണ്. അവിടെ ഒരു ബോട്ടുജെട്ടിയുണ്ട്. അകലെ പട്ടണത്തിലേക്കു ഒന്ന് പോയിവരണമെങ്കിൽ വല്ലപ്പോഴും മാത്രം സെർവീസു നടത്തുന്ന ബോട്ടുകൾ തന്നെ ശരണം. താമസമാരംഭിച്ചപ്പോൾ അത്യാവശ്യം വീട്ടുസാമാനങ്ങൾ അങ്ങിനെ ബോട്ടിൽ കയറ്റിയാണ് കൊണ്ടുവന്നത്. ഇടയ്ക്കൊക്കെ ഒന്ന് പട്ടണംവരെ പോകുന്നതും അതു വഴി തന്നെ. എന്തായാലും കരയുടെ വടക്കുഭാഗത്താണ് ആള് താമസം കൂടുതൽ.

പക്ഷേ, അവിടെ ഭൂമിക്കു വലിയ വിലയാണ്.

പടിഞ്ഞാറോട്ടു രണ്ടുമൂന്നു കിലോമീറ്റർ പോയാലും എത്തുന്നത് കായലിൽ നിന്നുള്ള മറ്റൊരു കൈവഴിയായ ചെറുപുഴയിലേക്കാണ്. അവിടെ ഒരു പാലം വരുമെന്ന് നാട്ടുകാർ സ്വപ്നം കാണാൻ തുടങ്ങിയിട്ട് കാലം കുറെയായി. അവിടെ അങ്ങേക്കര വരെ ബസ് സർവീസ് ഉണ്ട്. പാലം ശരിയായെങ്കിൽ ഈ കരയിലും ബസ്സുകൾ എത്തിയേനെ. പറഞ്ഞിട്ടെന്തു കാര്യം, എല്ലാം ചുവപ്പുനാടയിൽ കുരുങ്ങിക്കിടക്കുന്നു. ഈ കരയിലാകട്ടെ സമ്മർദ്ദം ചെലുത്താൻ പ്രബലന്മാരൊട്ടില്ലതാനും. പതിനേഴ കൊല്ലം മുൻപ് പാലം പണി തുടങ്ങിവെച്ചതാണത്രേ. അതെങ്ങിനെയോ മുടങ്ങി. പണി തീരാത്ത പാലത്തിന്റെ ഭാഗങ്ങൾ ഒരു സ്മാരകം പോലെ ഇപ്പോഴും നിൽക്കുന്നുണ്ട് പോലും. അവ നാട്ടുകാരെ നിഷ്കരുണം കൊതിപ്പിച്ചുകൊണ്ടിരിക്കുന്നു.

"അപ്പാ, പതിനേഴ കൊല്ലമായിട്ടും ആ പാലത്തിന്റെ പണി തീർന്നില്ലെന്നോ?"

ഒരിക്കൽ മത്യാസ് ചോദിച്ചു. ഞാനൊന്നും മിണ്ടിയില്ല.

"ഇനിയത് തീരാൻ രണ്ടുമൂന്നു കൊല്ലം കൂടി വേണമായിരിക്കും?" മത്യാസ് തന്നെ വീണ്ടും ചോദിച്ചു. എന്റെ ശ്രദ്ധ ഭാഗികമായി മറ്റെന്തിലോ ആയിരുന്നു അന്നേരം. അതുകൊണ്ട് ഞാൻ പിന്നെയും ഒന്നും മിണ്ടിയില്ല.

"ഇക്കണക്കിനു പണി തീരുമ്പോൾ അതൊരു കാഴ്ചയായിരിക്കും. നമ്മുടെ താജ്മഹൽ ഇരുപതുവർഷംകൊണ്ടാണ് പണി തീർത്തതെന്നു ഒരു ദിവസം ഞങ്ങടെ സാറ് പറഞ്ഞു."

അതുകൂടി കേട്ടപ്പോൾ എനിക്ക് മിണ്ടാതിരിക്കാൻ കഴിഞ്ഞില്ല. "അത് മോനേ ഇരുപതു വർഷവും പണി നടക്കുന്നുണ്ടായിരുന്നു." അവൻ മനസ്സിലാകാത്തമട്ടിൽ എന്റെ നേരെ നോക്കി. ഞാൻ വിശദീകരിക്കാൻ പോയില്ല. നമ്മുടെ നാട്ടിലെ സാമൂഹിക രാഷ്ട്രീയ കുതന്ത്രങ്ങൾ അവനെ എങ്ങിനെയാണ് പറഞ്ഞു ധരിപ്പിക്കുക? ഏതായാലും അവൻ ആ വിഷയം വിട്ടുകളഞ്ഞത് ഭാഗ്യമായി.

വെയിലിന്റെ ചൂട് വളരെ അസഹ്യമല്ലാതിരുന്ന ഒരു മദ്ധ്യാഹ്നത്തിൽ പതിവ് പോലെ എന്തൊക്കെയോ പിറുപിറുത്തുകൊണ്ട് ഞാൻ പൂപ്പരുത്തികൾ അതിരിടുന്ന വഴിയിൽ കിഴക്കോട്ടു നോക്കി നിൽക്കുകയായിരുന്നു. എന്റെ കണ്ണുകൾ കളപ്പുരയും പുഴയും കടന്നു വിശാലമായി കിടക്കുന്ന പൊക്കാളിപ്പാടത്തു കുറച്ചധികം നേരം മേഞ്ഞു നടന്നു. ഒരുപ്പൂകൃഷിയാണിവിടെല്ലാം. ഞാറുകൾ നിറഞ്ഞുനിന്നിരുന്നില്ല. എന്നിരുന്നാലും അവ്യക്തമായി മാത്രം കാണാമായിരുന്നു. പാടശേഖരത്തിനു പുറകിലായി നിബിഢമായ തെങ്ങിൻതലപ്പുകളുടെ കാഴ്ച അതിമനോഹരമായിരുന്നു. പാടത്തു എന്തിനോവേണ്ടി നാട്ടി നിറുത്തിയിരുന്ന കുറ്റികളിന്മേൽ നിശ്ചലമായി നിരന്നിരിക്കുന്ന കൊറ്റികൾ കണ്ണ് ഒപ്പിയെടുത്തുകൊണ്ടിരുന്ന ചിത്രത്തിന് മിഴിവ് പകരുന്നുണ്ടായിരുന്നു.

പെട്ടെന്ന് മുൻവശത്തെ പറമ്പിൽ മറയില്ലാതിരുന്ന ഭാഗത്തു ഒരു കാൽപ്പെരുമാറ്റം കേട്ടു. നോക്കുമ്പോഴുണ്ട് ഒരു മുതലാളിയുടെ കെട്ടും മട്ടുമുള്ള ഒരാൾ. പത്തുപതു വയസ്സ് തോന്നിക്കും. തൊട്ടരികിലായി ദീനാമ്മാമ്മയുമുണ്ട്. അയാൾ എന്നെ നോക്കി വെളുക്കെ ചിരിച്ചു. ഞാനും ചിരിക്കാൻ മടി കാണിച്ചില്ല.

"എന്റെ മൂത്ത ആങ്ങളയാണ്. പേര് മാമ്മച്ചൻ." ദീനാമ്മാമ്മ പറഞ്ഞു. അവർ വലിയ ഉത്സാഹത്തിലായിരുന്നു.

"ഒരാൾ കൂടിയുണ്ട്, രണ്ടാമത്തെ ആങ്ങള; അകത്തുണ്ട്, ഇപ്പൊ വരും."

"അടുത്ത വീട്ടിലെ താമസക്കാരനാണെന്നു ദീനാമ്മ പറഞ്ഞു." മാമ്മച്ചൻ പറഞ്ഞു.

"അതെ, എന്റെ പേര് കുര്യച്ചൻ."

അപ്പോഴേയ്ക്കും മറ്റൊരാൾ ഇറങ്ങി വന്നു. ഈച്ചയടിച്ചാൻ കോപ്പി പോലെ മൂത്തയാളോട് സാമ്യമുള്ള മറ്റൊരാൾ. അല്പം ഉയരക്കുറവു ണ്ടെന്നു തോന്നി. അയാളും എന്നെ നോക്കി ചിരിച്ചു ചേട്ടൻ ചിരിച്ച ചിരിയുടെ കോപ്പി.

"ഞാൻ കുഞ്ഞച്ചൻ, ദീനാമ്മയുടെ രണ്ടാമത്തെ...."

"പറഞ്ഞു; രണ്ടുപേരും എപ്പോഴെത്തി?" ഞാൻ ചോദിച്ചു.

"ഒരു അരമണിക്കൂറായിക്കാണും..."

"വിരോധമില്ലെങ്കിൽ വരൂ; എന്റെ വീട് കാണാം; ബാക്കിയു ള്ളോരേ പരിചയപ്പെടുകയും ചെയ്യാമല്ലോ." ഞാൻ ക്ഷണിച്ചു, മാമ്മച്ചൻ പെങ്ങളുടെ നേരെ നോക്കി; ദീനാമ്മാമ്മ അനുകൂലമായി തലയാട്ടി.

ഞാൻ അവർക്ക് എന്റെ ഭാര്യയെ പരിചയപ്പെടുത്തി. ദീനാമ്മാ മ്മയോടുള്ള മനോഭാവം എന്തു തന്നെയായിരുന്നാലും എലീസാ രണ്ടുമൂന്നു ഗ്ലാസ്സ് നാരങ്ങാവെള്ളം പെട്ടെന്നു തന്നെ തയ്യാറാക്കി കൊണ്ടു വന്നു. മത്യാസ് രംഗത്ത് വന്നില്ല. ഞാനോ, എലീസായോ അവനെപ്പറ്റി പറഞ്ഞുമില്ല.

അതിനൊരു കാരണമുണ്ടായിരുന്നു. ദീനാമ്മാമ്മയുടെ വീട്ടിലേയ്ക്ക് എപ്പോഴും പോകുന്നതിനെപ്പറ്റി എലീസാ അവനെ ഒരു ദിവസം കണക്കറ്റ് ശകാരിച്ചു. അന്നുമുതൽ അവൻ അവരുടെ വീട്ടിലേയ്ക്ക് പോയിട്ടില്ലായിരുന്നു. പകൽ നേരത്തും അവൻ തന്റെ ചെറിയമു റിയില് വാതിൽ അടച്ചിരിക്കും. അങ്ങിനെയായിരുന്നു അവന്റെ നേരത്തേയുള്ള പതിവും. അവൻ പണ്ടത്തെപ്പോലെ വല്ലപ്പോഴും മാത്രമേ സംസാരിക്കു എന്നായി, അമ്മയോട് മാത്രമല്ല എന്നോടും. ചൈതന്യം വാർന്നുപോയവനെപ്പോലെയായിരുന്നു അവൻ. അവൻ വീണ്ടുമൊരു അന്തർമുഖനായിത്തീരുമോ എന്നായി എന്റെ സംശയം. ഞങ്ങൾ ഭാര്യയും ഭർത്താവുമായുള്ള സംഭാഷണവും നന്നേ കുറഞ്ഞു. വീട് ഒരു പകുതി ഉറക്കത്തിലായ മട്ട്. ഒരു ദിവസം വഴിയിൽ ചുമ്മാ അങ്ങുമിങ്ങും നടക്കുമ്പോൾ ദീനാമ്മാമ്മ ചോദിച്ചു, "എന്തുപറ്റി മത്യാസിനെ കാണുന്നില്ലല്ലോ ഇങ്ങോട്ടൊന്നും?"

"അവന് പനിയാണ് ദീനാമ്മാമ്മേ." എന്റെ വായിൽ അന്നേരം അങ്ങിനെയാണ് വന്നത്. "ശരിക്കും പനി അവന്റെ അമ്മയ്ക്കാണ് എന്നെനിക്കറിയാം."

എനിക്കു ഒരു അടി കൊണ്ടത് പോലെയായി.

ദീനാമ്മാമ്മയും ഞാനും തമ്മിലുള്ള സംഭാഷണവും പിന്നീട് കുറഞ്ഞു. പല ദിവസങ്ങളിലും തമ്മിൽ കണ്ടില്ലെന്നു വരെ എത്തി കാര്യങ്ങൾ.

മൗനം ഒരു പകർച്ചവ്യാധിപോലെ എല്ലാവരിലേയ്ക്കും പടരുന്ന പോലെ തോന്നി.

ദീനാമ്മാമ്മയോട് ഉള്ളാലെ എനിക്കു ഒരു മതിപ്പുകുറവും ഉണ്ടായിരുന്നില്ല, എന്നതാണു സത്യം.

ഞാൻ മാമ്മച്ചനും കുഞ്ഞച്ചനും വീട്ടില് വന്നപ്പോള് പറഞ്ഞ കാര്യങ്ങള് ഓർത്തു.

ഏതാണ്ട് ഈ കരയോട് സാമ്യമുള്ള ഒരു നാട് തന്നെയാണത്രെ അവരുടേതും ദ്വീപ് അല്ലെന്നു മാത്രം. മറ്റ് സാഹചര്യങ്ങളൊക്കെ ഇതുപോലതന്നെ. കയർ വ്യവസായവും തേങ്ങവെട്ടും, ചെമ്മീൻകെട്ടുകളുമൊക്കെ ഉള്ള സ്ഥലം. സാമാന്യം നല്ല ചുറ്റുപാടുകൾ ഉള്ളവരാണ് ദീനാമ്മാമ്മയുടെ വീട്ടുകാർ എന്നു മനസ്സിലായി. മാമ്മച്ചന് നാളികേരവ്യവസായമാണ്. കുഞ്ഞച്ചൻ സർവ്വാധികാര്യക്കാരൻ. വീട്ടില് അവർക്കൊരു കുഞ്ഞുപെങ്ങളുണ്ടായിരുന്നു, ദീനാമ്മ.

നാളികേര വ്യവസായത്തിൽ പണിയെടുക്കാൻ വന്നുപെട്ടതാണത്രേ മാത്തുക്കുട്ടി എന്നൊരു ചെറുപ്പക്കാരൻ. ആരോഗദൃഢഗാത്രനും ആത്മാർത്ഥതയുമുള്ള പണിക്കാരനായിരുന്നു അയാൾ.

വീടും കുടിയുമൊക്കെ ഉണ്ടായിരുന്നോ എന്നൊന്നും ആരും പറഞ്ഞു കേട്ടിട്ടില്ല.

കളപ്പുരയിൽ തന്നെ കഴിഞ്ഞു കൂടുവാനുള്ള അനുമതിയും മറ്റു സൗകര്യങ്ങളും നൽകി. ഒന്നൊന്നര കൊല്ലം അങ്ങിനെ കഴിഞ്ഞപ്പോഴാണ് സഹോദരന്മാരറിഞ്ഞത് അവരുടെ കുഞ്ഞുപെങ്ങൾ മാത്തുക്കുട്ടിയുമായി പിരിയാൻ പറ്റാത്തത്ര അടുപ്പത്തിലായിരുന്നുവെന്ന്. അവർ ആദ്യമൊന്നു ഞെട്ടി.

ആ ബന്ധം ഇല്ലായ്മ ചെയ്യാൻ വേണ്ടി അവർ പതിനെട്ടടവുകളും പയറ്റി, നടന്നില്ല. അവസാനം പെങ്ങളെ എന്നെന്നേയ്ക്കുമായി സങ്കടത്തിലാഴ്ത്താതിരിക്കാൻ വേണ്ടി അവളുടെ വിവാഹം നടത്തിക്കൊടുക്കാൻ തീരുമാനിച്ചു. ഒരു നിബന്ധന മാത്രം. പെങ്ങളും അളിയനും

ദൂരേക്കെങ്ങും പോകാതെ മാമ്മച്ചന്റെയും കുഞ്ഞച്ചന്റെയും കൂട്ടത്തിൽ തന്നെ കഴിയണം. മാത്തുക്കുട്ടിക്ക് അത് സ്വീകാര്യമായില്ല. ആങ്ങളമാരും പെങ്ങളും ആവുന്നത്ര പറഞ്ഞുനോക്കി, മാത്തുക്കുട്ടി വഴങ്ങിയില്ല. അവസാനം അവർ അതിനും സമ്മതിച്ചു. കയറും കൊപ്രയുമൊക്കെ വ്യാപാരം ചെയ്തിരുന്ന, മാത്തുക്കുട്ടിയുടെ, ഒരു പഴയ പരിചയക്കാരൻ മാത്തുക്കുട്ടിക്കും ഭാര്യയ്ക്കും വേണ്ട സഹായം നല്കി. അങ്ങിനെയാണത്രെ അവർ കരയിൽ വന്നുപെട്ടത്. പുര വയ്ക്കാനുള്ള സ്ഥലം സിദ്ധാർത്ഥൻ മുതലാളി തന്നെ ഏർപ്പാടാക്കി കൊടുത്തു. രണ്ട് മുറിയും അടുക്കളയും വീതി കൂടിയ വരാന്തയുമുള്ള ഒരു ചെറിയ വീട് ആങ്ങളമാർ പണി തീർത്തുകൊടുത്തു. അന്നുമുതൽ ഇന്നുവരെ മാമ്മച്ചനും കുഞ്ഞച്ചനും ദീനാമ്മാമ്മയ്ക്കു തുണയായി നിന്നിട്ടുണ്ട്. ഇപ്പോഴും മാസാമാസം അവരിലാരെങ്കിലും പണവുമായി വരും ദീനാമ്മാമ്മയ്ക്കു കൊടുക്കാൻ.

ഇറങ്ങാൻ നേരം മാമ്മച്ചൻ എന്നോട് പറഞ്ഞു, "സുഹൃത്തേ ഒരു കാര്യമുണ്ട്; ജീവിതം നമ്മൾ വരച്ച വരയിലൂടെയൊന്നും മുന്നോട്ടു പോകില്ല. ഉണ്ടായ കഥകളൊക്കെ താങ്കളും ഇതിനകം കേട്ടുകാണുമല്ലോ. അവൾ തീരുമാനിച്ചാൽ തീരുമാനിച്ചതു തന്നെ; ഞങ്ങൾ അനവധി പ്രാവശ്യം വിളിച്ചു കൂടെപ്പോരാൻ. അവൾ കൂട്ടാക്കുന്നില്ല."

"എന്ന് വിചാരിച്ച് ഞങ്ങൾക്കു വിട്ടുകളയാൻ പറ്റുവോ; കൂടപ്പിറപ്പല്ലേ? ഞങ്ങടെ കാലം കഴിയുന്നതുവരെ ഞങ്ങൾ നോക്കും. പിന്നത്തെ കാര്യം കർത്താവു തീരുമാനിക്കട്ടെ." കുഞ്ഞച്ചൻ മാമ്മച്ചൻ നിറുത്തിയേടത്തു നിന്ന് തുടരുകയായിരുന്നു.

"ഞങ്ങൾ പറഞ്ഞുവരുന്നത് പ്രായമായിക്കൊണ്ടിരിക്കുകയല്ലേ? ഒത്തിരി അസുഖങ്ങളും ഉണ്ട്; ജന്മം പോയാ ഒരു ചികിത്സയ്ക്ക് സമ്മതിക്കുല്ല... അപ്പൊ പറഞ്ഞു വരുന്നത്-വല്ലപ്പോഴും നിങ്ങളൊക്കെ ഒന്ന് കണ്ണോടിച്ചേക്കണം." മാമ്മച്ചൻ സംഭാഷണം ഉപസംഹരിക്കുകയായിരുന്നു.

ഇതാ ഇത് ഞങ്ങടെ ഫോൺ നമ്പറുകളാണ്," കുഞ്ഞച്ചൻ കാർഡ് നീട്ടി.

"മാമ്മച്ചൻ, കൊയർ ആൻഡ് കോക്കനട്ട് മർച്ചന്റ് എന്ന് അതിൽ അച്ചടിച്ചിട്ടുണ്ടായിരുന്നു. കൂടാതെ ഫോൺ നമ്പറും. മറുവശത്തു കുഞ്ഞച്ചന്റെ നമ്പർ എഴുതി ചേർത്തതായിരുന്നു.

അടുപ്പം തീരെയറ്റുപോയി എന്ന് ദീനാമ്മാമ്മയ്ക്കു തോന്നിയാൽ കഷ്ടമല്ലേ? അതുകൊണ്ട് ഒരു ദിവസം ഞാൻ മനഃപൂർവ്വം അവരുടെ വീട്ടിലേയ്ക്കു കടന്നു ചെന്നു.

"എനിക്ക് സന്തോഷമായി; ഇത്തവണ തീർച്ചയായും വരുമെന്ന് ഞാൻ കരുതിയിരുന്നു. കൂട്ടുകാരനെവിടെ? ആ ചോദ്യം കേട്ട് ഞാൻ അമ്പരന്നുപോയി എന്ന് പ്രത്യേകം പറയേണ്ടതില്ലല്ലോ.

ഒരു നിമിഷത്തിനു ശേഷം കുറച്ചുകൂടി അടുത്തുവന്നു നോക്കിയിട്ടു ഒരു ചെറുചിരിയോടെ ചോദിച്ചു, "ഓ, കുര്യാസായിരുന്നോ?"

"ആരാണെന്നാണ് കരുതിയത്?" അങ്ങിനെ ചോദിച്ചപ്പോൾ അവർ ലജ്ജിച്ചുപോയതുപോലെ തോന്നി.

എന്നാലും അവർ ചോദിച്ചു, "അതിരിക്കട്ടെ. കുര്യാസ്, കൊച്ചന്റെ പനി മാറിയില്ലല്ലേ?"

അതിനു മറുപടിയായി ഞാനൊന്നും പറഞ്ഞില്ല.

"കുര്യാസിനു പനി വരാതിരുന്നത് എന്റെ ഭാഗ്യം!"

അപ്പോഴും ഞാനൊന്നും പറഞ്ഞില്ല.

"അന്നു ഞാനൊരു പ്രധാനപ്പെട്ട കാര്യം പറഞ്ഞു കൊണ്ടിരുന്നപ്പോഴാണ് കുര്യാസിനെ വീട്ടുകാരെത്തി വിളിപ്പിച്ചത്."

"ഓർമ്മയുണ്ട്."

"ഞാൻ അക്കാര്യമൊന്നും ആരോടും പറയാറില്ല; കുര്യാസിനോട് പറയണമെന്ന് തോന്നി." അവർ പറഞ്ഞു നിറുത്തിയപ്പോൾ ഞാൻ പറഞ്ഞു. "ബാക്കി കൂടി കേട്ടാൽ കൊള്ളാമെന്നുണ്ട്."

"എങ്കിലാ ബെഞ്ചിലിരിക്കൂ."

ഞാൻ മറ്റെങ്ങുമിരിക്കാതെ ബെഞ്ചിൽ തന്നെയിരുന്നു. കുഴപ്പം വേണ്ടല്ലോ.

"എന്റെ നാട്ടിൽ, അതായതു എന്റ വീട്ടിൽ ഞാനെങ്ങിനെയാണ് കഴിഞ്ഞിരുന്നതെന്നറിയാമോ?"

"അക്കാര്യമല്ലല്ലോ, നമ്മൾ അന്ന് പറഞ്ഞു നിറുത്തിയത്?"

"ഓ. പിന്നെ കൂവക്കാട്ടിലൂടെ ഒരു പാമ്പിഴഞ്ഞു പോയ കാര്യമായിരിക്കും?"

"അതുമല്ലന്നെ." എനിക്ക് ശുണ്ഠി വന്നു. ദീനാമ്മാമ്മ അഭിനയിക്കുകയായിരുന്നോ എന്നൊരു സംശയം.

"പിടി കിട്ടി; എന്റെ ജീവിതം പട്ടി നക്കിപ്പോയ കഥ." പിന്നെയും അവർ ആലോചിക്കുകയായിരുന്നു.

പിന്നെ ഓർമ്മ കിട്ടിയ മട്ടിൽ പറഞ്ഞു, "അന്ന് ഞാൻ വീണുപോയ കാര്യം പറഞ്ഞില്ലേ? എനിക്ക് ഓർമ്മ തിരിച്ചു കിട്ടുമ്പോഴേയ്ക്കും എന്റെ ചുറ്റിനും ഒരു പുരുഷാരമായിരുന്നു. അവരിൽ പലരും എന്നോട്

കുത്തിക്കുത്തി പലതും ചോദിച്ചു. അവർക്കു തോന്നിയ ചോദ്യങ്ങൾക്കു എനിക്ക് തോന്നിയ മറുപടികൾ ഞാനും കൊടുത്തു, പിന്നല്ലാതെ?"

"ചോദ്യങ്ങൾ എന്തൊക്കെയായിരുന്നുവെന്നു കേൾക്കണോ, കുര്യാസിനു?"

"ഓർമ്മയുണ്ടെങ്കിൽ പറയൂ."

"ഓർമ്മയുണ്ടായിരുന്നെങ്കിൽ പറയാമായിരുന്നു."

പിന്നെ അവർ ഒന്നും മിണ്ടാതെ കുറെ നേരമിരുന്നു. അന്ന് എന്തായാലും അവരുടെ സംഭാഷണം ഒരു പ്രത്യേക തരത്തിലായിരുന്നു. ഞാൻ അവരുടെ ചിന്തകൾക്ക് ഭംഗം വരുത്താതെ, കാത്തിരുന്നു.

പെട്ടെന്ന് ദീനാമ്മാമ്മ പൊട്ടിക്കരഞ്ഞുകൊണ്ട് പറഞ്ഞു." അവർ രണ്ടുപേരും മരിച്ചുപോയി കുര്യാസ്."

അവർ പിന്നെയും വിതുമ്പിക്കൊണ്ടിരുന്നു. ഞാനേതായാലും അമ്പരപ്പ് കാണിച്ചില്ല; കാരണം സംഭവത്തിന്റെ വിശദാംശങ്ങളേ എനിക്കറിയാതെയുണ്ടായിരുന്നുള്ളൂ; സാരാംശം ഞാൻ പലപ്പോഴായി പലരിൽ നിന്നായി കേട്ടിട്ടുണ്ടായിരുന്നുള്ളൂ; പിന്നെ ഞാൻ നേരത്തെതന്നെ പലരിൽനിന്നായി കേട്ടിട്ടുണ്ടായിരുന്നു. പിന്നെ ഞാൻ നേരത്തെതന്നെ പറഞ്ഞില്ലേ, കുതിരയ്ക്കെത്ര പല്ലുണ്ടെന്നു കുതിരവായില്നിന്നു തന്നെ....

"അവർ രണ്ടുപേരും ഒരുപോലെ?" ഞാൻ ദീനാമ്മാമ്മയോട് ചോദിയ്ക്കാൻ ഒരുമ്പെടുമ്പോഴേ അവർ പറഞ്ഞു," അതെ, അതാണ് എനിക്കും ഈ നാട്ടുകാർക്കും പോലീസിനും കോടതിക്കും ഇതേവരെ മനസ്സിലായിട്ടില്ലാത്തത്."

ഉത്തരമില്ലായിരുന്നു. ചിന്തനീയമായ ഒരു വിഷയം-പക്ഷേ....

"അവർ രണ്ടുപേരും മരിച്ച സമയത്തിനിടയില് എന്റെ ഭാഗത്ത് നിന്നും എന്തൊക്കെയോ ചെയ്തികള് ഉണ്ടായിട്ടുണ്ടെന്നായിരുന്നു ആളുകളുടെ തോന്നൽ. ഒന്നും ചെയ്തിട്ടില്ലാത്ത ഞാൻ എന്തു മറുപടി പറയാൻ?"

സംഗതി ആശ്ചര്യകരമായിരുന്നത് കൊണ്ട് ഞാനും അതേ പറ്റിത്തന്നെ ചിന്തിച്ചിരിക്കുകയായിരുന്നു.

ദീനാമ്മാമ്മ തുടർന്നു,"നാട്ടുകാരുടെ ചോദ്യം ചെയ്യുന്ന കണ്ണുകൾ, പോലീസുകാരുടെ ചോദ്യം ചെയ്യലുകള്- എല്ലാം നേരിടാൻ എനിക്കു എങ്ങിനെ സാധിച്ചുവെന്നോർക്കുമ്പോള് എനിക്കിപ്പോള് അത്ഭുതം തോന്നുന്നുണ്ട്. കോടതി വരാന്തകളിലും ഒരുപാട് നിരങ്ങി."

ഞാൻ നിശ്ശബ്ദനായിരുന്നതുകൊണ്ടു ദീനാമ്മാമ്മ ഏകപക്ഷീയമായിതന്നെ തന്റെ കാര്യങ്ങള് ഉദീരണം ചെയ്തുകൊണ്ടിരുന്നു.

"സിദ്ധാർത്ഥൻ മുതലാളിയും ഞാനും തമ്മിലുള്ള അവിഹിത ബന്ധമാണ് സംഭവിച്ചതിനെല്ലാം കാരണം എന്ന് ആരും എന്റെ മുഖത്തു നോക്കി വിളിച്ചു പറഞ്ഞില്ല. എന്നാൽ പിന്നീട് ഞാൻ കണ്ടു മുട്ടാനിടവന്ന എല്ലാവരുടെയും നെറ്റിയിൽ ഞാനതു വായിച്ചു. എന്റെ ജീവിതത്തിലെ ഏറ്റവും വലിയ പ്രതിസന്ധിഘട്ടത്തിൽ എന്റെ സഹോദരന്മാരല്ലാതെ ആരും എന്നെ സഹായിച്ചില്ല. അവർക്കെന്നോട് സ്നേഹമായിരുന്നു; എന്നെ വിശ്വാസമായിരുന്നു. അവസാനം എന്റെ ഭാഗ്യത്തിന് ഒരു തെറ്റും എന്റെ ഭാഗത്തു കണ്ടുപിടിക്കാനായില്ല. കേസൊക്കെ തേഞ്ഞുമാഞ്ഞു പോകുകയും ചെയ്തു. എന്നാലും ഇന്നാട്ടിലെ കുറേപ്പേരെങ്കിലും ഇപ്പോഴും എന്നെ കുറ്റക്കാരിയായി ത്തന്നെ കാണുന്നു. ഭർത്താവൊഴിച്ചു ഒരു പുരുഷനോട്ടും ഒരു സ്ത്രീയ്ക്ക് അവിഹിതമായിട്ടല്ലാതെ ഇടപെടാൻ കഴിയില്ല എന്ന ആളുകളുടെ നിലപാടിനെതിരെ കൂടിയായിരുന്ന എന്റെ പോരാട്ടം, എന്റെ സഹോദരന്മാരുടെ കൂടെ കര കടന്നുപോയി തോറ്റുകൊടുക്കാൻ ഞാൻ തയ്യാറായിരുന്നില്ല. എന്റെ നിലപാട് ഏറ്റവും നന്നായി മനസ്സിലാക്കിയതും എന്റെ സഹോദരന്മാർതന്നെയായിരുന്നു. ഇപ്പോഴും എന്നെ നിലനിറുത്താൻ അവർ ത്യാഗമനുഭവിച്ചുകൊണ്ടിരിക്കുകയാണ്. ജീവിച്ചിരിക്കുന്ന രണ്ടുപേരും മരിച്ചുപോയ രണ്ടുപേരും അവരാണെന്റെ ജീവിതം താങ്ങി നിറുത്തുന്ന നാല് തൂണുകൾ. മരിച്ചുപോയവർ പലപ്പോഴും വന്നെനിക്കു ധൈര്യം പകരുന്നു; ജീവിക്കുന്നവർ എന്നും അവരുടെ അദ്ധ്വാനത്തിന്റെ പങ്ക് എനിക്കായി നീക്കി വയ്ക്കുന്നു."

അന്നേരം ഞാൻ ചോദിച്ചു, "മരിച്ചുപോയവർ ശത്രുക്കളായിട്ടല്ലേ മരിച്ചത്?"

ഉടൻ മറുപടി വന്നു, "അവരതൊക്കെ പറഞ്ഞു തീർത്തുകാണും."

അവർക്കു അക്കാര്യത്തിൽ തികഞ്ഞ ആത്മവിശ്വാസമായിരുന്നു വെന്നു തോന്നി. ദീനാമ്മാമ്മ കുറേനേരം ഒന്നും മിണ്ടാതെ ഒരൊറ്റ ഇരിപ്പിരുന്നു. എനിക്കും ഒന്നും പറയാനുണ്ടായിരുന്നില്ല.

"മാത്തുക്കുട്ടി ചേട്ടൻ എന്റെ ജീവനായിരുന്നു. സിദ്ധാർത്ഥൻ മുതലാളി ഞങ്ങൾക്ക് രണ്ടുപേർക്കും ഒരു വഴികാട്ടിയായിരുന്നു. രണ്ടുപേരും ഒറ്റയടിക്ക്..." ദീനാമ്മാമ്മയുടെ സ്വഭാവം പെട്ടെന്ന് മാറി.

അവർ പൊട്ടിക്കരഞ്ഞു, വീണ്ടും. ഞാനൊന്നും പറഞ്ഞില്ല. അവരുടെ മനസ്സിൽ ഉരുണ്ടു കൂടിയ കാർമേഘങ്ങൾ പെയ്തൊഴിയട്ടെയെന്നുതന്നെ ഞാൻ കരുതി. അവസാനം അതുതന്നെ സംഭവിച്ചു;

അവർ കരച്ചിൽ നിറുത്തി. ശാന്തയായി; കണ്ണുനീർ തുടച്ചു.

ഞാൻ തല കുമ്പിട്ടിരിക്കുകയായിരുന്നു.

"കുര്യാസിനെ ഞാൻ ബുദ്ധിമുട്ടിച്ചെന്നു തോന്നുന്നു?"

"ഒരിക്കലുമില്ല."

"ഒത്തിരി നാളായി ഒന്നു കരഞ്ഞിട്ട്, മനസ്സിലാക്കുന്ന ഒരാളുടെ മുമ്പിൽ എനിക്ക് പിടിച്ചു നില്ക്കാൻ കഴിഞ്ഞില്ല."

ഇനിയൊന്നും പറയാൻ അവർക്കാവില്ലെന്നെനിക്കു തോന്നി; ഒന്നും കേൾക്കാനില്ലെന്നെനിക്കും.

"ദീനാമ്മാമ്മ അല്പം വിശ്രമിക്ക്, ഞാൻ പിന്നെ വരാം."

അവർ മറുത്തൊന്നും പറഞ്ഞില്ല.

എന്റെ വീടിന്റെ പടിക്കൽ ഒരാൾ കാത്തുനിൽക്കുന്നുണ്ടായിരുന്നു.

എലീസായായിരുന്നില്ല, മത്യാസ്. അവന്റെ മുഖം ആകാംക്ഷാഭരിതമാണെന്നു തോന്നി. ഞാൻ ചെല്ലുന്നതുകൊണ്ട് അവൻ അകത്തേയ്ക്കു കയറിപ്പോകുകയും ചെയ്തു. വീർത്തു കനത്ത മുഖവുമായി വരാന്തയിലുമുണ്ടായിരുന്നു മറ്റൊരാൾ.

വിലപിക്കുന്ന ഒരു മനസ്സായിരുന്നു അന്നേരം എന്റേത്. ഞാൻ ആരോടും ഒന്നും മിണ്ടിയില്ല.

ഒരു ദിവസം പതിവില്ലാതെ ഞാൻ അല്പം നേരത്തേയെഴുന്നേറ്റു മുറ്റത്തു അൽപനേരം നടക്കണമെന്നു തോന്നി. അന്നേരം വഴിയിലൂടെ ആരോ നടന്നു വരുന്ന ഒച്ച കേട്ടു. മുട്ടിച്ചെരുപ്പിന്റെ താളത്തിലുള്ള ശബ്ദം കേട്ടപ്പോൾ കാണാതെ തന്നെ ആളെ മനസ്സിലായി. കറവക്കാരൻ വറീതുകുട്ടി. കരിങ്ങോട്ടകൊണ്ട് ആശാരി ഉണ്ടാക്കിയ മുട്ടിച്ചെരുപ്പിന്റെ ക്രമാനുഗതമായ താളമാണ്. മൂപ്പരുടെ അനന്യത. മുട്ടിച്ചെരുപ്പുകൾ ഇന്നാണെങ്കിൽ പുരാവസ്തുക്കളായി മാറിയിരിക്കുന്നു.

"സാറിന്ന് നേരത്തെ എഴുന്നേറ്റെന്നു തോന്നുന്നു?"

വറീതുകുട്ടി പടിക്കൽ തന്നെ നില്ക്കുന്നു. അയാൾക്കെന്തോ പറയാനുണ്ടെന്ന് തോന്നി. ഞാൻ നടന്നു ചെന്നു.

"എന്തൊരു ഉഷ്ണമാണ് സാറെ?"

ഉഷ്ണത്തെപ്പറ്റി പറയാനല്ല അയാൾ നിന്നത് എന്ന് മനസ്സിലായതുകൊണ്ട് ഞാൻ അയാളോട് അല്പം കൂടി അടുത്തുചെന്നു.

"സാറ് അറിഞ്ഞുകാണുമല്ലോ?"

"എന്തു കാര്യമാണ് വറീതുകുട്ടി?"

എന്റെ ജിജ്ഞാസ അധികം വളരാൻ അയാൾ അനുവദിച്ചില്ല.

"നിങ്ങളുടെ അയലത്തെ വീടിനെപ്പറ്റിയാണ്."

"പറയൂ"

"രാത്രികാലങ്ങളിൽ ചിലര് വരവും പോക്കും തുടങ്ങിയിരിക്കുന്നു. എല്ലാവരും പറയുന്ന കാര്യമാണ്."

എനിക്ക് പെട്ടെന്ന് ദേഷ്യം വന്നു. "പ്രായമായ ഒരു സ്ത്രീയെപ്പറ്റി ഇങ്ങനെ അനാവശ്യം പറയരുത്."

"ഇത് ആ വകുപ്പല്ല; അതായിരുന്നുവെങ്കില് ഞാൻ സാറിനോട് പറയില്ലായിരുന്നു. ഇവര് പരേതാത്മക്കളാണെന്നാണ് ജനം പറയുന്നത്."

വറീതുകുട്ടി ശബ്ദം താഴ്ത്തിപ്പറഞ്ഞു.

"ആരാണീ ജനം?", ഞാൻ ചൂടൊട്ടും കുറയ്ക്കാതെ ചോദിച്ചു.

"പറമ്പി ലൂക്കോസിന്റെ കടയിൽ സാധനങ്ങൾ വാങ്ങാൻ വരുന്നവരും അന്തിക്കാടൻ സുലൈമാന്റെ കടയിൽ ചായ കുടിക്കാൻ വരുന്നവരും- അങ്ങിനെ എല്ലാരും."

എന്റെ മുഖഭാവം കണ്ടിട്ടാകാം അത്ര പന്തിയല്ലെന്ന് അയാൾക്ക് തോന്നിക്കാണും. അയാൾ പറഞ്ഞു: "ഇല്ലേ, ഞാനൊന്നും പറഞ്ഞില്ലേ."

അയാൾ കൂടുതലൊന്നും പറയാൻ നിൽക്കാതെ അതൃപ്തിയോടെ കടന്നുപോയി.

അയാളെ അങ്ങിനെ പെട്ടെന്ന് അതൃപ്തനാക്കി വിടേണ്ടതില്ലായിരുന്നു എന്ന് എനിക്ക് പിന്നീട് തോന്നി.

അറിയാത്ത കാര്യങ്ങൾ പലതും അയാളിൽനിന്ന് കിട്ടിയേനെ.

ഞാനും വറീതുകുട്ടിയും തമ്മിൽ ഒരു സംഭാഷണം നടക്കുന്നത് ദീനാമ്മാമ്മയും അവരുടെ മുറ്റത്തുനിന്ന് ശ്രദ്ധിക്കുന്നുണ്ടായിരുന്നു. എന്തോ പറയുന്നുവെന്നല്ലാതെ എന്താണ് പറയുന്നതെന്ന് കേട്ട് കാണില്ല. ഏതായാലും അവർ ഉടനെ അകത്തേയ്ക്കു കയറിപ്പോയി.

അരിങ്ങോടൻ വാസുവാണ് പിന്നീട് ആ വഴി വന്നത്. വാസുവും അധികം സംസാരിക്കുന്ന കൂട്ടത്തിലല്ല.

എന്നാലും പരിചയം നടിച്ചു വിസ്തരിച്ചൊന്നു ചിരിച്ചു.

ദീനാമ്മാമ്മയുടെ പുരയിടത്തിന്റെ അതിരിൽ പണ്ടിവിടെ ഒരു വേലി ഉണ്ടായിരുന്നുവെന്ന് വിളംബരം ചെയ്തുകൊണ്ട് രണ്ടുമൂന്നു പൂപ്പരുത്തികൾ നിൽക്കുന്നുണ്ട്. അതിന്റെ തൊട്ടപ്പുറത്തായി സാമാന്യം ആരോഗ്യമുള്ള ഒരു തെങ്ങു നിൽക്കുന്നുണ്ട്. ചെത്തുതെങ്ങാണ്. വാസുവാണ് ചെത്തുകാരൻ.

ഞാൻ തിരിഞ്ഞു വീട്ടിലേയ്ക്കു നടക്കാൻ ശ്രമിക്കുമ്പോൾ പിന്നെയുമൊരാൾ ആ വഴി വന്നു. കൃഷ്ണൻകുട്ടി സ്രാങ്കിന്റെ മകൻ ഉത്തമനായിരുന്നു അത്.

"ഉത്തമൻ രാവിലെ എങ്ങോട്ടാണ്?" ചുമ്മാ കുശലമായി ഒരു ചോദ്യം.

"പണിയൊന്നുമില്ല സാറേ, ഇവിടത്തെ കളത്തിൽ ഒരാളെ പണിക്കു വേണമെന്ന് കേട്ട് മുതലാളിയെ കാണാനൊക്കുവോ എന്ന് ഒന്ന് നോക്കട്ടെ."

എന്തു പണിയും ചെയ്യാൻ തയ്യാറുള്ള ഒരു ചെറുപ്പക്കാരനാണ്.

എട്ടാമ്പത് ക്ലാസ് പഠിച്ചിട്ടുമുണ്ട്. ഒരു ജോലിയിലും ഉറച്ചു നിൽക്കില്ലെന്നൊരു കുഴപ്പമുണ്ട്. സ്വല്പം സാഹിത്യത്തിന്റെ ഉപദ്രവവുമുണ്ട്."

പോകാനൊരുങ്ങിയ ഉത്തമൻ പെട്ടെന്ന് തിരഞ്ഞു ശബ്ദം താഴ്ത്തി ഒരു ചോദ്യം. "സാറേ, ഈ കരയിൽ ഒരു കിംവദന്തി ഇഴഞ്ഞു നടക്കുന്നുണ്ട്. സാറ് കേട്ടില്ലേ?" ഉത്തമൻ ശബ്ദമടക്കിയാണ് ചോദിച്ചതെങ്കിലും ഞാൻ വ്യക്തമായി കേട്ടു. ദീനാമ്മാമ്മയുടെ വീട് ചൂണ്ടി വീണ്ടും അടക്കിയ ശബ്ദത്തിൽ പറഞ്ഞു, "ഇവിടത്തെ അമ്മാമ്മയെ പറ്റിയാണ്. ചില അന്യഗ്രഹജീവികൾ നിശാചരന്മാരായി ഇവിടെ എത്താറുണ്ടത്രെ. വറീതുകുട്ടിയുടെ കാര്യത്തിൽ പറ്റിയ മണ്ടത്തരം ഉത്തമന്റെ കാര്യത്തിലും പറ്റരുത് എന്ന് വിചാരിച്ചു ഞാൻ സമീപത്തേക്കു നടക്കുമ്പോൾ ചെത്തുതെങ്ങിൽനിന്നും അരിങ്ങോടൻ വാസുവിന്റെ പാട്ടുകേട്ടു, ഉറക്കെയുള്ള പാട്ട്.

"നിന്നെയൊരിക്കൽ ഞാൻ കൊണ്ടുപോകാം,

ഇന്നു വേണ്ടിന്നുവേണ്ടോമലാളേ."

"അവനും പേടിയായിട്ടാണ് ഉറക്കെ പാടുന്നത്. കഥകളൊക്കെ അവനും കേട്ടു കാണും." ഉത്തമൻ എന്നോടായി പറഞ്ഞു.

പിന്നെ തെങ്ങിന്റെ മുകളിലേയ്ക്കു നോക്കി ചോദിച്ചു, "ആരെ എവിടെ കൊണ്ടുപോകുന്ന കാര്യമാണെടാ നീ ഈ പറയുന്നത്."

"ആരാ ഇത് ഉത്തമനോ, നീ എവിടെ പോണ്? നീ നിൽക്കുന്നത് ഞാൻ കണ്ടില്ലാട്ടോ? നീ പോകല്ലേ എനിക്ക് ഒരു കാര്യം പറയാനുണ്ട്.

"എന്നാൽ ഉത്തമൻ വാസുവിന്റെ സ്വകാര്യം കേട്ടിട്ട് പോയാൽ മതി.' ഞാൻ കിട്ടിയ സന്ദർഭം പാഴാക്കിയില്ല; വീട്ടിലേയ്ക്കു നടന്നു. അപ്പോഴാണ് മറ്റൊരു കാര്യം ഞാൻ ശ്രദ്ധിച്ചത്. ദീനാമ്മാമ്മ സ്വന്തം

വീടിന്റെ ജനാലയ്ക്കൽ നിന്ന് എല്ലാക്കാര്യങ്ങളും നിരീക്ഷിക്കുന്നു. അത്രയ്ക്ക് വേണ്ടായിരുന്നു എന്നാണ് എനിക്ക് അന്നേരം തോന്നിയത്. പക്ഷേ, ദീനാമ്മാമ്മയെ കുറ്റം പറയുന്നതിൽ കാര്യമില്ല.

എല്ലാവരും എന്തൊക്കെയോ അവരെപ്പറ്റി പറഞ്ഞുകൊണ്ടിരിക്കുന്നതായി അവർക്കും മനസ്സിലായിക്കാണും.

ഞാൻ തിരിച്ച് കയറുമ്പോൾ മത്യാസ് ദീനാമ്മാമ്മയെപോലെതന്നെ എല്ലാം ശ്രദ്ധിച്ച് നിൽക്കുന്നത് എനിക്ക് അലോസരമുണ്ടാക്കി. പക്ഷേ, ഞാൻ അവനോട് ഒന്നും പറയുകയുണ്ടായില്ല.

അടുക്കളയിൽ തട്ടും മുട്ടും കേട്ടു. മനസ്സിലായി, എലീസായുടെ ദിവസവും ആരംഭിക്കുന്നുവെന്ന്. എലീസായും എല്ലാം ശ്രദ്ധിക്കുന്നുണ്ടായിരുന്നുവോ?

രാവിലെ പത്രത്തിന്റെ പ്രധാനവാർത്തകൾ മാത്രമേ വായിച്ചിരുന്നുള്ളൂ. ഉച്ചയൂണ് കഴിഞ്ഞാണ് പൂർണമായ പാരായണം. അങ്ങിനെ ഒരുദിവസം വായിച്ചുകൊണ്ടിരുന്നപ്പോഴാണ് എലീസാ അടുത്തുവന്നു നിന്നത്. ഒരു ശോകാർദ്രഭാവമായിരുന്നു മുഖത്ത്.

"ഉം എന്തുപറ്റി?"

"ഒന്നും പറ്റിയില്ല" എന്ന് പറഞ്ഞെങ്കിലും, കണ്ണ് തുടയ്ക്കുന്നുണ്ടായിരുന്നു.

ഒരു വിതുമ്പലോടെയായിരുന്നു പിന്നെയുള്ള ചോദ്യം.

"നമ്മുടെ വീട്ടിലെ സമാധാനവും സന്തോഷവും എവിടെ പോയി കുരിയേട്ടാ?"

"എവിടെയാണ് പോയതെന്നറിയാമായിരുന്നെങ്കിൽ ഞാൻ ചെന്ന് വിളിച്ചുകൊണ്ടു വരുമായിരുന്നു."

'ഞാൻ കളിയായിട്ടല്ല പറഞ്ഞത്'

"ഞാനും കളിയായിട്ടല്ല പറഞ്ഞത്"

"ആർക്കും എന്നോട് മാത്രം ഒന്നും പറയാനില്ല."

"ഞാൻ നിന്നോട് എന്താണ് പറയാതിരുന്നത്?"

"പണ്ട് നമുക്ക് ഒരുപാട് കാര്യങ്ങൾ പറയാനുണ്ടായിരുന്നു സാരമുള്ളതായിരുന്നില്ലെങ്കിൽ പോലും."

എലീസാ ആ പറഞ്ഞതിൽ അല്പം കാര്യമുണ്ടെന്നു തോന്നി. ഞാൻ പറഞ്ഞു,"മനസ്സിൽ ഉടക്കുന്ന ചില കാര്യങ്ങൾ വന്നു കയറിയപ്പോൾ നിസ്സാരകാര്യങ്ങളല്ലേ വിടാനൊക്കൂ?"

"എന്നേക്കാൾ വലുതാണോ നിങ്ങൾക്ക് ആ തള്ളയുടെ കാര്യം?"

"ഇവിടെ നമ്മുടെ കാഴ്ചപ്പാടുകൾ വേർപിരിയുന്നു. ഒരു പക്ഷേ അതു കൊണ്ടാവണം ചെറിയ ഒരു അകലം ഉള്ളതായി നിനക്കു തോന്നുന്നത്. ഏകാന്തതയുടെ തടവുകാരിയായ ഒരു സ്ത്രീയെ വിസ്മൃതിയുടെ കയത്തിലേക്ക് ചവിട്ടിത്താഴ്ത്താൻ എനിക്ക് കഴിയുന്നില്ല."

"പകരം എന്നെ ചവിട്ടി താഴ്ത്താം."

"നീ പറയുന്നത് നേരിനെ അപഹസിക്കുന്ന ഒരു സങ്കല്പനമാണ്."

"ഞാൻ ഇക്കാര്യത്തിൽ നിങ്ങളെ പ്രോത്സാഹിപ്പിക്കാത്തതു നിങ്ങൾക്ക് വേണ്ടിത്തന്നെയാണ്. ദുരൂഹതകൾ നിറഞ്ഞ ഒരു ജീവിതമാണ് അവരുടേത്. നിങ്ങൾക്കെന്തെങ്കിലും അപകടം പിണഞ്ഞാൽ?"

"ഒരിക്കലുമില്ല, എലീസാ, നിന്റെ മനസ്സ് എനിക്ക് വായിക്കാൻ കഴിയും. എന്റെ ഭാഗം നീയും മനസ്സിലാക്കണം."

"ഞാൻ ശ്രമിക്കുന്നുണ്ട്."

"എങ്കിൽ നമ്മുടെ സന്തോഷത്തിനു നമ്മിൽനിന്നും അധികനാൾ ഒളിഞ്ഞിരിക്കാനാവുകയില്ല."

അല്പനേരത്തെ ആലോചനയ്ക്കു ശേഷം എലീസാ വീണ്ടും ചോദിച്ചു, "ശരി, ഭർത്താവിന്റെ കാര്യം അങ്ങിനെ നിൽക്കട്ടെ, നമ്മുടെ മോനോ?"

"അവിടെയാണ് നീ കുറച്ചുകൂടി ശ്രദ്ധിക്കേണ്ടിയിരുന്നത്."

"അവനെന്നോട് ഒന്നുംതന്നെ സംസാരിക്കാറില്ല. പറയുന്നതൊക്കെ അനുസരിക്കുന്നുണ്ട് താനും."

"അവനെന്നോടും പണ്ടത്തെപ്പോലെ ഇടപെടുന്നില്ലെന്നു നീ ശ്രദ്ധിച്ചിട്ടില്ലേ? അവന്റെ സ്വഭാവം പണ്ടും അങ്ങിനെയായിരുന്നില്ലേ? ദീനാമ്മാമ്മയാണ് അവനിൽ മാറ്റം സൃഷ്ടിച്ചതെന്നാണ് എന്റെ പക്ഷം. അവർക്കു ചുരുങ്ങിയ കാലംകൊണ്ട് അവനിൽ വലിയ സ്വാധീനമുണ്ടായിരുന്നു."

എലീസാ എന്തോ പറയാൻ തുടങ്ങി, മുഴമിപ്പിക്കുന്നതിനു മുമ്പായി ഞാൻ പറഞ്ഞു, "വേവലാതികൾ മാറ്റി വെയ്ക്കൂ. നമുക്ക് നമ്മുടെ മകനെ മാറ്റിയെടുക്കാം. അനുസരിക്കുന്ന മകനിൽനിന്നു സ്നേഹിക്കുന്ന മകനായി."

"ദീനാമ്മാമ്മയുടെ അടുത്തു വേണമെങ്കിൽ പൊക്കോ എന്ന് ഞാൻ അവനോട് പറഞ്ഞു. പക്ഷേ, അവനതു കേട്ടമട്ട് കാണിച്ചില്ല."

"എലീസാ, ആത്മാർത്ഥതയോടെ പറഞ്ഞതാണെന്ന് അവനു തോന്നിക്കാണില്ല; സാരമില്ല അവനു മാറ്റം വരും. നമുക്ക്

കാത്തിരിക്കാം."

എലീസായുടെ മുഖത്തു കുറച്ചു നാളായി കാണാത്ത നിലാവ് പരന്നു. എന്റെ മനസ്സിന്റെ പൊയ്കയിൽ ആമ്പൽപ്പൂക്കൾ തലയുയർത്തി നോക്കി.

കുടുംബാന്തരീക്ഷത്തിൽ സൂര്യപ്രകാശം പുതിയതായി കടന്നു വരാൻ തുടങ്ങിയിട്ട് നാലഞ്ച് ദിവസങ്ങളായി. മത്യാസിനോടും അവസരത്തിനൊത്തു ചില കാര്യങ്ങൾ ഞാൻ പറഞ്ഞുകൊടുത്തു. അവൻ എതിരൊന്നും പറഞ്ഞില്ല. അവനിപ്പോൾ അമ്മയോട് എതിരൊന്നുമില്ലെന്നു കാണിക്കാനായിരിക്കും ചിലതൊക്കെ സംസാരിക്കാൻ തുടങ്ങിയിരിക്കുന്നു. എലീസായ്ക്കും കാല് തെറ്റിയെങ്കിലും വീണില്ലല്ലോ എന്ന ആശ്വാസമാണ് മുഖത്ത്.

ഒരു സായാഹ്നത്തിൽ എലീസായോട് ഞാൻ ചോദിച്ചു. "ഞാൻ ദീനാമ്മാമ്മയെ ഒന്ന് കണ്ടിട്ടു വരാം. മൂന്നു നാലു ദിവസമായല്ലോ കണ്ടിട്ട്. നീ വരുന്നോ?"

"ഇല്ല, കുരിയേട്ടൻ പോയിട്ട് വരൂ."

ഞാൻ നിർബന്ധിച്ചില്ല അവൾക്കു നൂറുകൂട്ടം കാര്യങ്ങളുണ്ട് വീട്ടിൽ ചെയ്യാൻ.

വരാന്തയിലിരുന്നു പുസ്തകങ്ങൾ മറിച്ചു നോക്കുകയായിരുന്ന മത്യാസിനോടും ഞാൻ ചോദിച്ചു, "നീ വരുന്നോടാ."

"ഇല്ല, അപ്പൻ ചെല്ല്."അവനും ഒഴിഞ്ഞു മാറി.

ഞാൻ കടന്നുചെല്ലുമ്പോൾ ദീനാമ്മാമ്മ വരാന്തയിലെ ബെഞ്ചിലിരുന്നു കറിക്ക് അരിയുകയായിരുന്നു. എന്നെക്കണ്ടപ്പോൾ അവർ പാത്രങ്ങളുമായി അകത്തേയ്ക്കു പോയി. കൈകൾ കഴുകി തുടച്ചുകൊണ്ട് വീണ്ടും വരാന്തയിലേക്ക് തന്നെ വന്നു.

അവർ എന്നെ നോക്കി ഒരു പ്രത്യേക തലത്തിൽ തലയാട്ടി.

"ഈ വരവെന്തിനാണെന്നെനിക്കു മനസ്സിലായി, കുര്യാസ്." അവർ പറഞ്ഞു.

ചെന്നതെന്തിനാണെന്നു അന്നേരം എനിക്കാണ് മനസ്സിലാകാതെ പോയത്.

"നാട്ടിലൊക്കെ ചില കഥകൾ പരക്കുന്നുണ്ട്, അല്ലെ കുര്യാസ്?" അവർ ചോദിച്ചു.

"ഞാൻ അതിലൊന്നും വിശ്വസിക്കുന്നില്ല; അത് ചോദിയ്ക്കാൻ വന്നതുമല്ല." എന്ന് ഞാൻ പറഞ്ഞപ്പോൾ അവർ സംഭാഷണത്തിന്റെ രീതി ഒന്ന് മാറ്റിയതായി തോന്നി.

"ഒട്ടും വിശ്വസിക്കുന്നില്ല?"

"ഇല്ല."

"ശ്ശെടാ, ഇതു കൊള്ളാമല്ലോ, നാട്ടുകാർ പറയുന്നത് വിശ്വസിക്കണം." അവർ നിഷേധാർത്ഥത്തിലാണോ പറയുന്നതെന്ന് എനിക്ക് സംശയം തോന്നി. എന്നാൽ ദീനാമ്മാമ്മ വീണ്ടും തറപ്പിച്ചു പറഞ്ഞു "വിശ്വസിക്കണം."

"എന്തിന്?"

"സത്യം വിശ്വസിക്കണമെന്നു പറയുമ്പോൾ എന്തിനാണെന്ന് ചോദിച്ചാൽ ഞാൻ എന്താണ് പറയുക?"

"സത്യമോ, എന്ത് സത്യം?"

"ചില രാത്രികളിൽ എന്റെ ഭർത്താവും സിദ്ധാർത്ഥൻ മുതലാളിയും ഇവിടെ വരാറുണ്ടെന്ന സത്യം." അതും പറഞ്ഞു ദീനാമ്മാമ്മ പൊട്ടിച്ചിരിച്ചു. വീണ്ടും വീണ്ടും ചിരിച്ചു.

ദീനാമ്മാമ്മയ്ക്കു ഭ്രാന്ത് പിടിച്ചോ? ഞാൻ പെട്ടെന്ന് വെട്ടിത്തിരിഞ്ഞു എന്റെ വീട്ടിലേയ്ക്കു നടന്നു. ദീനാമ്മാമ്മ ചിരിച്ചുകൊണ്ടേയിരുന്നു.

വാതിൽപ്പടിയിൽ അവൻ നില്പുണ്ടായിരുന്നു- മത്യാസ്. ഞാൻ നടന്നു അടുത്തെത്തുമ്പോൾ അവൻ പതിവുപോലെ ഒന്നും കണ്ടില്ലെന്ന മട്ടിൽ അകത്തേയ്ക്കു കയറിപ്പോയി. എലീസാ ഇതൊന്നും ശ്രദ്ധിക്കാതിരുന്നത് ഭാഗ്യമായി ഞാൻ കരുതി.

ഞാൻ അന്നു കണ്ട ദീനാമ്മാമ്മയുടെ പ്രത്യേകതകളെപ്പറ്റി കുറേനേരം ആലോചിച്ചുകൊണ്ടിരുന്നു.

നോക്കുമ്പോഴുണ്ട് എലീസാ മുന്നിൽ നില്ക്കുന്നു. അവൾ ഒരു ഗ്ലാസ് കാപ്പി എന്റെ നേരെ നീട്ടിപ്പിടിച്ചിരുന്നു. കാപ്പിപ്പാത്രം വാങ്ങി ഞാൻ അന്നേരം ഇരുന്നിരുന്ന ചാരുകസാലയുടെ കൈയിൽ വെച്ചു. അവൾക്കു എന്തോ പറയാനുണ്ടെന്ന് തോന്നി.

"അവനു വലിയ മാറ്റമൊന്നുമില്ല കുരിയേട്ടാ. അവനിപ്പോഴും എന്നോട് ഉള്ളുതുറന്ന് ഒന്നും സംസാരിക്കുന്നില്ല."

"സാരമില്ല എലീസാ അവൻ മുൻപും ഏതാണ്ടിതുപോലെയൊക്കെ തന്നെയായിരുന്ന കാര്യം ഞാൻ പറഞ്ഞതല്ലേ? ദീനാമ്മാമ്മയുമായി അടുത്തതിനുശേഷമാണ് അല്പം ഭേദപ്പെട്ടത്. അന്നു ഞാൻ പറഞ്ഞല്ലോ?"

"ഞാൻ അത് ഇല്ലാതാക്കി എന്ന് പറയാനല്ലേ ഭാവിക്കുന്നത്?"

"അല്ല. അവനിനിയുമുണ്ടാകും മാറ്റം എന്ന് പറയുകയായിരുന്നു. നമ്മൾ കാത്തിരിക്കണം."

"ആ സ്ത്രീയുമായി കൂട്ടു വേണമെങ്കിലായിക്കോ എന്ന് ഞാൻ പറഞ്ഞല്ലോ?"

"അത് കാര്യമായിട്ട് തന്നെയാണ് എന്ന് തോന്നാൻ സമയമെടുക്കും"

ഒന്നും പറയാതെ നിന്നിരുന്ന എലീസായോടായി ഞാൻ വീണ്ടും പറഞ്ഞു: " നോക്കൂ, അവൻ പണ്ടേ ഏകാകിയാണ്. സംഭാഷണത്തിൽ താല്പര്യമില്ലാത്തവനാണ്. അവന്റെ തന്നെ പ്രത്യേകതയുള്ള മറ്റൊരു വ്യക്തിയെ കണ്ടപ്പോൾ അവനു സ്വാഭാവികമായും ഒരു പ്രത്യേക അടുപ്പം തോന്നിക്കാണും. അപ്പോഴാണ് പോസിറ്റീവായി ചില മാറ്റങ്ങൾ നമ്മൾ അവനിൽ കണ്ടത്. ഏതു സാഹചര്യം കൊണ്ടായാലും ആ സൗഹൃദത്തിന് തടസ്സം നേരിട്ടപ്പോൾ അവൻ തന്റെ മൗനത്തിലേയ്ക്ക് തന്നെ മടങ്ങി. അതല്ലേ വാസ്തവം? എന്നുവെച്ച് അവൻ ഒന്നും സംസാരിക്കുകയില്ലെന്നില്ലല്ലോ? നമുക്ക് കാത്തിരിക്കാം. ഈ ദീനാമ്മാമ്മയെക്കൊണ്ടുതന്നെ അവനെ നമുക്ക് ശരിയായ ട്രാക്കിലാക്കാം."

ഉടനെ എലീസായിൽ നിന്ന് ഒരു മറുചോദ്യമുണ്ടായി. "ദീനാമ്മാമ്മയ്ക്കു മാറാൻ കഴിയുമെന്ന് തോന്നുന്നുണ്ടോ?"

"അതെനിക്കറിയില്ല. നമ്മുടെ മോന് മാറ്റം വരും. ദീനാമ്മാമ്മയ്ക്ക് മാറ്റം വന്നില്ലെങ്കിലെന്ത്?"

അത്രയ്ക്ക് വിശ്വാസം വരാത്ത മട്ടിലാണ് എലീസാ അടുക്കളയിലേയ്ക്ക് മടങ്ങിപ്പോയത്.

ദീനാമ്മാമ്മയ്ക്കു മാറ്റമൊന്നുമുണ്ടാകുന്നില്ലെങ്കിൽ മത്യാസിനും മാറ്റമുണ്ടാകില്ലെന്നു എലീസാ കരുതുന്നുവോ? അതിലെന്തു യുക്തിയാണുള്ളതെന്നു എത്ര ആലോചിച്ചിട്ടും എനിക്ക് പിടി കിട്ടിയില്ല. ഒരു കാരണവശാലും മത്യാസിനു മാറ്റം വരുന്നില്ലെങ്കിലോ അങ്ങിനെ ആലോചിച്ചപ്പോൾ എന്റെ മനസ്സിലും ഒരു ചാഞ്ചല്യം അനുഭവപ്പെട്ടു.

ദീനാമ്മാമ്മയ്ക്കു പ്രത്യേകതകളൊന്നും ഇല്ലെന്നു വിശ്വസിക്കാനായി പിന്നെ എന്റെ ശ്രമം. ചില മാനറിസങ്ങൾ പ്രകടിപ്പിക്കുന്നതൊഴിച്ചാൽ അവർക്കെന്തു കുഴപ്പമാണുള്ളത്? സംസാരിച്ചു കൊണ്ടിരിക്കുമ്പോൾ ശൈലിയിലും ടോണിലും വരുന്ന മാറ്റങ്ങൾ കാര്യമാക്കാനുണ്ടോ?

ഇല്ലെന്നു മനസ്സു തറപ്പിച്ചു പറയാത്തതിൽ വിഷമം തോന്നി.

അശരണയായ ആ സ്ത്രീ അല്പം അസാധാരണമായി പെരുമാറിയെന്ന്വെച്ച് അവരെ തഴഞ്ഞു കളയുന്നത് ശരിയാണോ? ഈ ചോദ്യം എന്റെ ഉള്ളിലുയർന്ന ഒരു സായാഹ്നത്തിൽ ഞാൻ വീണ്ടും

ദീനാമ്മാമ്മയെക്കാണാൻ അവരുടെ വീട്ടിലേയ്ക്കു കയറിച്ചെന്നു. അന്നേരം അവർ സാമാന്യം വണ്ണവും ഒന്നരണ്ടടി നീളവുമുള്ള ഒരു മരക്കഷണത്തിന്റെ അറ്റങ്ങളിൽ കണ്ട കട്ടപിടിച്ച മെഴുക് ഒരു കത്തി കൊണ്ട് ചുരണ്ടിമാറ്റുകയായിരുന്നു.

എന്നെ കണ്ടപ്പോൾ അവർ സൗമ്യമായി പുഞ്ചിരിച്ചു. മരക്കഷണം അകത്തേയ്ക്കു കൊണ്ടുപോയി. പിന്നെ ഒരു തുണിക്കഷണം കൊണ്ടു വന്നു ബെഞ്ച് നന്നായി തുടച്ചു വൃത്തിയാക്കി.

"ഇരിക്കൂ, കുര്യാസ്", അവരെന്നെ ക്ഷണിച്ചു. ഞാൻ ബെഞ്ചിലിരുന്നു. കഴിഞ്ഞ തവണ കണ്ടതേതിൽനിന്നും തികച്ചും വ്യത്യസ്തമായ ഒരു ഭാവത്തിലായിരുന്നു ദീനാമ്മാമ്മ.

"ദീനാമ്മാമ്മ ഒരു ഭക്തയാണെന്നു ഞാൻ ഇതുവരെ മനസ്സിലാക്കിയിരുന്നില്ല."

എന്തെങ്കിലും പറയണമല്ലോയെന്നു വിചാരിച്ചു ഞാൻ തന്നെ തുടങ്ങി. എന്റെ അഭിപ്രായപ്രകടനം യുക്തിസഹമായിരുന്നില്ല എന്ന് എനിക്ക് തന്നെ അറിയാമായിരുന്നു. കട്ടപിടിച്ച കുറച്ചു മെഴുകിന്റെ പിന്തുണയെ അതിനുണ്ടായിരുന്നുള്ളൂ.

"കുര്യാസ് എന്റെ ഭക്തിയുടെ കാര്യം സൂചിപ്പിച്ചല്ലോ, അതുകൊണ്ട് പറയുകയാണ്. പള്ളിക്കാര്യങ്ങൾ പിന്തുടരുന്ന കാര്യം കൊണ്ടാണെങ്കിൽ ഞാനൊരു ഭക്തയൊന്നുമല്ല.

പക്ഷേ, പാട്ടുപീഡകൾ സഹിച്ചു മരിച്ചുയർത്ത കർത്താവിനോട് എനിക്ക് എന്നും ഭക്തിയുണ്ട്.

ദീനാമ്മാമ്മ പിന്നെ എന്തോ ഓർത്തുനിന്നു.

വീണ്ടും തുടർന്നു,"പള്ളിപ്പരിപാടികളിലും കുടുംബയോഗങ്ങളിലുമൊന്നും ഞാൻ പങ്കെടുക്കാറില്ല."

എന്താണിങ്ങനെ എന്ന മട്ടിലുള്ള എന്റെ ഇരിപ്പു കണ്ടിട്ടാകാം അവർ പറഞ്ഞു, "ജീവിതത്തിന്റെ ഉച്ചവെയിലിൽനിന്ന് ഞാൻ ഉരുകിയനേരം ഒരു നല്ല വാക്കു പറഞ്ഞു എന്നെ ആശ്വസിപ്പിക്കുവാൻ പള്ളിയും പട്ടക്കാരും ഭക്തജനങ്ങളും- ആരുമുണ്ടായില്ല. അന്ന് ഞാൻ അവർക്കു പതിതയായിരുന്നു. ശരിക്കും പതിതയായിരുന്നവളെപ്പോലും കല്ലേറിൽനിന്നു രക്ഷപ്പെടുത്തിയ കർത്താവിനെ അവർക്കു അറിയില്ലായിരുന്നു. അല്ലെങ്കിൽ അവർ അക്കഥയൊക്കെ മറന്നിരുന്നു."

അലിവു കാട്ടാത്ത സഭയോടുള്ള അവരുടെ അമർഷത്തിന്റെ ചെപ്പു തുറക്കാൻ ഞാൻ നിമിത്തമാകരുതായിരുന്നെന്നു തോന്നി.

"ഞാൻ പള്ളിയിൽ പോകുകയില്ലെന്നു പറയുന്നില്ല. വല്ലപ്പോഴും

പോകും. എനിക്കിഷ്ടമുള്ളപ്പോൾ". ദീനാമ്മാമ്മ പറഞ്ഞു.

'പണക്കാരിപ്പെണ്ണുങ്ങൾ വന്നു കുടുംബയോഗത്തിനു വിളിക്കുമ്പോൾ എനിക്ക് അവരോട് പുച്ഛമെ തോന്നിയിട്ടുള്ളൂ."

മനസ്സിലുള്ളതൊക്കെ പറഞ്ഞുതീർക്കട്ടെയെന്നോർത്ത് ഞാൻ നിശ്ശബ്ദത പാലിച്ചു. അങ്ങിനെയൊക്കെ പറയരുതെന്ന് പറഞ്ഞാലും ദീനാമ്മാമ്മ അനുസരിക്കുമെന്നു എനിക്ക് തോന്നിയതുമില്ല.

ദീനാമ്മാമ്മ വീണ്ടും പറഞ്ഞു,"എന്റെ അമ്മയുടെ വകയായി എനിക്ക് കിട്ടിയിട്ടുള്ള ഒരു പ്രാർത്ഥനാ പുസ്തകം ഞാൻ സൂക്ഷിച്ചു വെച്ചിട്ടുണ്ട്. കാച്ചിയ എണ്ണയുടെ മണമുള്ള ആ പുസ്തകം ഞാനൊരു നിധിപോലെ സൂക്ഷിക്കുന്നു-ഒരു സത്യാരാധനാ പുസ്തകം. ഒറ്റക്കിരിക്കുമ്പോൾ അതിലെ ചിലഭാഗങ്ങൾ വായിക്കും.

ബൈബിൾ നിവർത്തു എഴുപത്തൊന്നാം സങ്കീർത്തനമായിരിക്കും ചിലപ്പോ വായിക്കുന്നത്. ഞാനൊരു വൃദ്ധയല്ലേ? പള്ളിയിൽ പോകാൻവേണ്ടി ഞൊറിഞ്ഞു വെച്ചിട്ടുള്ള മുറിയും ചട്ടയും ഞാനെന്റെ പഴയ ഈട്ടിപ്പെട്ടിയിൽ പാറ്റാഗുളികകൾ ഇട്ടു കേടുവരാതെ കാത്തു വെയ്ക്കുന്നുണ്ട്. ഞാൻ കടന്നുപോകുമ്പോൾ ആരെങ്കിലുമൊക്കെ എന്നെ അവയൊക്കെ ഉടുപ്പിച്ചിരുന്നെങ്കിൽ! പക്ഷേ, എനിക്കാരുമില്ലല്ലോ. മരണത്തിന്റെ കാലൊച്ച മുൻകൂട്ടി കേൾക്കാനുള്ള അനുഗ്രഹം എനിക്ക് തരണേയെന്നുള്ളതാണ് ഇപ്പോഴെന്റെ പ്രധാന പ്രാർത്ഥന. കൊക്കിൽ ജീവനുണ്ടെങ്കിൽ ചാടിയെഴുന്നേറ്റു അതൊക്കെ ധരിക്കണമെന്നുള്ള ഒരു അതിമോഹം എനിക്കുണ്ട്, കുര്യാസ്."

എനിക്ക് വിഷമം തോന്നി. എഴുന്നേറ്റു നേരെ വീട്ടിലേയ്ക്കു പോയാലോ എന്ന് ആലോചിക്കാതെയിരുന്നില്ല. എന്നാൽ ഗൗരവമാർന്ന ഒരു സംഭാഷണം ഉചിതമായ രീതിയിൽ ഉപസംഹരിക്കാതെ പോകുന്നത് ശരിയാകില്ലെന്നൊരു തോന്നൽ.

"നമുക്കിനി മറ്റൊരിക്കലാകാം സംഭാഷണം" എന്ന് പറയാനുദ്ദേശിച്ചു നോക്കുമ്പോൾ എന്നെ ആശ്ചര്യപ്പെടുത്തിക്കൊണ്ട് ആദ്യം ഞാൻ വരുമ്പോൾ ചെയ്തുകൊണ്ടിരുന്ന കാര്യംതന്നെ ചെയ്തുകൊണ്ടിരിക്കുകയായിരുന്നു ദീനാമ്മാമ്മ.

"ദീനാമ്മാമ്മ എന്താണീ ചെയ്യുന്നത്?"ഞാൻ ചോദിച്ചു.

"ഇത് മരത്തിന്റെ വേരിന്റെ ഒരു കഷണമാണ്. കുര്യാസ്."

"മരത്തിന്റെ വേരോ?"

"അതെ. കുര്യാസിനു പോകാൻ തിടുക്കമില്ലെങ്കിൽ ഇരിക്ക് ഞാൻ ഈ വേരിന്റെ കഥ പറയാം." ഒന്നും ആലോചിക്കാതെ ഞാൻ വീണ്ടും

ഇരിപ്പുറപ്പിച്ചു.

അതുവരെ ഞാൻ കണ്ട ദീനാമ്മാമ്മയെയല്ല ഞാൻ പിന്നെ കണ്ടത്.

ഒരു പുരാവൃത്തം തന്മയത്വത്തോടെ അവതരിപ്പിക്കുന്ന ആഖ്യാതാവ് അതായിരുന്നു ദീനാമ്മാമ്മ അന്നേരം.

"ജനങ്ങളും പോലീസും കോടതിയും പലവുരു എന്നോട് പ്രത്യക്ഷമായും പരോക്ഷമായും ചോദിച്ച ഒരു ചോദ്യം കുര്യാസ് ഇതുവരെ എന്നോട് ചോദിച്ചില്ല."

ആ ചോദ്യം എന്താണെന്നു എനിക്ക് പെട്ടെന്ന് പിടികിട്ടി. അത് ചോദിക്കാതിരുന്നതിൽ എനിക്ക് തന്നെ അത്ഭുതം തോന്നി. ദാരുണമായ ഒരു രംഗം പുനരാവിഷ്കരിക്കപ്പെടുന്നതിൽ എന്റെ മനസ്സിനുണ്ടായ മടുപ്പായിരിക്കണം ആ ചോദ്യം ചോദിക്കുന്നതിൽ നിന്ന് എന്നെ വിലക്കിയത്. അല്ലെങ്കിൽ ആഖ്യാനം ചെയ്യുന്നതിലുള്ള പ്രത്യേകതകൊണ്ട് അങ്ങിനെയൊരു ചോദ്യം ചോദിക്കാനുള്ള അവസരം ദീനാമ്മാമ്മ എനിക്ക് നല്കാതിരുന്നതാണെന്നും വരാം.

എങ്കിലും ഈ സന്ദർഭത്തിൽ ആ ചോദ്യം എനിക്ക് കർക്കശമായി ചോദിക്കേണ്ടതായി വന്നു.

"മാത്തുക്കുട്ടിച്ചേട്ടനും സിദ്ധാർത്ഥൻ മുതലാളിയും എങ്ങിനെയാണ് മരിച്ചത്?"

ദീനാമ്മാമ്മ മൗനം പാലിക്കുകയായിരുന്നു പിന്നെ. അതുകൊണ്ട് ഞാൻ തന്നെ ചോദിച്ചു, "അമ്മാമ്മയുടെ ഭർത്താവു സിദ്ധാർത്ഥൻ മുതലാളിയെ പാരകൊണ്ട്..." എന്റെ ചോദ്യം പൂർത്തിയാക്കുന്നതിനുമുമ്പായി അമ്മാമ്മ പറഞ്ഞു, "ഇല്ല."

"ഒരു പക്ഷേ സിദ്ധാർത്ഥൻ മുതലാളി പാര പിടിച്ചു വാങ്ങി അതുകൊണ്ട്...."

"ഒരിക്കലുമില്ല", ദീനാമ്മാമ്മ കടന്നു കയറി പറഞ്ഞു. ഒരു നിമിഷത്തെ മൗനത്തിനുശേഷം അവർ പറഞ്ഞു. "എന്താണ് സംഭവിച്ചതെന്ന കാര്യമാണ് ആർക്കും തെളിയിക്കാനൊക്കാതെ പോയത്. ഇന്നും അത് അമ്പരപ്പിക്കുന്ന ഒരു രഹസ്യമാണ്."

കുറച്ചു സമയത്തിനുശേഷം അവർ പറഞ്ഞു. "കുര്യാസ് പറഞ്ഞ പാര- അത് രണ്ടുപേരുടേയും മരണത്തിൽ ഒരു പങ്കും വഹിച്ചിട്ടില്ല."

"എങ്കിൽ പിന്നെ എന്താണ് സംഭവിച്ചതെന്ന് പറയൂ, ദീനാമ്മാമ്മ?"

"തെളിഞ്ഞ കാര്യമല്ലേ, തെളിച്ചു പറയാൻ പറ്റൂ?

തെളിഞ്ഞേടത്തോളം കാര്യങ്ങൾ ഇതൊക്കെയാണ്. വില്ലനാകുമായിരുന്ന പാര ഞാൻ പറഞ്ഞ കണ്ടൽ മരത്തിനു സമീപം മുരടിച്ചുനിന്നിരുന്ന ഒരു തൈത്തെങ്ങിന്റെ ചോട്ടിൽ നിസ്സഹായമായി കിടക്കുകയായിരുന്നു. രണ്ടുപേരും മരിച്ചത് ശ്വാസം മുട്ടിയായിരുന്നുവെന്നത് തെളിയിക്കപ്പെട്ട കാര്യമാണ്. താനും."

എനിക്കൊന്നുംതന്നെ മനസ്സിലായില്ല. ദീനാമ്മാമ്മ വീണ്ടും സംഗതികൾ വിവരിക്കാൻ ശ്രമിക്കുകയായിരുന്നു. "കുഴഞ്ഞുവീണ എനിക്ക് ബോധം തിരിച്ചുകിട്ടുമ്പോൾ എന്റെ ചുറ്റിനും ഒരു വലിയ ആൾക്കൂട്ടമായിരുന്നു. സമീപത്തു രണ്ട് മൃതശരീരങ്ങൾ പച്ചയോല കൊണ്ട് ഭാഗികമായി മൂടിയിട്ടിരുന്നു."

ദീനാമ്മാമ്മ വീണ്ടും നിശ്ശബ്ദയായി. ഇത്തരമൊരു കാര്യം അതിവേഗം ഒരു കഥ പോലെ പറഞ്ഞു തീർക്കാനാകുമായിരുന്നില്ല. മരിച്ചവർ വേണ്ടപ്പെട്ടവരാകുമ്പോൾ പ്രത്യേകിച്ചും.

ഞാൻ ധൃതി കൂട്ടിയില്ല. എങ്കിലും ദീനാമ്മാമ്മ പറയാൻ തുടങ്ങി.

"ഈയുള്ളവളുടെ മനസ്സിൽ അതേപ്പറ്റി തോന്നിയിട്ടുള്ള കാര്യങ്ങൾ ഞാൻ പറയാം, കുര്യാസ്."

അന്നേ ഞാൻ പറയാൻ തയ്യാറായിരുന്നു. പക്ഷേ, ചെവിക്കൊള്ളാൻ ആളുണ്ടായിരുന്നില്ല. അവർക്കു തോന്നിയത് ഞാൻ ശരിവെക്കണമായിരുന്നു-അതായിരുന്നു അവരുടെ ആവശ്യം."

ഞാൻ ചെവി കൂർപ്പിച്ചിരിക്കുകയായിരുന്നു.

"ജീവൻ രക്ഷിക്കാനുള്ള ശ്രമത്തിൽ മുതലാളി ഓടിയത് തൊണ്ട് ചീയ്ക്കുന്ന കുഴികളുടെ നേരെയാണ്. തൊട്ടരികിൽ പുതിയതായി അഴുകിയ തൊണ്ടുകൾ എടുത്തു മാറ്റിയ ആഴമേറിയ ഒരു കുഴിയായിരുന്നു. ഒരു നിമിഷം എന്തു ചെയ്യണമെന്നാലോചിച്ചു മുതലാളി നിന്നുപോയിക്കാണണം. പുറകെ പാഞ്ഞടുത്ത എന്റെ കെട്ടിയോൻ ഉയർന്നു നിന്നിരുന്ന കണ്ടൽ വേരിൽ തട്ടി വെള്ളവും ചളിയും നിറഞ്ഞ കുഴിയിലേക്ക് ആദ്യമേ വീണുപോയി എന്നു ഞാൻ കരുതുന്നു. നിലതെറ്റിയ അങ്ങേരു മുന്നിൽപെട്ട മുതലാളിയേയും തട്ടിമറിച്ചായിരിക്കണം വീണു പോയിരിക്കുക. അതോടൊപ്പം ബാലൻസു തെറ്റി മുതലാളിയും വീണിരിക്കാം. ഏതാണ്ട് ഒപ്പം തന്നെ എന്ന് വിചാരിക്കണം. ആദ്യം പിന്നെ എന്നീ വാക്കുകൾക്ക് ഇവിടെ യാതൊരു പ്രസക്തിയുമില്ല. മണൽതിട്ടയിൽനിന്നു നാലടിയോളം താഴെയായിരുന്നു കുഴിയിൽ ജലനിരപ്പ്. ഓടി വന്ന ശക്തിയിൽ രണ്ടുപേരുടെയും തല ചളിയിൽ പൂണ്ടു പോയിക്കാണും.

രക്ഷപ്പെടാൻ നടത്തിയ ശ്രമങ്ങൾ കൂടുതൽ കൂടുതൽ

ആഴ്ന്നുപോകാനായിരിക്കും സഹായിച്ചിരിക്കുക. ഞാൻ മുറ്റത്ത് വീണു കിടന്നതാണ് ആളുകൾ ഓടിക്കൂടാൻ കാരണം.

കുഴികളിലെ തിണ്ടുകൾ താണ്ടി ഓടിക്കൂടിയവരിലാരോ വെള്ളത്തിൽ കണ്ട ശരീരഭാഗങ്ങൾ ശ്രദ്ധിച്ചിട്ടുണ്ടാകാം." ദീനാമ്മാമ്മ വീണ്ടും നിറുത്തി. അവർ പറഞ്ഞതിൽ കാര്യമുണ്ടെന്നു തോന്നി. എന്നിരുന്നാലും എല്ലാം ഊഹാപോഹങ്ങളായിരുന്നല്ലോ. അതുകൊണ്ട് ഞാനൊരു ചോദ്യം ചോദിച്ചു.

"മരണകാര്യം വ്യക്തമാക്കുന്ന തെളിവെന്തെങ്കിലും കിട്ടിയോ?"

"രണ്ടുപേരുടേയും ശരീരത്തിൽ ഏതെങ്കിലും ആയുധം കൊണ്ടുള്ള മുറിവോ ചതവോ ഒന്നും ഉണ്ടായിരുന്നില്ല. കൂടാതെ പോസ്റ്റുമോർട്ടം റിപ്പോർട്ടിൽ രണ്ടുപേരുടേയും ശ്വാസകോശങ്ങളിൽ വെള്ളവും ചെളിയും ധാരാളമായി ഉണ്ടായിരുന്നുവെന്ന് രേഖപ്പെടുത്തിയിട്ടുണ്ടെന്നു ഞാൻ അറിഞ്ഞിട്ടുണ്ട്." ദീനാമ്മാമ്മ പറഞ്ഞു.

ദീനാമ്മാമ്മ ഒരു സാധാരണ സ്ത്രീയല്ലെന്നു എനിക്ക് പലപ്പോഴും തോന്നിയിട്ടുണ്ട്. ആ ധാരണ ഒന്നുകൂടി ബലപ്പെടുത്തുന്നതായിരുന്നു ആ ഉത്തരം. കുറച്ചുകൂടി വിദ്യാഭ്യാസവും അനുകൂലസാഹചര്യങ്ങളും ഉണ്ടായിരുന്നെങ്കിൽ അഗതാക്രിസ്റ്റിയെപ്പോലെ അപസർപ്പക കഥകൾ എഴുതാൻ പ്രാപ്തിയുള്ള ആളാകുമായിരുന്നു അവരെന്നെനിക്കു തോന്നി.

ദീനാമ്മാമ്മ വീണ്ടും പറഞ്ഞു. "എന്റെ നിഗമനങ്ങൾ ആദ്യമായി ശരിവെച്ചത് കുര്യാസിന്റെ മകൻ മത്യാസാണ്."

നിനച്ചിരിയാത്ത നേരത്ത് എന്റെ മനസ്സിൽ ഒരു ബോംബ് പൊട്ടി.

ഞാൻ വളരെ പരുക്കനായിട്ടാണ് ചോദിച്ചത്, "അപ്പോൾ നിങ്ങൾ അവനോട് ഇതൊക്കെയാണോ സംസാരിച്ചുകൊണ്ടിരുന്നത്?"

ദീനാമ്മാമ്മ ചാടിയെഴുന്നേറ്റിട്ടു പറഞ്ഞു, "അയ്യോ, കുര്യാസ്, തെറ്റിദ്ധരിക്കരുത്. സ്വപ്നത്തിൽ കണ്ട കാര്യമാണ് ഞാൻ പറഞ്ഞത്. ഈയിടെ ഞാനൊരു സ്വപ്നം കണ്ടു. മത്യാസും ഞാനും കൂടി നമ്മൾ രണ്ടുപേരും കൂടി എന്നപോലെ സംസാരിച്ചുകൊണ്ടിരിക്കുകയായിരുന്നു. അതിനിടയിൽ അവൻ പറഞ്ഞ കാര്യമാണ് ഞാൻ പറഞ്ഞത്."

ദീനാമ്മാമ്മ കള്ളം പറഞ്ഞൊപ്പിക്കുകയായിരുന്നെന്നാണ് എനിക്ക് തോന്നിയത്. പക്ഷേ അന്നേരം അധികം ചൂടായി സംസാരിക്കുന്നതിൽ അർത്ഥമില്ലെന്നും എനിക്കു തോന്നി. അതുകൊണ്ട് അകമേ തോന്നിയ അസ്വസ്ഥത മുഴുവൻ ഞാൻ പുറത്തു കാണിച്ചില്ല. ഞങ്ങൾ തമ്മിൽ നടന്നിരുന്ന സംഭാഷണത്തിന് അനുസരണമായി രീതിയിൽ സ്വാഭാവികത വരുത്തി ഞാൻ ഒരു ചോദ്യം

ദീനാമ്മാമ്മയോട് ചോദിച്ചു.

"കേയ്സും ചോദ്യം ചെയ്യലുകളും തെളിവെടുക്കലുമൊക്കെ അടഞ്ഞ അദ്ധ്യായങ്ങളാണെന്നാണല്ലോ പറഞ്ഞത്. അതിരിക്കട്ടെ, നമ്മൾ ഇന്ന് സംസാരം തുടങ്ങിയത് ദീനാമ്മാമ്മയുടെ കയ്യിലിരിക്കുന്ന ഈ മരക്കഷ്ണത്തെപ്പറ്റിയാണ്. അതിന്റെ സാംഗത്യത്തിലേയ്ക്ക് അമ്മാമ്മ ഇതുവരെ കടന്നില്ലല്ലോ?"

ഞാൻ എന്റെ ഭാഷാശൈലിയിൽ പ്രകടമായ ഒരു മാറ്റം വരുത്തിയത് ദീനാമ്മാമ്മയ്ക്ക് അതും അതിലപ്പുറവും ദഹിക്കും എന്ന് തോന്നിയതുകൊണ്ടാണ്.

"ഇത് എന്റെ ഭർത്താവിന്റെയും സിദ്ധാർത്ഥൻ മുതലാളിയുടെയും മരണത്തിന്റെ അന്തിമനിമിത്തമായിരുന്നു, കുര്യാസ്."

"ഉയർന്നു പൊന്തിനിന്നിരുന്ന എന്ന് അമ്മാമ്മ പറഞ്ഞ ആ കണ്ടൽ മരത്തിന്റെ വേര്?"

"ആ വേരിന്റെ മുകളിലേയ്ക്കു വളഞ്ഞു നിന്നിരുന്ന ആ കഷണം." അവർ തിരുത്തി.

"മനസ്സിലായില്ല', ഞാൻ പറഞ്ഞു.

ദീനാമ്മാമ്മ ചോദിച്ചു. "എന്താണ് മനസ്സിലാകാത്തത്? ഇതെന്താണെന്നോ, എങ്ങിനെ എന്റെ കയ്യിൽ വന്നെന്നോ, എന്താണിതിന്റെ പ്രസക്തിയെന്നോ എന്താണ് മനസ്സിലാകാത്തത്?"

അവരുടെ ഭാഷാ ശൈലിയിൽ അടിക്കടി ഉണ്ടായിക്കൊണ്ടിരുന്ന മാറ്റം ഞാൻ ശ്രദ്ധിക്കാതിരുന്നില്ല.

"അമ്മാമ്മ പറഞ്ഞ പോയിന്റുകൾക്കെല്ലാമുള്ള മറുപടിയാണെനിക്ക് വേണ്ടത്."

"എങ്കിൽ കേട്ടോളൂ. ഞാൻ ക്രമത്തിൽ തന്നെ മറുപടി പറയാൻ ശ്രമിക്കാം. ഇതെനിക്ക് മരിച്ചുപോയവരുടെ തിരുശേഷിപ്പാണ്. കുറച്ചു അധികം ദിവസം മൂർച്ചയില്ലാത്ത എന്റെ വാക്കത്തി കൊണ്ട് ഞാൻ തന്നെ വെട്ടി വേർപെടുത്തിയെടുത്തതാണ്. മരിച്ചുപോയവരോട് എനിക്കുണ്ടായിരുന്ന ആത്മബന്ധത്തിന്റെ പ്രതീകമാണെന്നതാണ് ഇതിന്റെ പ്രസക്തി."

ഞാൻ ദീനാമ്മാമ്മയുടെ മുഖത്തേയ്ക്കു തന്നെ നോക്കിയിരുന്നു കുറേ നേരം. അവർ തുടർന്നു. "ഞാൻ ഈ വേരിന്റെ കഷണം വെട്ടി വേർപെടുത്താൻ കിണഞ്ഞു പരിശ്രമിക്കുമ്പോൾ ഈ നാട്ടുകാർ എനിക്ക് ഒരു ബഹുമതി കൂടി ചാർത്തിത്തന്നു- ഭ്രാന്തി. പതിതയും ഭ്രാന്തിയുമായ ഞാൻ ഈ സമൂഹത്തിൽനിന്ന് സ്വാതന്ത്ര്യം നേടുന്ന

സന്തോഷത്തിലായിരുന്നു. അവരുടെ സാമൂഹികമായ കെട്ടുപാടുക ളിൽനിന്ന് അവരെന്നെ അറിയാതെ കെട്ടഴിച്ചു വിടുകയായിരുന്നു."

സമയം വളരെ വൈകിയിരുന്നു ഞാനെന്റെ വീടിന്റെ പടിക്ക ലേക്കു നോക്കി. മത്യാസോ, എലീസായോ എന്നെ കാത്തുനിൽക്കു ന്നുണ്ടോയെന്നറിയാൻ ഭാഗ്യത്തിന് അവരെ ആരെയും കണ്ടില്ല. ഒരു പുതിയ കലഹത്തിന് ഈ വൈകൽ കാരണമായിത്തീരുമോ എന്നായിരുന്നു എന്റെ ആശങ്ക. അത് മനസ്സിലാക്കിയിട്ടായിരിക്കണം ദീനാമ്മാമ്മ പറഞ്ഞു. "കുര്യാസിനു പോകാൻ സമയമായെങ്കിൽ പൊക്കോളൂ. ഈ കഥ നമുക്ക് മറ്റൊരിക്കൽ പറഞ്ഞുതീർക്കാം. ഇതു പറഞ്ഞു തീർക്കും മുമ്പേ ഞാൻ മരിച്ചുപോകുമെന്ന പേടി എനിക്കില്ല."

"അമ്മാമ്മ പറയൂ കേൾക്കാൻ എനിക്കിനി അവസരം കിട്ടിയി ല്ലെന്നും വരുമല്ലോ."

"അതൊരു വിദൂര സാധ്യതയല്ലേ കുര്യാസ്? ആകട്ടെ, കേൾക്കാൻ തയ്യാറാണെങ്കിൽ ഞാൻ പറയാനും തയ്യാർ."

അല്പനേരം ആലോചിച്ചിരുന്നിട്ടു ദീനാമ്മാമ്മ ചോദിച്ചു, "ഞാനെ വിടെയാണ് പറഞ്ഞു നിറുത്തിയത്?"

"നിറുത്തിയത് എവിടെയെങ്കിലുമാകട്ടെ, അമ്മാമ്മ ഈ വേരിന്റെ കഷ്ണം കൊണ്ട് എന്താണ് ചെയ്യുന്നതെന്നു പറയൂ."

"പ്രത്യേകിച്ചൊന്നുമില്ല കുര്യാസ്, തിരുഹൃദയത്തിന്റെ ബസ്ക്കി യിട്ട രൂപത്തിന് താഴെ ഞാനിതു തിരശ്ചീനതലത്തിൽ കിടത്തി വെക്കും. പിന്നീട് രണ്ടറ്റങ്ങളിലും ഓരോ മെഴുകുതിരികൾ കത്തിച്ചു വെക്കും. മാനവകുലത്തിനുവേണ്ടി ജീവൻ ഹോമിച്ചു പുനരുത്ഥാനം ചെയ്ത കർത്താവിനു മുമ്പിൽ ഞാൻ മൂലം ജീവൻ നഷ്ടമാക്കിയ രണ്ടുപേരുടെ ആത്മാക്കൾ ഒരു ഹോമാഗ്നികുണ്ഡത്തിലെന്നോണം എരിഞ്ഞു ദൈവികതയിൽ വിലയം പ്രാപിക്കണമെന്നതാണ് എന്റെയീ അനുഷ്ഠാനത്തിലൂടെ ഞാൻ ദൈവതിരുമുമ്പാകെ അർപ്പി ക്കുന്ന നിവേദനം."

പെട്ടെന്ന് ഞാൻ ചോദിച്ചു. "ഇതൊക്കെ ഒരുതരം അർത്ഥശൂന്യ തയല്ലേ ദീനാമ്മാമ്മേ?"

"എന്റെ മനസ്സിൽ എന്റെ അനുഷ്ഠാനത്തിനു ഞാൻ കല്പിക്കുന്ന അർത്ഥം ചോദ്യം ചെയ്യാൻ കുര്യാസിനെന്തവകാശം?" ദീനാമ്മാമ്മ കയർത്തു.

"മതവിശ്വാസികൾ ഇതൊരുതരം പാഷണ്ഡതയാണെന്നു ആരോ പിക്കുകയില്ലേ?"

"ആരോപിച്ചല്ലോ, ഞാനതു അർഹിക്കുന്ന അവജ്ഞതയോടെ അവഗണിച്ചു. എനിക്ക് അർഹമായ തരത്തിൽ ഒരു ശവസംസ്കാരം ലഭിക്കുകയില്ലെന്നായിരിക്കും കുര്യാസ് ചിന്തിക്കുന്നത്?"

"അങ്ങിനെയൊന്നും ഞാൻ ചിന്തിച്ചില്ല."

"ചിന്തിച്ചാലും കുഴപ്പമില്ല, കുര്യാസ്, ഈ ഭൂമിയിൽ മരിച്ചുപോയ വരുടെ മൃതശരീരങ്ങൾ ചിതറിക്കിടപ്പില്ല. മറ്റൊന്നുകൂടി ഓർക്കണം മൃതരെ സംസ്കരിക്കുകയെന്നത് സമൂഹത്തിന്റെ ആവശ്യമാണ് പ്രധാനമായും."

ഇതിനകം ദീനാമ്മാമ്മ എന്തൊക്കെ ചിന്തിച്ചിരിക്കുന്നു എന്ന് കണ്ടപ്പോൾ എനിക്ക് ആശ്ചര്യം തോന്നി. ഞാൻ പതുക്കെയെഴുന്നേറ്റു പോകാൻ ഭാവിക്കുകയാണെന്ന് ദീനാമ്മാമ്മക്ക് തോന്നിക്കാണണം.

"പോകുന്നതിനു മുമ്പായി ഒന്നുകൂടി ചോദിച്ചോട്ടെ, ദീനാമ്മാമ്മക്ക് മുഷിച്ചിലൊന്നും തോന്നരുത്. ഈ വേരിന്റെ കഷണം. പ്രിയപ്പെട്ടവ രുടെ പ്രതീകമായിക്കാണുന്നതു മൗഢ്യമല്ലേ?"

അവർ ശാന്തമായി മറുപടി പറഞ്ഞു. "കുര്യാസിനു തെറ്റി. മരിച്ച വരുടെ പ്രതീകമല്ല; എനിക്ക് അവരോടുണ്ടായിരുന്ന ആത്മബന്ധ ത്തിന്റെ പ്രതീകം."

"എന്നിരുന്നാലും....", അർദ്ധോക്തിയിൽ നിറുത്തി.

"ബോധ്യം വരുന്നില്ലല്ലേ?"

'ആ വേരിൽ തട്ടിയാണ് അവർ കുഴിയിൽ വീണതെന്ന് അമ്മാമ്മ തന്നെ പറഞ്ഞു കഴിഞ്ഞതാണ്. ആ നിലയ്ക്ക് ആ മരക്കഷണത്തോട് വെറുപ്പല്ലേ തോന്നേണ്ടത്?"

"ഓഹോ, അങ്ങിനെയാണോ?" ദീനാമ്മാമ്മ ഇത്തരത്തിൽ ഒരു പരിഹാസ ചോദ്യമാണ് ഉന്നയിച്ചത്.

അവർ തുടർന്നു ചോദിച്ചു, "ഞാനൊന്നു ചോദിച്ചോട്ടെ കുര്യാസ്. നിങ്ങളൊരു ക്രിസ്ത്യാനിയല്ലേ? കാൽവരിക്കുന്നിൽ ഒരു കുരിശിൽ തറക്കപ്പെട്ടാണ് നമ്മുടെ കർത്താവു ചോരവാർന്ന് മരിച്ചത്. ആ കുരിശിനോട് ക്രിസ്ത്യാനികൾ വെറുപ്പാണോ പ്രകടിപ്പിക്കുന്നത്?

ആ കുരിശുമരണം പുനരുത്ഥാനത്തിലേക്കുള്ള ഒരു പടവ് മാത്ര മായിരുന്നു എന്നതല്ലേ സത്യം?

കുരിശ് അങ്ങനെ പ്രത്യാശയുടെ പ്രതീകമായിത്തീർന്നില്ലേ?

"ഇവിടെ ഒരു പുനരുത്ഥാനത്തിന്റെ പ്രശ്നമുദിക്കുന്നില്ലല്ലോ, ദീനാമ്മാമ്മേ?"

'അത് നിങ്ങൾക്ക് ഈ നാട്ടുകാർക്ക്, എനിക്ക് അങ്ങിനെ ഒരു പ്രത്യാശ വെച്ചുകൂടെ? പറ്റില്ലെന്ന് പറയാൻ നിങ്ങളാര്? നിങ്ങൾക്കെന്തവകാശം?"

ഞാൻ അടിയേറ്റപോലെ നിന്നുപോയി.

ദീനാമ്മാമ്മ വീണ്ടും ചോദിച്ചു, "ഞാൻ പറഞ്ഞില്ലേ, കുര്യാസ് മരിച്ചുപോയ എന്റെ പ്രിയപ്പെട്ടവർ എന്നെക്കാണാൻ വരാറുണ്ടെന്ന്, എന്റെ സൽക്കാരം സ്വീകരിക്കാറുണ്ടെന്ന്?

ആദ്യമായി ദീനാമ്മാമ്മയുടെ നേരെ നോക്കാൻ എനിക്ക് ഭയം തോന്നി. ഇനിയൊന്നും പറഞ്ഞിട്ട് കാര്യമില്ലെന്നും എനിക്ക് മനസ്സിലായി. യാത്രപോലും പറയാതെ, ദീനാമ്മാമ്മയുടെ ഉമ്മറത്ത് തെളിഞ്ഞുനില്ക്കുന്ന ബൾബിന്റെ പ്രകാശം മൂലമുണ്ടായ എന്റെ സ്വന്തം നിഴലിൽ ചവിട്ടി ഞാൻ എന്റെ വീട്ടിലേക്കു നടന്നു.

ദീനാമ്മാമ്മയെ ചോദ്യം ചെയ്യുന്ന തരത്തിലാണ് ഞാൻ സംസാരിച്ചതെങ്കിലുമെന്റെയുള്ളിലും അവരുടെ നിലപാട് ശരിയാണെന്നുള്ള ഒരു സമാന്തര ചിന്തയുണ്ടായിരുന്നു.

കഥ കേട്ട് കൊണ്ടിരുന്നപ്പോൾ എന്റെ ഉള്ളിൽ ഒരു കാര്യം വലിയോരു പതർച്ചയ്ക്കു കാരണമായി. എന്റെ മകൻ മത്യാസിനെപ്പറ്റി ഉണ്ടായ പരാമർശമായിരുന്നു അത്. ഞാൻ എന്റെ പകർപ്പ് മുഴുവൻ ദീനാമ്മാമ്മയുടെ മുന്നിൽ പ്രദർശിപ്പിക്കാതിരുന്നതാണ്.

സ്വപ്നത്തിലാണ് അവർ മത്യാസിനോട് സംസാരിച്ചതെന്ന് പറച്ചിൽ എനിക്ക് ഒട്ടും തന്നെ സ്വീകാര്യമായില്ല. ഞാൻ വീട്ടിലെത്തിയ ഉടൻ മത്യാസിനോട് മരിച്ചവരുടെ കഥകൾ എന്തെങ്കിലും ദീനാമ്മാമ്മ പറഞ്ഞിട്ടുണ്ടോയെന്നു വളരെ സൗമ്യമായി ചോദിച്ചു. അവൻ അന്തം വിട്ടു നിന്നു. ഇല്ലെന്നു പലയാവർത്തി പറയുകയും ചെയ്തു. അതോടെ എന്റെ അങ്കലാപ്പ് വർദ്ധിച്ചു. ദീനാമ്മാമ്മയെപ്പറ്റി എലീസാ പറയുന്നതാണോ സത്യം എന്ന് പെട്ടെന്ന് ശങ്കിച്ച് പോകുകയും ചെയ്തു. ഉടനടി ഞാൻ ആ ചിന്ത മനസ്സിൽ നിന്നു തള്ളിക്കളയുകയും ചെയ്തു.

മേല്പറഞ്ഞ സംഭാഷണം നടന്നിട്ടു രണ്ടുമൂന്നു ദിവസം കഴിഞ്ഞിരിക്കുന്നു. ഈ ദിവസങ്ങളിൽ എനിക്ക് ദീനാമ്മാമ്മയുടെ അടുത്തേക്ക് പോകാൻ കഴിഞ്ഞില്ല.

അവർക്കാണെങ്കിൽ പലപല ശാരീരികാസ്വാസ്ഥ്യങ്ങൾ ഉണ്ടെന്നും അതൊക്കെ മറച്ചുപിടിക്കാൻ ശ്രമിക്കുകയാണെന്നും തോന്നിയിട്ടുമുണ്ട്. പറഞ്ഞാൽ കൂട്ടാക്കാത്ത തരക്കാരിയായതുകൊണ്ട് ഒന്നും പറഞ്ഞിട്ടില്ലെന്നു മാത്രം.

അവരുമായുള്ള വാഗ്‌വാദത്തിൽ ഞാൻ പരാജയപ്പെട്ടതുകൊണ്ടുള്ള ജാള്യത നിമിത്തം ഞാൻ പോകാതിരുന്നതാണെന്നു കരുതരുത്. അവർ എത്ര സമർത്ഥമായാണ് അവരുടെ കേയ്സു വാദിച്ചതെന്നോർക്കുമ്പോൾ എനിക്ക് അവരോട് മതിപ്പു വർദ്ധിച്ചതേയുള്ളൂ.

എങ്ങനെയായാലും അവരെ ഒന്നുപോയി കാണണം എന്നുദ്ദേശിച്ചു ഞാൻ ഇറങ്ങുമ്പോൾ ചെത്തുകാരൻ വാസു എന്നോട് എന്തോ പറയാൻ വേണ്ടി പടിക്കൽ കാത്തുനിൽക്കുന്നതായി ഞാൻ കണ്ടു. വൈകീട്ടത്തെ ചെത്തുകഴിഞ്ഞു വാസു മടങ്ങും വഴിയായിരുന്നു എന്ന് വ്യക്തം.

"എന്താ വാസു, സുഖമല്ലേ?", ഞാൻ ചോദിച്ചു.

"ദൈവം സഹായിച്ചു അങ്ങിനെ പോകുന്നു, സാറെ."

"എന്തോ എന്നോട് പറയാനുണ്ടെന്ന് തോന്നുന്നു."

"ശരിയാണ്," വാസു അങ്ങിനെ പറഞ്ഞെങ്കിലും ഉടനെ ഒന്നും പറയുകയുണ്ടായില്ല..."

"മടിക്കാതെ പറയണം, വാസൂ."

"അത് സാറെ, എനിക്ക് ഇവിടത്തെയീ അമ്മാമ്മയെ സംബന്ധിച്ച് ഒരു കാര്യം..."

"പറയൂ."

വാസു ഒന്നുകൂടി അടുത്തുവന്നിട്ടു ശബ്ദം താഴ്ത്തി പറഞ്ഞു. "ഇതുവരെ ഇല്ലാത്ത ഒരു കാര്യം ഇന്നുണ്ടായി."

"കാര്യം പറയൂ." ഞാൻ നിർബന്ധിച്ചു.

"ഞാൻ രാവിലെ തെങ്ങിൽ കയറുന്നതിനു മുമ്പായി അമ്മാമ്മ എന്റെ അടുക്കൽ വന്നു പറഞ്ഞു, "വാസൂ, ഇന്ന് ഒരു കുപ്പി കള്ള് എനിക്ക് തരണം."

"എനിക്ക് അത്ഭുതം തോന്നി, "വാസു വീണ്ടും പറഞ്ഞു. "ആദ്യമായിട്ടാണ് അമ്മാമ്മ എന്നോട് സംസാരിക്കുന്നതു തന്നെ. വല്ലപ്പോഴും ഒരു പുഞ്ചിരിയിൽ പരിചയം ഒതുക്കുന്നതായാണ് കണ്ടിട്ടുള്ളത്. അതുകൊണ്ടുതന്നെ കള്ള് ചോദിച്ചപ്പോൾ എനിക്ക് അത്ഭുതം തോന്നി."

"എന്നിട്ട്?" ഞാൻ ചോദിച്ചു.

"ഞാൻ എന്റെ തൊഴിലിൽ ആത്മാർത്ഥത പുലർത്തണമെന്ന് വിചാരിച്ചു നടക്കുന്നയാളാണ്. പലരും ചെയ്യാറുള്ളതുപോലെ പ്രൈവറ്റു ലിമിറ്റഡ് പരിപാടികളൊന്നും എന്റെ കയ്യിലില്ല. എന്നാലും ഞാൻ അമ്മാമ്മയോട് ഉത്തരമായി പറഞ്ഞത് ഇങ്ങനെയാണ്. "തരാമല്ലോ, അമ്മാമ്മ ഒരു കുപ്പി കൊണ്ടു വന്നു വെച്ചേക്കൂ. ഞാൻ

ഇറങ്ങുമ്പോൾ ഒഴിച്ച് വെച്ചേക്കാം. ഞാൻ ആലോചിക്കും മുമ്പേ ആരോ എന്നെക്കൊണ്ട് അങ്ങിനെ പറയിച്ചതാണെന്നു എനിക്ക് തോന്നി."

സ്വന്തം സ്വഭാവത്തിന് നിരക്കാത്ത രീതിയിലാണ് വാസു പെരുമാറിയത് എന്ന് അയാൾ തന്നെ പറഞ്ഞത് എനിക്ക് വളരെ കൗതുകകരമായിത്തോന്നി.

"ദീനാമ്മാമ്മ കള്ള് കുടിക്കുമോ?" ഞാൻ ചോദിച്ചു.

"ഇല്ലെന്നാണ് എന്റെ വിശ്വാസം. പക്ഷേ അത് തെളിയിക്കാനാവില്ലല്ലോ. ഞാൻ ഇപ്പോൾ വിചാരിക്കുന്നത് അവർക്കു വേണ്ടിയായിരുന്നില്ല ആ കള്ളെന്നാണ്." വാസു പറഞ്ഞു.

"മുഴുവൻ പറയൂ." ഞാൻ ആവശ്യപ്പെട്ടു.

വാസു പറഞ്ഞു "ഞാൻ തെങ്ങിൽനിന്നും ഇറങ്ങി വരുമ്പോൾ ആരും അലക്കാത്ത ആ അലക്കുകല്ലിൽ ഒരു കുപ്പിയുണ്ടായിരുന്നു. പറഞ്ഞാൽ പറഞ്ഞതുപോലെ പ്രവർത്തിക്കണമെന്ന് നിർബന്ധമുള്ള ആളാണ് ഞാൻ. ഞാൻ ഉള്ളുകൊണ്ട് അംഗീകരിക്കാത്ത കാര്യമാണെങ്കിൽ കൂടിയും ദീനാമ്മാമ്മ വച്ചിരുന്ന ആ കുപ്പിയിൽ നിറയെ കള്ള് ഞാൻ ഒഴിച്ചുവെച്ചു."

"ഓഹോ?"

"ആ കുപ്പിയുടെ കീഴെ ഒരു നൂറു രൂപ നോട്ടുണ്ടായിരുന്നു. അത് ഞാനെടുത്തില്ല. എല്ലാവരും അവഗണിച്ചിട്ടിരിക്കുന്ന ആ സ്ത്രീയോടുള്ള സഹതാപംകൊണ്ടാണ് അവർ പറഞ്ഞത് സമ്മതിച്ചതെന്നും അതനുസരിച്ചു പ്രവർത്തിച്ചതെന്നും ഞാൻ എന്നെത്തന്നെ വിശ്വസിപ്പിക്കാൻ ശ്രമിച്ചു. പക്ഷേ പൈസ ഞാനെടുത്തില്ല. അതൊരു കച്ചവടമാണെന്നു അംഗീകരിക്കാൻ എന്റെ മനസ്സു വിസമ്മതിച്ചതാണ് അതിനു കാരണം. ഞാനൊരു കല്ലിന്റെ കട്ടയെടുത്തു ആ നോട്ടിന്റെ മേലെ വെച്ചു. അത് പറന്നു പോകരുതല്ലോ. ഞാൻ പോകുകയും ചെയ്തു."

"ഇത്രേയുള്ളോ?", ഞാൻ ആത്മാർത്ഥമായിട്ടാണ് ചോദിച്ചത്. വാസുവിന്റെ പരുങ്ങൽ കണ്ടപ്പോൾ ഞാൻ വിചാരിച്ചതു ഇതിലും പ്രധാനപ്പെട്ട ഒരു കാര്യം പറയണമോ പറയണ്ടയോ എന്ന് അയാൾ ശങ്കിക്കുന്നതായിട്ടാണ്.

"ഇപ്പോൾ ഞാനിതു സാറിനോട് പറയാൻ ഉദ്ദേശിച്ചത് മറ്റൊന്നും കൊണ്ടല്ല. ഇന്ന് വൈകുന്നേരം ചെത്താൻ വന്നപ്പോഴും ആ നോട്ട് അതെ സ്ഥാനത്തു തന്നെ ഇരിക്കുകയായിരുന്നു..കള്ള് ഒട്ടു കാണാനുമുണ്ടായിരുന്നില്ല. തെങ്ങിൽനിന്നും ഇറങ്ങിയപടി വരികയാണ്

ഞാൻ. ഇതുവരെ ആ നോട്ട് ആരും എടുത്തിട്ടില്ല." വാസു പിന്നെയും പറഞ്ഞു.

"ആരെടുക്കാനാണ് വാസു, അത് നിങ്ങൾക്കായി വച്ചതാണ്; നിങ്ങൾക്കു മാത്രം അവകാശപ്പെട്ടതുമാണ്."

"നൂറു രൂപ?"

"അത് കൂടുതലാണെങ്കിലും കുറവാണെങ്കിലും നിങ്ങളുടേത് തന്നെ. ദീനാമ്മാമ്മയുടെ സ്വഭാവമറിയില്ലേ. ഇനി ഒരു കാരണവശാലും അവർ അത് തിരിച്ചെടുക്കുകയില്ല."

"സാറു പറഞ്ഞാൽ ഒരു പക്ഷേ..."

ഇല്ല വാസു, ഞാൻ പറയില്ല. ദീനാമ്മാമ്മ എങ്ങിനെയാണ് പ്രതി കരിക്കുക എന്നറിയില്ലല്ലോ. അതുമല്ല ഞാനെന്താണ് പറയുക. ഈ കാരണം കൊണ്ടുതന്നെ അല്ലെ വാസു സ്വയം അവരെ ചെന്ന് കണ്ട് രൂപ തിരിച്ചേൽപ്പിക്കാത്തത്?"

വാസു അക്ഷമയോടെ പറഞ്ഞു. "ഇത് വലിയ പൊല്ലാപ്പായി പ്പോയി..."

ഞാൻ സമാധാനിപ്പിച്ചു. "ഒരു പൊല്ലാപ്പുമില്ല. ദീനാമ്മാമ്മ ആവശ്യ പ്പെട്ടത് നിങ്ങൾ കൊടുത്തു. അഭിമാനിയായ അവർ അതിന്റെ വില നിങ്ങൾക്കായി വെച്ചു."

"അതെടുക്കാൻ എനിക്ക് ബുദ്ധിമുട്ടുണ്ട് സാറെ."

"മടിക്കേണ്ട, നിങ്ങൾ എടുക്കുന്നില്ലെങ്കിൽ ആ നോട്ട് മഴയത്തു കുതിർന്നു പോകുകയോ, കാറ്റത്തു പറന്നു പോകുകയോ ചെയ്യും. രണ്ടിലേതായാലും ശരിയല്ല. അതിനിട വരുത്തരുത്. ഇന്ത്യാ ഗവൺ മെന്റിന്റെ കറൻസിയാണ്, റിസർവ് ബാങ്ക് ഗവർണർ ഒപ്പിട്ടത്. പാഴാക്കുന്നത് ശരിയല്ല."

വാസു ഒരുതരം നിസ്സഹായതയോടെ എന്നെ നോക്കി. പിന്നെ മനസ്സില്ലാമനസ്സോടെ ചെന്ന് നോട്ടെടുത്തു മടക്കിയെങ്കിലും വീണ്ടും അത് അവിടെത്തന്നെ വച്ചു. പിന്നീട് ഒരു പരാജിതനെപ്പോലെ മടങ്ങിപ്പോയി.

എന്നെക്കടന്നു പോകുമ്പോൾ അയാൾ എന്നോടായി എന്റെ മുഖത്തു നോക്കാതെ പറഞ്ഞു. "എനിക്ക് അതിനു കഴിയുന്നില്ല സാർ..." അയാൾ സാവകാശം നടന്ന് അകന്നുപോയി.

"ആരോ വിളിക്കുന്നുണ്ട്. ഇതാ ഫോൺ". ശബ്ദം കേട്ട് തിരിഞ്ഞു നോക്കുമ്പോൾ എലീസാ. അവൾ ഫോൺ എന്റെ നേരെ നീട്ടി.

വിളിച്ചത് മാമ്മച്ചൻ അങ്കിളായിരുന്നു. "കുര്യാസ് സാറല്ലേ.

എന്തൊക്കെയുണ്ട് സാറെ വിശേഷങ്ങൾ? കുറച്ച നാളായി കാര്യങ്ങളൊക്കെ അറിഞ്ഞിട്ടു. കഴിഞ്ഞയാഴ്ച അങ്ങോട്ടെന്നിറങ്ങണമെന്നു കരുതിയതാ, നടന്നില്ല." ഞാനെന്തെങ്കിലും പറയുന്നതിന് മുമ്പായി അങ്ങേരു വീണ്ടും പറഞ്ഞു." ഉള്ള കാര്യം നേരെയങ്ങു പറയാമല്ലോ, സാറെ, ഞങ്ങളുടെ പെങ്ങളുടെ വിവരങ്ങൾ അറിയാൻ വേണ്ടിയാണ് ഞാനിപ്പോൾ വിളിക്കുന്നത്."

"അത് പറയാതെ തന്നെ മനസ്സിലാക്കാവുന്നതല്ലേയുള്ളൂ മാമ്മച്ചൻ അങ്കിൾ; ദീനാമ്മാമ്മക്ക് വിശേഷങ്ങളൊന്നുമില്ല; സുഖമായിട്ടിരിക്കുന്നു."

അങ്ങിനെ പറയുമ്പോൾ എനിക്ക് വിഷമം തോന്നി. ദീനാമ്മാമ്മയുടെ വിശേഷങ്ങൾ അറിഞ്ഞിട്ടു രണ്ടുമൂന്നു ദിവസങ്ങളായി. സഹോദരന്മാർക്ക് വിഷമമൊന്നും തോന്നാതിരിക്കട്ടെയെന്നോർത്താണ് വിശേഷങ്ങളൊന്നും ഇല്ലെന്നു പറഞ്ഞത്.

മാമ്മച്ചൻ അങ്കിൾ അഞ്ചുമിനിറ്റോളം സംസാരിച്ചുകാണും. ഫോൺ ഓഫ് ചെയ്തപ്പോൾ ദീനാമ്മാമ്മയെ ഉടനെ ഒന്ന് കാണണമെന്ന് തോന്നി.

സന്ധ്യ അടിവെച്ചടിവെച്ചെട്ടുക്കുകയായിരുന്നു. വീട്ടിൽ നിന്നിറങ്ങാൻ നേരം ഫോൺ വീണ്ടും ശബ്ദിക്കുന്നു. എനിക്ക് അങ്ങിനെ അധികം കാളുകളൊന്നും വരിക പതിവില്ല. ഇത്തവണ ഫ്രാൻസീസായിരുന്നു. എന്റെ പഴയ സഹപ്രവർത്തകനും ഉറ്റസുഹൃത്തും. ചുമ്മാ കുശലം പറയാൻ വിളിച്ചതാണെങ്കിലും സംസാരിച്ചിരുന്നു സമയം പോയതറിഞ്ഞില്ല. മൊബൈൽഫോൺ താഴെവെച്ച് വീട്ടിൽ നിന്നിറങ്ങുമ്പോഴേയ്ക്കും ഇരുട്ട് വീണു തുടങ്ങിയിരുന്നു. ഒരു നല്ല മഴയുടെ വരവും തീർച്ചയാണെന്നു തോന്നി...

ദീനാമ്മാമ്മയുടെ ഉമ്മറവരാന്തയിൽ വെളിച്ചം കാണുന്നില്ല. ഇതുവരെ അങ്ങിനെ ഒരു അവസ്ഥ കണ്ടിട്ടില്ല.

അവർക്കിനി വല്ല അസുഖവും! ഉണ്ടെങ്കിലും പറയില്ലല്ലോ. എന്തെങ്കിലും ചികിത്സയുടെ കാര്യം പറയുന്നത് തന്നെ ഇഷ്ടമല്ല. അതുകൊണ്ട് നിർബന്ധിച്ചിട്ടുമില്ല.

ഏതായാലും ഒരു ടോർച്ചുമെടുത്തു ഞാൻ പുറപ്പെട്ടു. എലീസായോട് ഒന്ന് പറഞ്ഞിട്ട് പോകാമെന്നു ചിന്തിച്ചുമില്ല.

മുറ്റത്തെത്തിയപ്പോൾ സാമാന്യം ഉറക്കെത്തന്നെ ദീനാമ്മാമ്മയെ വിളിച്ചു. എലീസാ കേട്ടുകാണും, മത്യാസും കേട്ടുകാണും; പക്ഷേ, ദീനാമ്മാമ്മ വിളി കേട്ടില്ല. തൊണ്ട് ചീയുന്ന കുഴികളിൽനിന്നു എന്റെ

പരിഭ്രാന്തമായ ശബ്ദം പ്രതിദ്ധ്വനിച്ചു.

ടോർച്ചു തെളിച്ചു പറമ്പിലാകെ നോക്കി. ഒരു കൊട്ടും മഴയുടെ പുറപ്പാടാണെന്നു തോന്നി.

സാമാന്യം ശക്തിയായി ഒരു കാറ്റടിച്ചു. അലക്കുകല്ലിൽ നിന്ന് എന്തോ പറന്നുയരുന്നതു കണ്ടു. അതെന്താണെന്നു മനസ്സിലായെങ്കിലും ഗൗനിച്ചില്ല. അതിനു പറ്റിയ സന്ദർഭമായിരുന്നില്ലല്ലോ.

ടോർച്ചു തെളിച്ചു ഞാൻ വീടിന്റെ വരാന്തയിലേക്ക് കയറി. നോക്കുമ്പോൾ അകത്തെ മുറിയിൽ ഒരു കട്ടിലിൽ ദീനാമ്മാമ്മ നിശ്ചേതനയായി കിടക്കുകയായിരുന്നു. ഞാൻ ടോർച്ചു വീണ്ടും തെളിച്ചു നോക്കി. ചലനം തീരെയില്ല. എന്നാൽ ശരീരോഷ്മാവ് താഴാൻ തുടങ്ങിയിട്ടില്ലായിരുന്നു. മറ്റൊന്നുമോർക്കാതെ വീട്ടിലേയ്ക്കു തന്നെ തിരിച്ചോടി. എലീസായെയും മത്യാസിനെയും വിളിക്കാൻ.

അവരുടെ സഹായം വേണ്ടി വന്നേക്കും. വീട്ടിലെത്തി വിവരം പറഞ്ഞപ്പോൾ എലീസാ ചലനമറ്റു നിന്നുപോയി.

ഇതിനകം ഞാനെന്റെ മൊബൈൽ ഫോൺ എവിടെവെച്ചുവെന്നു മറന്നു പോയിരുന്നു. അത് അത്യാവശ്യമായിരുന്നു താനും. കുറച്ചു നേരം അതിനായി തപ്പിനടന്നു.

അവസാനം അത് കിട്ടിക്കഴിഞ്ഞപ്പോൾ അരിങ്ങോടൻ വാസുവിനെ വിളിച്ചു. "വാസു അടിയന്തിരമായി ഒന്നിവിടം വരെ വരണം. അത്യാവശ്യമാണ്."

പേടിത്തൊണ്ടനാണെങ്കിലും വരാതിരിക്കില്ലെന്നോർത്തു. വീണ്ടും ദീനാമ്മാമ്മയുടെ വീട്ടിലേക്കോടുമ്പോൾ എലീസായും മത്യാസും പുറകെയുണ്ടായിരുന്നു. മഴ ചെറുതായി പെയ്യാൻ തുടങ്ങിയിരുന്നു.

ഞാൻ ആദ്യം വന്നു പോയിട്ട് പതിനഞ്ചുമിനിറ്റിനകം തിരിച്ചെത്തിയെന്നാണ് എന്റെ കണക്കുകൂട്ടൽ. രണ്ടാമത് വന്നുനോക്കുമ്പോൾ ഞാൻ കണ്ട കാഴ്ച എന്നെ തീർത്തും അമ്പരപ്പിച്ചു.

ദീനാമ്മാമ്മ കട്ടിലിൽ നീണ്ടു നിവർന്നു കിടക്കുന്നു. പ്രായമായ ക്രിസ്ത്യാനിപ്പെണ്ണുങ്ങൾ ധരിക്കുന്ന മുറിയും ചട്ടയുമാണ് ധരിച്ചിരിക്കുന്നത്. പള്ളിയിൽ പോകുമ്പോൾ ധരിക്കാറുള്ള ഒരു പുതമുണ്ട് കൊണ്ട് ദേഹം പുതച്ചിരിക്കുന്നു. കൈകൾ രണ്ടും വയറ്റത്ത് കോർത്തുപിടിച്ചിരിക്കുന്ന നിലയിലാണ്. അറ്റത്തു ക്രൂശിതരൂപമുള്ള ഒരു കൊന്ത വിരലുകളിൽ ചുറ്റിപ്പിണഞ്ഞുകിടക്കുന്നുണ്ട്. തലഭാഗത്തു ഒരു ചെറിയ മേശയിൽ തിരശ്ചീനതലത്തിൽ വെച്ച ആ മരക്കമ്പിന്റെ അറ്റങ്ങളിൽ ഓരോ മെഴുകുതിരി കത്തിക്കൊണ്ടിരിക്കുന്നു. അതിനും നടുവിലായി ക്രിസ്തുവിന്റെ ക്രൂശിതരൂപം.

ചന്ദനത്തിരികൾ പുകഞ്ഞുകൊണ്ടിരിക്കുന്നു.

കുന്തിരിക്കത്തിന്റെ മണം പരക്കുന്നു.

ആ പുകയും മണവും ഞാൻ ആദ്യം വരുമ്പോഴും ഉണ്ടായിരുന്നതായി എനിക്ക് തോന്നി.

മത്യാസ് വന്നയുടൻ വീട്ടിലെ സ്വിച്ചുകൾ ചിലത് ഓൺ ചെയ്തു.

അവനു അതൊക്കെ പരിചിതമായിരുന്നുവെന്നു തോന്നി. ലൈറ്റുകൾ തെളിഞ്ഞതോടെ അല്പമൊരു ആശ്വാസം തോന്നി. എന്നിരുന്നാലും അമ്പരപ്പ് തീർത്തും മാറിയില്ല. മുറിയുടെ മൂലയിൽ വെളുത്ത എന്തോ ദ്രാവകമിരിക്കുന്നുണ്ട്. ഓ, ഇതായിരിക്കണം വാസുവിനോട് ദീനാമ്മാമ്മ ചോദിച്ച് വാങ്ങിയ കള്ള് എന്ന് ഞാൻ പെട്ടെന്നോർത്തു.

എലീസായോടും മത്യാസിനോടുമായി ഞാൻ പറഞ്ഞു,"ഞാൻ ആദ്യം വരുമ്പോൾ ദീനാമ്മാമ്മ ഈ കട്ടിലിൽ നിശ്ചലയായി കിടക്കുകയായിരുന്നു. ഈ കാണുന്ന ചമയങ്ങളൊന്നുമുണ്ടായിരുന്നില്ല; മറ്റാർക്കെങ്കിലും വന്നു ഇവയൊക്കെ ഇങ്ങനെ ക്രമീകരിക്കാനുള്ള സമയവുമായിട്ടില്ല. എനിക്കൊന്നും മനസ്സിലാകുന്നില്ല. എലീസാ."

മത്യാസാണ് മറുപടി പറയാൻ മുന്നോട്ട് വന്നത്.

"അപ്പാ, എന്നോട് ദേഷ്യപ്പെടരുത്. ഇതൊക്കെ ചെയ്തത് അവരാണ്."

"ആര്?"

"ദീനാമ്മാമ്മയെക്കാണാൻ ഇടയ്ക്കിടെ വരാറുണ്ടെന്ന് ആളുകൾ പറയുന്നില്ലേ, അവരായിരിക്കണം വന്നു ഇതൊക്കെ ചെയ്തത്."

ഞാൻ ഒന്ന് നടുങ്ങി. ആരിൽനിന്നും ഇതൊക്കെ അറിയാതെ ഞാൻ മറച്ചു പിടിച്ചുവോ അവനാണ് അസന്നിഗ്ധമായി പറയുന്നത് അവരാണിതൊക്കെ ചെയ്തതെന്ന്.

ഞാൻ മത്യാസിനോട് ഒന്നും ചോദിച്ചില്ല. എന്നെ ചെറുതായി ഒരു വിറയൽ ബാധിക്കുന്നുവെന്ന് തോന്നി.

ആരോ ഒന്നു രണ്ടുപേരുകൂടി മറ്റൊരു ടോർച്ചു തെളിച്ചുകൊണ്ട് വരുന്നുണ്ട്. ഒരുപക്ഷേ വാസുവും ഭാര്യയുമായിരിക്കും.

ഞാൻ എന്റെ മൊബൈൽ ഫോൺ എന്റെ മകന്റെ നേരെ നീട്ടി. "മോനെ, മാമ്മച്ചൻ അങ്കിളിന്റെ നമ്പർ ഒന്ന് ചികഞ്ഞെടുത്ത് തരൂ."

ദ്ഷാ വ്യൂ

വൃദ്ധൻ വെനീഷ്യൻ ബ്ലൈൻഡ്സിന്റെ ഇടയിലൂടെ പുറത്തേയ്ക്കു നോക്കി.

വാഹനങ്ങളുടെ ഹെഡ്ലൈറ്റുകൾ നിരത്തിനെ ഭാഗികമായി പ്രകാശമാനമാക്കുന്നു.

കൂടെയുണ്ടായിരുന്ന ബാലൻ കൗണ്ടറിൽ ചെന്ന് നിന്ന് മാനേജരോട് സംസാരിക്കുന്നുണ്ട്.

മങ്ങിയ ഹോട്ടലിന്റെ ഉൾഭാഗം. വർണചില്ലുകളിലൂടെ ഒഴുകിയെത്തുന്ന അരണ്ട പ്രകാശം.

വെയ്റ്റർ കൊണ്ടുവന്ന മെനുകാർഡിലേയ്ക്ക് നോക്കി. അപര്യാപ്തമായ വെളിച്ചത്തിൽ അയാൾക്ക് ഒന്നും വായിക്കാൻ കഴിഞ്ഞില്ല.

കൗണ്ടറിൽ ചെന്ന് സംസാരിക്കുന്ന പേരക്കുട്ടി അരികെ വന്നിരിക്കട്ടെ. എന്താണ് വേണ്ടതെന്നു അപ്പോൾ തീരുമാനിക്കാം. അയാൾ മനസ്സിൽ കരുതി.

നഗരത്തിന്റെ തിരക്ക് കുറഞ്ഞ ഭാഗമാണ്. എന്നാലും നിരത്തിൽ എന്താണാവോ വേണ്ടത്ര ലൈറ്റുകൾ ഇല്ലാത്തത്? ഒരുപക്ഷേ ചെറുപ്പക്കാർക്ക് ഇത്രയും വെളിച്ചം മതിയായിരിക്കും. നിരത്തിന്റെ ഇരുവശങ്ങളിലായി വളർന്നു നിൽക്കുന്ന വൃക്ഷങ്ങൾ അന്തരീക്ഷത്തിന്റെ ബീഭത്സ്വഭാവത്തിന് ആക്കം കൂട്ടുന്നു.

പകൽ സമയത്ത് നല്ല ഉഷ്ണമായിരുന്നു. ഇപ്പോൾ ചെറിയ തണുപ്പ് വീണിരിക്കുന്നു.

നേരിയ മഞ്ഞുണ്ട് പുറത്ത് വിന്റർ സീസനാണല്ലോ.

സന്ധ്യയ്ക്ക് ഒന്ന് നടക്കാമെന്നു നിർദ്ദേശിച്ചത് അവനാണ് - പേരക്കുട്ടി.

സൗമ്യനും അനുസരണശീലമുള്ളവനുമായ അവനോടൊത്തു നടക്കാൻ സന്തോഷമാണ് തോന്നിയത്. തിരക്കുള്ള ഫുട്പാത്തിലൂടെ ബദ്ധപ്പെട്ടാണ് നടന്നത്.

ക്ഷീണം തോന്നി.

"മോന് വല്ലതും കഴിക്കണോ" എവിടെയെങ്കിലുമൊന്നിരിക്കണമെന്നു തോന്നിയതിന്റെ പ്രതികരണം കൂടിയായിരുന്നു അത്.

"വേണമെന്നില്ല മുത്തച്ഛാ."

"എന്നാലും വാ."

അങ്ങിനെയാണ് ഈ ഹോട്ടലിൽ എത്തിപ്പെട്ടത്. " ചൈനീസ് ടേസ്റ്റ്."

മംഗോളിയൻ വർഗ്ഗത്തിൽപ്പെട്ട ജോലിക്കാരെയാണ് പ്രതീക്ഷിച്ചത്.

കണ്ടത് മലയാളികൾ എന്നു തോന്നുന്നവരെ മാത്രം. അതും സ്ത്രീകൾ. കസ്റ്റമേഴ്സ് ആയി അധികം പേരെയൊന്നും കണ്ടില്ല.

"എന്താണ് മോന് വേണ്ടത്?"

"ഹെവിയായായി ഒന്നും വേണ്ട. എനിക്ക് പറ്റിയ ഐസ്ക്രീം വല്ലതുമുണ്ടോയെന്നു ചോദിക്കട്ടെ."

മെനുകാർഡ് കൊണ്ടുവരുന്നതിന് മുമ്പേ അവൻ കൗണ്ടറിലേക്ക് നടക്കുകയായിരുന്നു.

തോളിലൊരു മാറാപ്പുമായി ഒരു സായിപ്പും പുറകെ ഒരു മദാമ്മയും കയറിവന്നു. ഒരു മൂലയിലായി റിസേർവ്ഡ് എന്ന് എഴുതിവച്ച ഒരു ചെറിയ മേശയ്ക്കിരുപുറവുമായി അവരിരുന്നു.

വൃദ്ധന് അവാച്യമായ ഒരു അസ്വസ്ഥത അനുഭവപ്പെട്ടു. പുറത്ത് വൃക്ഷങ്ങൾ അടിഭാഗമൊഴിച്ച് വെറും ഇരുട്ടുക്കട്ടകളായി മാറിയിരിക്കുന്നത് അയാൾ കണ്ടു. മരങ്ങളുടെ ശിഖരങ്ങൾ ഇനിയും ഇരുട്ടുകട്ടകളായ് വളർന്ന് അകത്തേയ്ക്ക് തള്ളിക്കയറുമെന്നും തന്നെ തൽക്ഷണം ഇരുട്ട് വിഴുങ്ങുമെന്നും അയാൾ ഭയപ്പെട്ടു.

അയാൾക്ക് വിശപ്പുണ്ടായിരുന്നു. എന്നാൽ എന്തെങ്കിലും കഴിക്കണമെന്ന് ആഗ്രഹിച്ചില്ല. ഈ സന്ധ്യ അയാൾ പേരക്കുട്ടിക്കായി ഉഴിഞ്ഞുവെച്ചതായിരുന്നു.

വേണ്ടെന്നു വച്ചിട്ടും അയാളുടെ കണ്ണുകൾ സായിപ്പിന്റെയും മദാമ്മയുടെയും നേർക്ക് നീണ്ടു.

പെട്ടെന്ന് അയാളുടെ മനസ്സിലേയ്ക്ക് ഒരു ഇംഗ്ലീഷ് പദം കടന്നുവന്നു.

“ദ്ഷാവ്യ.”

ശരിക്കും പറഞ്ഞാൽ ഇംഗ്ലീഷ് പദമല്ല; ഫ്രഞ്ചിൽ നിന്നും ഇംഗ്ലീഷിലേക്ക് കടന്നുവന്ന ഒരു പദം; പലരും ഭാഗികമായി ശരിയായോ തെറ്റായോ ഡിജാവ്യ എന്നൊക്കെ ഉച്ചരിക്കാറുള്ള പദം.

“ഞാനൊരു ഹെറേറോ ഹെർഷീ ചോക്കലേറ്റ് ഓർഡർ ചെയ്യു. ഗ്രാൻഡ് പാ.”

“ദാറ്റ്സ് ഫൈൻ.”

“ഐ തോട്ട് യൂ വുഡിന്റ് ലൈക് ഇറ്റ്.”

“ഓ നോ. ഓർഡർ എ പ്ലെയിൻ വാനില ഫോർ മി. ഇഫ് യു വുഡ്ന്റ് മൈൻഡ്.”

അവൻ വീണ്ടും എഴുന്നേറ്റു പോയ്.

വൃദ്ധൻ ഓർമ്മകളിലേക്ക് വീണ്ടും വഴുതി വീണു.

അവൻ ഒരു ചെറിയ കുട്ടിയായിരുന്നപ്പോഴും വളരെ നാൾ തന്നോടൊത്താണ് കഴിഞ്ഞിരുന്നത്. താൻ ഉദ്യോഗത്തിൽ നിന്ന് വിരമിച്ച കാലം, സ്കൂളിൽ നിന്ന് വന്നാൽ ഉടൻ തന്നോടൊത്തായിരുന്നു സമയം ചെലവഴി ച്ചിരുന്നത്. നടക്കാൻ പോകലും, സ്കൂട്ടറിൽ തന്റെ പുറകിലിരുന്നു ചുറ്റലും, വൺ റ്റു വൺ ക്രിക്കറ്റ് കളിയും, പാട്ടും കൂത്തും ഒക്കെ ഒന്നിച്ചു.

അവൻ കുഞ്ഞായിരിക്കെത്തന്നെ തന്റെ വാർദ്ധക്യത്തിൽ തനിക്ക് ബാല്യം സമ്മാനിച്ചവനാണ്. സാവകാശം അവൻ തന്റെ ആൾട്ടർ ഈഗോ ആയി മാറുകയായിരുന്നു.

അങ്ങനെയിരിക്കെയാണ് അത് സംഭവിച്ചത് അവന് അഞ്ച് വയസ്സ് പ്രായം കാണും.

അന്നും നടക്കാനിറങ്ങുമായിരുന്നു. പേരക്കുട്ടിയും ഒരുമിച്ച്.

സമീപത്തു ഒരു ചെറിയ ചന്ത വരെ പോകും. അവിടെ മീനും പച്ചക്കറികളും വിൽക്കുന്ന ഒരു സ്ഥല മുണ്ടായിരുന്നു. അതിന്റെ ചുറ്റുമായി നാലഞ്ച് കടകൾ. ഒന്നു രണ്ടെണ്ണം ചായക്കടകളായിരുന്നു. കുറച്ചുകലെയായി തരക്കേടില്ലാത്ത ഒരു ഹോട്ടലും ഉണ്ടായിരുന്നു. നടക്കാനിറങ്ങുന്ന ചില ദിവസങ്ങളിൽ ഹോട്ടലിൽ കയറും. കുട്ടിക്ക് എന്തെങ്കിലും വാങ്ങി കൊടുക്കും; താൻ ഒരു ചായയും കുടിക്കും. അതായിരുന്നു പതിവ്.

അന്നൊരു ദിവസം ഹോട്ടലിൽ കയറിയപ്പോൾ കണ്ടു; കീറിയ നിക്കറിട്ട ഒരു സായിപ്പും മുക്കാൽപാന്റ്സും ബനിയനുമിട്ട ഒരു മദാമ്മയും അവരെന്തൊക്കെയോ ഭക്ഷിച്ചുകൊണ്ടിരുന്നു. കാര്യമായി

അവരുടെ നേരെ നോക്കിയില്ല. മോശമല്ലേ?

കുട്ടിയെന്താണ് കഴിച്ചതെന്നോർക്കുന്നില്ല. താൻ പതിവുപോലെ ഒരു കാലിച്ചായ കുടിച്ചു. പുറത്തിറങ്ങുമ്പോൾ ഒരു പരിചയക്കാരനെ ക്കണ്ടു. പരിസരം മറന്ന് രണ്ടുമൂന്ന് മിനിറ്റു നേരം അങ്ങിനെ നിന്ന് പോയി.

പെട്ടെന്നാണ് കുട്ടിയുടെ കാര്യമോർത്തത് കാണുന്നില്ല, അവനെ കാണുന്നില്ല. പകപ്പോടെ നിരത്തിലേക്ക് ഓടിയിറങ്ങി മുന്നോട്ടും പിന്നോട്ടും നോക്കി. പോകുന്നവരെയും വരുന്നവരെയും നോക്കി. കാണുന്നില്ല. കുട്ടിയെ കാണുന്നില്ല.

രണ്ടും കല്പിച്ച് ആവുന്നത്ര വേഗത്തിൽ മുന്നോട്ടോടി.

അവരെക്കണ്ടു; സായിപ്പും മദാമ്മയും. അവർ കൈകോർത്തു പിടിച്ചുകൊണ്ട് വേഗം നടക്കുകയാണ്, പരസ്പരം എന്തൊക്കെയോ പറഞ്ഞു കൊണ്ട്. അതിനു പുറകെയായി അവൻ. പേരക്കുട്ടി. അവൻ ശങ്കയൊന്നുമില്ലാതെ മുന്നോട്ടു നടക്കുകയാണ്.

ഒരു വൃദ്ധൻ ഇങ്ങനെയോടുന്നതെന്തിനെന്നോർത്തായിരിക്കും ഒരു പാടാളുകൾ വഴിയിൽ നോക്കിനിൽക്കുന്നുണ്ടായിരുന്നു. വിളിക്കാൻ ഒച്ച പൊന്തിയില്ല. അവസാനം പുറകേയോടിയെത്തി പിടിക്കുമ്പോൾ അവനും അമ്പരപ്പായിരുന്നു.

"നീയെന്താണ് മോനെ മുത്തച്ഛനോട് പറയാതെ"...

"മുത്തച്ഛൻ കൂടെയുണ്ടെന്നാണ് ഞാൻ കരുതിയത്."

അസാധാരണമായിട്ടൊന്നും നടന്നില്ല. ആരോടും ഒന്നും പറഞ്ഞി ല്ല. ആരും ഒന്നും ചോദിച്ചില്ല താനും. എങ്കിലും അന്ന് ഭയങ്കരമായി ഭയചികിതനായിപ്പോയി. ഇന്നും അക്കാര്യമോർക്കുമ്പോൾ ചങ്കിടി ക്കുന്നു.

പിന്നീട് കാര്യങ്ങളൊക്കെ അപ്പാടെ മാറി. ഒരു ഗൾഫ് രാജ്യത്തു ജോലികിട്ടി അപ്പനുമമ്മയും പോകുമ്പോൾ സ്വാഭാവികമായി അവനെയും കൂട്ടി. പിന്നെ പഠനവും വളർച്ചയുമൊക്കെ ഗൾഫിലായി രുന്നു. അവനോടുള്ള തന്റെ ഹൃദയബന്ധം മുറുകിയതേയുള്ളൂ. അവൻ വല്ലപ്പോഴും വരുമ്പോഴായിരുന്നു മനസ്സിൽ പെരുന്നാൾ മഹാമഹം. മടങ്ങി പോകുന്ന ദിനം ദുഃഖവെള്ളിയാഴ്ചയും

"മുത്തച്ഛൻ എന്താണ് ആലോചിക്കുന്നത്? ഐസ്ക്രീം തൊട്ടി ല്ലല്ലോ."

"ങ്ഹും." അലക്ഷ്യമായി മൂളി.

"നീ എന്താണീ കഴിക്കുന്നത്? ശർക്കര പോലെയുണ്ട്."

ഇതാണ് മുത്തച്ഛാ, ഹെരേറോ ഹെർഷി-ഹെർഷി യു എസ് ചോക്ലേറ്റ് ആണ്; ഹെറേറോ ഇറ്റാലിയൻ...

പുറത്തുനിന്നും തള്ളിക്കയറാൻ ശ്രമിക്കുന്ന ഇരുട്ട് തന്നെ വിഴുങ്ങിയാലും പേരക്കുട്ടിക്ക് ഒന്നും പറ്റരുത് എന്ന് ചിന്തിക്കുകയായിരുന്നു വൃദ്ധൻ.

അയാൾ വാനില തൊട്ടു നോക്കിയതേയില്ല. അയാൾക്ക് ഒരു ചായ കുടിക്കണമെന്നുണ്ടായിരുന്നു. ഓർഡർ ചെയ്തില്ല. എങ്ങിനെയെങ്കിലും പുറത്തു കടക്കുക എന്നതായിരുന്നു മനസ്സിൽ.

പുറത്തു കടന്നപ്പോൾ ആശ്വാസം തോന്നി; കുറച്ച് കൂടി മുന്നോട്ടു നടന്നു. അധികം വെളിച്ചമുള്ളിടത്തു എത്തിയപ്പോൾ സന്തോഷവും. എന്നാൽ അത് താത്കാലികമായിരുന്നു. വൃദ്ധൻ ഒരു "ദ്ഷാ വ്യൂ" വിന്റെ പിടിയിലമർന്നു ഞെരിപിരി കൊള്ളുകയായിരുന്നു.

ഉദ്യോഗത്തിലിരിക്കുമ്പോൾ ഒരു സഹപ്രവർത്തകനാണ് ആ പദം പരിചയപ്പെടുത്തിയത്. അയാൾ പറഞ്ഞത് "ഡിജാവു" എന്നാണ്. പലരും ഇപ്പോഴും അങ്ങിനെയാണ് പറയുന്നത്. "ദിഷാ വ്യൂ" എന്നാണ് ഉച്ചാരണം എന്നത് പിന്നീട് നെറ്റിൽ നോക്കി മനസ്സിലാക്കിയതാണ്. ഒരു കാര്യം ഉണ്ടാകുമ്പോൾ അതുപോലൊന്നു നേരത്തെ തന്നെ ജീവിതത്തിൽ അനുഭവപ്പെട്ടിട്ടുണ്ട് എന്ന തോന്നൽ.

ഇവിടെ തന്റെ പേരക്കുട്ടിയുടെ സാന്നിദ്ധ്യം, അതോടൊപ്പം സായിപ്പും മദാമ്മയും. ആപത്തുണ്ടാകണമെന്നത് അനിവാര്യമല്ലെങ്കിലും, ഇംഗ്ലീഷിൽ പ്രിമോനിഷൻ എന്നറിയപ്പെടുന്ന ആപത് ശങ്ക വൃദ്ധനെ നന്നായി അലട്ടുകയയോ വിരട്ടുകയോ ഉണ്ടായി. പണ്ടത്തെ കുഞ്ഞല്ല, ഒരു യുവാവാണ് തന്റെ പേരക്കുട്ടി എന്നത് അയാളെ തെല്ലും ആശ്വസിപ്പിച്ചില്ല. ഫുട്പാത്തിലൂടെ വേഗം നടന്നിരുന്ന അവന്റെ കൈയിൽ വൃദ്ധൻ കടന്നു പിടിച്ചത് അതുകൊണ്ടാണ്. അയാൾ അവനു തനിക്കായതുപോലെ സംരക്ഷണം നല്കാൻ ശ്രമിക്കുകയായിരുന്നു.

"നമുക്ക് റെയിൽ പാളം മുറിച്ചു കടക്കാം മുത്തച്ഛാ, അല്പം കൂടി നടക്കലായി; വീട്ടിലെത്താൻ എളുപ്പവുമായി."

"ശരി മോനെ."

അയാൾക്ക് തന്നേ ക്ഷീണമുണ്ടായിരുന്നു. ഒരു ഓട്ടോറിക്ഷ പിടിച്ചു വീട്ടിലെത്തണം എന്നായിരുന്നു മനസ്സിലിരിപ്പ്. എങ്കിലും അയാൾ പേരക്കുട്ടി പറഞ്ഞത് സമ്മതിച്ചു. അവനു അടുത്ത ദിവസം തന്നെ ദൂരെ കോളെജിലേക്ക് മടങ്ങിപ്പോകേണ്ടതുണ്ടായിരുന്നു. അവനോട്

സഹകരിക്കാൻ കിട്ടുന്ന അവസാനത്തെ സന്ദർഭമാകാമിത്, വൃദ്ധൻ മനസ്സിൽ കരുതി. അയഞ്ഞുതൂടങ്ങിയിരുന്ന പാൻസിന്റെ ബെൽറ്റ് അയാൾ ഒന്ന് മുറുക്കി. പിന്നെ അയാൾ റെയിൽപ്പാളം ലക്ഷ്യമാക്കി നടന്നു. മുത്തച്ഛന്റെ കൈയ്യും വിട്ടുവിച്ച് അവനാണ് ആദ്യം കടന്നത്.

സ്വന്തം ഷൂസിന്റെ ലെയ്സ് അയഞ്ഞതു മുറുക്കാൻ വൃദ്ധൻ ഏതാനും നിമിഷങ്ങൾ ചെലവഴിച്ചു. പേരക്കുട്ടി മുന്നോട്ടു നടക്കുകയായിരുന്നു. ഒന്നും അറിയാതെ. പെട്ടെന്ന് കാറിക്കുകിയെത്തുന്ന ട്രെയിൻ അയാൾ കണ്ടു.. മറ്റൊരു അമ്പരപ്പിക്കുന്ന കാഴ്ച കൂടി അയാളുടെ ദൃഷ്ടിയിൽ പെട്ടു. ഹോട്ടലിൽ വെച്ചു കണ്ട സായിപ്പും മദാമ്മയും പരസ്പരം സംസാരിച്ചു കൊണ്ട് പേരക്കുട്ടിയുടെ മുന്നിലായി നടന്നു മുന്നേറുന്നു. "ദിഷാ വ്യൂ" ആരോ അയാളുടെ മനസ്സ് കുലുങ്ങുമാറുച്ചത്തിൽ ഉള്ളിൽ നിന്ന് വിളിച്ചു പറയുന്നു. പാളം പെട്ടെന്ന് വട്ടം കടക്കാനായി അയാൾ കുതിച്ചു ചാടി, ആവുന്നത്ര ശക്തിയോടെ. പാളത്തിനിടയിൽ എങ്ങിനെയോ പെട്ട് എഴുന്നു നിന്നിരുന്ന ഒരു കമ്പിക്കഷണം അയാളുടെ പഴകിയ ഷൂസിന്റെ അടിഭാഗം തുളച്ചു കാല്പാദത്തിലേയ്ക്കു കുത്തിക്കയറിയിരിക്കുന്നു. ഒപ്പം ആരോ അയാളുടെ തൊണ്ടയിലെ മൈക് ഊതിക്കെടുത്തിയെന്നും അയാൾക്ക് തോന്നി. കത്തിപ്പടരുന്ന വേദനയ്ക്കിടയിൽ അയാൾ കാല് ഒന്ന് അനക്കാൻ ശ്രമിച്ചു, കഴിഞ്ഞില്ല. ആകാശത്തുനിന്നും അയാളുടെ ബോധമണ്ഡലത്തിലേയ്ക്ക് ഒരു മെസ്സേജ് പാളിവീണു. ക്ലിക്ക് ചെയ്തു . ഓപ്പണാക്കാതെ തന്നെ അയാൾക്ക് മെസ്സേജ് വായിക്കാൻ കഴിഞ്ഞു. ദൈവതിരുമനസ്സിനു കീഴടങ്ങി അയാൾ ഞൊടിയിടയിൽ പാളത്തിൽ കൈകൾ വിരിച്ച് മുട്ടിന്മേൽ നിന്നു. അയാൾ നേരത്തെ ഭയപ്പെട്ടിരുന്ന ഇരുട്ട് അയാളുടെ തലച്ചോറിലേക്ക് ഇരച്ചു കയറി.

എന്റെ സ്വപ്നം

ഞാൻ ഒരു ഇടവഴിയിലൂടെ എന്തിനാണ് കാറോടിച്ചെത്തിയതെന്ന് സത്യത്തിൽ എനിക്കറിഞ്ഞുകൂടാ. കാറ് കഷ്ടിച്ചുമാത്രം കടന്നുപോകുന്ന വളഞ്ഞുപുളഞ്ഞു മുന്നേറുന്ന ഒരു വഴിയായിരുന്നു അത്. ഓലകൊണ്ട് മറച്ച വേലികൾ. ഇരുഭാഗത്തും വീതികുറഞ്ഞ പടികളിലൂടെ വഴിയിലേയ്ക്കു നോക്കിയിരിക്കുന്ന വീടുകൾ. അവ സാധാരണക്കാരുടെ വീടുകളായിരുന്നു. ഇടയ്ക്കിടെ തുറക്കാത്ത ഒറ്റപ്പെട്ട പീടിക മുറികൾ അന്ന് ഒരു അവധി ദിവസമാണെന്ന് വിളംബരം ചെയ്യുന്നുണ്ടായിരുന്നു.

കാറു നിറുത്തിയിറങ്ങി ആരെയോ കണ്ട് സംസാരിച്ചുവെന്നു മാത്രമേ എനിക്ക് പറയാൻ കഴിയൂ.

അവ്യക്തത എന്നെയും ലോകത്തെയും ചൂഴ്ന്നു നിന്ന ഒരു സന്ധ്യ. മഴ ചന്നം പിന്നം പെയ്തു കൊണ്ടിരിക്കുന്നു. ഞാൻ വഴിയിലേയ്ക്കു തിരിച്ചു വന്ന് കാറിൽ കയറാൻ ഭാവിക്കുകയായിരുന്നു. ഞാൻ തന്നെ യാണ് ഡ്രൈവ് ചെയ്തിരുന്നത്. ഞാൻ മാത്രമേ കാറിൽ ഉണ്ടായിരുന്നുള്ളൂ. താനും കാർ ഗിയറിലിട്ട് എഞ്ചിൻ ഓഫ് ആക്കി പുറത്തിറങ്ങിയത് ഞാൻ കൃത്യമായി ഓർക്കുന്നു.

എന്നിട്ടുമെന്താണിങ്ങനെ?

ഞാൻ സാവകാശം നടന്നടുക്കുകയായിരുന്നു. കാറ് ഉരുണ്ടു നീങ്ങുന്നത് കണ്ടുവെങ്കിലും അത് ഉരുണ്ട് അധികദൂരം പോകുമെന്ന് ഞാൻ സ്വപ്നേപി നിരൂപിച്ചില്ല. ഞാൻ അടുത്തെത്തി ഡോർ തുറക്കാൻ ഭാവിച്ചപ്പോഴെയ്ക്കും അത് ഒന്നു കുലുങ്ങിയിട്ട് വീണ്ടും ഉരുണ്ട് മുന്നോട്ടുപോയി. ഞാൻ ഇത്തവണ അൽപം വേഗത്തിൽ നടന്നു; പിന്നീട് ഓടാൻ തുടങ്ങി. കാറിലേയ്ക്ക് കൈയ്യെത്തിക്കാൻ എനിക്കു കഴിഞ്ഞില്ല. ഞാൻ നോക്കി നില്ക്കെ, അജ്ഞാതനായ, അദൃശ്യനായ ഒരു

ഡ്രൈവർ ഓടിച്ചാലെന്ന കണക്ക് കാർ പെട്ടെന്ന് പാതിയിലെ ഒരു വളവ് തിരിഞ്ഞ് മുന്നോട്ട് ഓടി. വളവിലേയ്ക്ക് ഞാൻ ഓടിയെത്തുമ്പോൾ കാറിന്റെ ഒരു പൊടിപോലും കാണാനില്ലായിരുന്നു.

വളവ് തിരിഞ്ഞശേഷം വഴി ഒരു ഇറക്കത്തിലേയ്ക്കായിരുന്നു. ഒരു പാടശേഖരത്തിന്റെ മദ്ധ്യത്തിലൂടെ അത് എങ്ങോട്ടോ നീണ്ടു കിടന്നു. ഓടിയോടി ഞാൻ ആ വഴി കുറേനേരം പിന്തുടർന്നു. പാടത്തെവിടെയെങ്കിലും വണ്ടി മറിഞ്ഞു കിടക്കുന്നുണ്ടോയെന്നു ഞാൻ നോക്കി; കണ്ടില്ല. ഓട്ടം നിറുത്തി ഞാൻ വീണ്ടും നടക്കാൻ തുടങ്ങി. നിരാശമൂലം നടത്തം പിന്നെ വളരെ പതുക്കെയായി. കുറെ ദൂരം പിന്നിട്ടപ്പോൾ മുന്നിലൊരു ക്ഷേത്രം കണ്ടു. വഴി അവിടെവച്ച് തിരിഞ്ഞ് മറ്റൊരു ദിക്കിലേക്ക് വളഞ്ഞുപോകുകയായിരുന്നു.

ക്ഷേത്രം അതുവരെ പിന്തുടർന്ന വഴിയിൽ നിന്ന് അല്പം ഇടതുവശത്തേയ്ക്ക് നീങ്ങിയാണ് സ്ഥിതി ചെയ്തിരുന്നത്. പാതയ്ക്കു നേരെ ക്ഷേത്രാങ്കണത്തിനു കുറുകെയായി ഞാൻ കാറിന്റെ ചക്രമുരുണ്ട പാടുകൾ കണ്ടു. അതിലൂടെ ഉരുണ്ട് പോയ കാറ് ക്ഷേത്രത്തിനു പിന്നിലുണ്ടായിരുന്ന വിസ്തൃതമായൊരു കുളത്തിൽ വീണ് താഴ്ന്നു പോയിരിക്കാമെന്ന് ഞാൻ ഊഹിച്ചു. കുളത്തിന്റെ ഇടിഞ്ഞ വശങ്ങളും കാറിന്റെ ചക്രങ്ങൾ പുത ഞ്ഞുരുണ്ട അടയാളങ്ങളും എന്റെ സംശയം ബലപ്പെടുത്തി. എനിക്ക് മനസ്സിന് ഒരു തരം മരവിപ്പാണ് അനുഭവപ്പെട്ടത്. നഷ്ടബോധത്തെത്തുടർന്നുണ്ടാകുന്ന ദുഃഖമോ നിരാശയോ ഒന്നും തോന്നിയില്ല. കാറിൽ ഞാൻ സൂക്ഷിച്ചിരുന്നന്ന ആർ.സി ബുക്ക്, ലൈസൻസ് എന്നിവ നഷ്ടപ്പെട്ടുമല്ലോയെന്നു ചിന്തിക്കാതെയിരുന്നില്ല. എന്നാൽ വാഹനം തന്നെ നഷ്ടപ്പെട്ടുമ്പോൾ ഇത്തരം രേഖകൾക്ക് എന്തു പ്രസക്തിയാണുള്ളതെന്നു ഞാനന്നേരം ആലോചിക്കേണ്ടതായിരുന്നു.

പോയതൊക്കെ പോകട്ടെയെന്നു വച്ച് എല്ലാമുപേക്ഷിച്ച് വിട്ടുപോരാൻ എനിക്കു മനസ്സു വന്നില്ല. അവ തിരിച്ചുകിട്ടാൻ ശ്രമിക്കുകയെങ്കിലും വേണമെന്നൊരു തോന്നൽ.

ഇതിനകം മഴ വല്ലാതെ മുറുകിയിരുന്നു. ഞാൻ മഴ കൊണ്ട് നനഞ്ഞാണു നിന്നിരുന്നത്. കാറുരുണ്ടു നീങ്ങാൻ തുടങ്ങിയതിനു ശേഷം ഒരു മനുഷ്യനെയെങ്കിലും വഴിയിൽക്കണ്ടതായി ഓർക്കുന്നില്ല. ആരെങ്കിലും ഒന്നു സഹായിക്കാനുണ്ടായിരുന്നെങ്കിലെന്നു ഞാൻ ആശിച്ചുപോയി. കുറഞ്ഞ പക്ഷം ഒരു ഉപദേശമെങ്കിലും കിട്ടിയാൽ മതിയായിരുന്നു.

കുളത്തിന്റെ അരികിലായി അപ്പോഴാണ് ഞാൻ കണ്ടത് ഒരു ചെറിയ വീട്. അവിടെയെങ്ങാൻ സഹായത്തിന് ആരെയെങ്കിലും കിട്ടുമോയെന്നറിയുവാൻ ഞാൻ നേരെ ആ വീടിനുനേരെ നടന്നു. മദ്ധ്യവയസ്കയായ ഒരു സ്ത്രീ വരാന്തയിലിരുന്ന് ക്രോഷികൾ ഉപയോഗിച്ച് ഒരു തൊപ്പിതുന്നിക്കൊണ്ടിരിക്കുകയായിരുന്നു. ഞാൻ വരാന്തയ്ക്കു സമീപമെത്തിനിന്നപ്പോൾ ആ സ്ത്രീ എഴുന്നേറ്റു. അപ്പോഴും മഴ നിലച്ചിട്ടുണ്ടായിരുന്നില്ല. ആവീടിന്റെ മുറ്റത്ത് വെള്ളം കെട്ടിക്കിടപ്പുണ്ടായിരുന്നു. മുറ്റത്ത് ചവിട്ടിയ ഇടങ്ങളിലെല്ലാം ഒന്നുരണ്ടംഗുലം താഴ്ന്നുപോകുന്നതായി എനിക്ക് അനുഭവപ്പെട്ടു.

"അവൻ വിശ്രമിക്കുകയാണ്", ആ സ്ത്രീ എന്നോടായി പറഞ്ഞു. ഞാനൊന്നും മിണ്ടാതെ നില്ക്കുകയാണെന്നു കണ്ട് അവർ തുടർന്നു. "രാവിലെ നാലഞ്ചു കൂട്ടർ വന്നിരുന്നു, കുളത്തിൽ വീണ അവരുടെ വാഹനങ്ങൾ വീണ്ടെടുക്കാൻ സഹായം തേടി."

ഞാൻ അപ്പോഴും ഒന്നും പറഞ്ഞില്ല.

അവൻ അവരെയെല്ലാവരെയും സഹായിച്ചു. അവസാനം അവശനായി തിരിച്ചെത്തി. ഭക്ഷണം ശകലം കഴിച്ചെന്ന് വരുത്തി വിശ്രമിക്കാൻ കിടന്നതാണ്. ഇപ്പോൾ നല്ല ഉറക്കത്തിലാണ്." തന്റെ ലക്ഷ്യം ആ സ്ത്രീ തിരിച്ചറിഞ്ഞുവെന്നതും മുമ്പെ തന്നെ വാഹനങ്ങൾ വെള്ളത്തിൽ വീഴാൻ തുടങ്ങിയിരുന്നുവെന്നറിഞ്ഞതും എന്നെ അത്ഭുതപ്പെടുത്തി.

സഹായം ലഭിക്കാനിടയില്ലെന്നു തോന്നിയ നിമിഷം ഞാൻ തിരിഞ്ഞുനടന്നു. എന്തു സഹായമാണ് ഞാൻ പ്രതീക്ഷിച്ചിരുന്നതെന്ന് എനിക്കു തന്നെ പറയാനാകുമായിരുന്നില്ല.

"പോകാതെ കുഞ്ഞേ ഞാൻ അവനെ ഉണർത്താൻ ശ്രമിക്കാം."

ആ സ്ത്രീയുടെ ശബ്ദം ഞാൻ ഗൗനിച്ചില്ല.

ഞാൻ നടക്കുമ്പോൾ എന്റെ കാൽ എന്തിലോ തട്ടി. അതു പറമ്പിൽ കിടന്നിരുന്ന ഒരു പഴയതരം വീഞ്ഞു ഭരണിയുടെ കഷ്ണമായിരുന്നു. ഏതായാലും തട്ടിയത് കാര്യമായില്ല, കുളത്തിന്റെ വക്കത്തുകൂടെ ഞാൻ ആഞ്ഞു നടന്നു. മുമ്പ് കണ്ട ക്ഷേത്രത്തിന്റെ സമീപത്തേയ്ക്ക്. കുളം വിതുമ്പിയൊഴുക്കാൻ ഇനി നിമിഷങ്ങൾ മാത്രം മതിയെന്നുതോന്നി. മഴ തിമിർത്തുപെയ്തുകൊണ്ടിരുന്നു. ഞാൻ ക്ഷേത്രത്തിന്റെ മേല്ക്കൂരയിലെ തകര പ്പാത്തിയിലൂടെയൊഴുകുന്ന വെള്ളച്ചാട്ടത്തിലേയ്ക്ക് നോക്കി.

"ഇത്തവണ വർഷക്കാലം തീർത്തും അസാധാരണമായിരിക്കുന്നു. ആറുമാസമായി നിലയ്ക്കാത്ത മഴയാണിവിടെ..."

അശരീരി പോലുള്ള ഈ സംഭാഷണം കേട്ട് ഞാൻ തിരിഞ്ഞു നോക്കി. താടിക്കാരനായ ഒരു ചെറുപ്പക്കാരൻ കുരിശുപോലെ തോന്നിക്കുന്ന ഒരു മരഉരുപ്പടിയും ചുമലിൽ ചുമന്നുകൊണ്ട് എന്റെ നേരെ വരികയായിരുന്നു, പിന്നിൽ നിന്നും.

മഴത്തുള്ളിയുടെ ദുർബ്ബലമായ മറയിലൂടെ വരാന്തയിൽ നിന്ന് കൈയ്യുയർത്തി വിജയമാശംസിക്കുന്ന ആ മദ്ധ്യവയസ്കയെ ഞാൻ വീണ്ടും കണ്ടു. എന്റെ കാലിന് ക്ഷതമേല്പിക്കുമായിരുന്ന ഒരു പഴയ വീഞ്ഞുഭരണിയുടെ പൊട്ടിയ കഷണത്തെപ്പറ്റി ഞാൻ വീണ്ടുമോർത്ത്. അതു സംഭവിച്ചത് പണ്ടെങ്ങോ ആയിരുന്നതുപോലെ.

എന്റെ മുന്നിൽനിന്നിരുന്ന ചെറുപ്പക്കാരന് തിളങ്ങുന്ന പൂച്ചക്കണ്ണുകളുണ്ടായിരുന്നു. അയാളുടെ നെറ്റിയിലൂടെ രക്തമൊലിക്കുന്നുണ്ടായിരുന്നു. കൈത്തണ്ടകൊണ്ട് അയാൾ ആ ചോര തുടയ്ക്കുമ്പോഴും എന്നെ നോക്കി ഹൃദ്യമായി പുഞ്ചിരിക്കുന്നുണ്ടായിരുന്നു.

"നിങ്ങളുടെ കാറ് ഞാൻ വീണ്ടെടുക്കുന്നുണ്ട്."

അതുകേട്ടപ്പോൾ എനിക്ക് തോന്നിയത് അയാൾ എന്നത്തന്നെ വീണ്ടെടുക്കുമെന്നാണ്. അയാളുടെ തോളിൽ വിശ്രമിച്ചിരുന്ന ഒരു കെട്ട് കയറിലായിരുന്നു എന്റെ ശ്രദ്ധ. അയാൾ മരവുരുപ്പടി സമീപത്ത് കുത്തിനിറുത്തിയശേഷം കയറ് കുടഞ്ഞ് മുന്നിലേയ്ക്കിട്ടു. അപ്പോഴാണെനിക്കു മനസ്സിലായത് അതൊരു വലയായിരുന്നുവെന്ന്. അയാൾ അതു നിലത്തിട്ടുതന്നെ വിടർത്തി. വീണ്ടും മാടിയൊതുക്കി കൈയ്യിലെടുത്തു.

ഒരു വല കൊണ്ടെങ്ങിനെയാണ് ഒരു കാറിനെ വെള്ളത്തിൽ നിന്ന് വീണ്ടെടുക്കുക എന്നു ഞാൻ ചിന്തിക്കുമ്പോൾ അയാൾ എന്നെത്തന്നെ നോക്കിനില്ക്കുകയായിരുന്നു.

"വിശ്വസിക്കുക, അതേ കരണീയമായുള്ളൂ." അയാൾ എന്നോടങ്ങിനെ പറഞ്ഞുവോ?

അയാൾ മത്സ്യം പിടുത്തക്കാരനെപ്പോലെ ഒന്നുരണ്ടു വട്ടം സ്വയം കറങ്ങി വല കുളത്തിലേയ്ക്കു വീശിയെറിഞ്ഞു. വലയുടെ ചരടിന്റെ അറ്റം അയാൾ ചവിട്ടിപ്പിടിച്ചിരുന്നു. പിന്നെ സമീപത്ത് കുത്തിനിറുത്തിയിരുന്ന മരവുരുപ്പടി ഊരിയെടുത്ത് ഒന്ന് ചുഴറ്റി. അതിന്റെ അറ്റം എന്റെ തലയിലടിക്കുമെന്നു തോന്നിയപ്പോൾ ഞാൻ അലറിക്കരഞ്ഞു. അതെന്റെ തലയിൽ മുട്ടിയോ ഇല്ലയോ എന്നു പറയാനിപ്പോഴുമെനിക്കാവില്ല.

ഏതൊ കാലം ഇന്നത്തെയീ പ്രഭാതത്തിലേയ്ക്കൂർന്നു വീഴുന്നതായി ഞാൻ കാണുന്നു. എന്റെ മുന്നിലിപ്പോൾ ക്ഷേത്രമോ കുളമോ

താടിക്കാരനായ ആ ചെറുപ്പക്കാരനോ മദ്ധ്യവയസ്ക്കയായ അയാളുടെ അമ്മയോ മഴയത്തു വിറങ്ങലിച്ചു നില്ക്കുന്ന ആ വീടോ ഒന്നുമില്ല.

ഒന്നു മാത്രമുണ്ട് മഴ. മഴ തിമിർത്തു പെയ്തുകൊണ്ടിരിക്കുന്നു. കാറ്റടിച്ചു ജനൽ വിരി ഉയർന്നപ്പോൾ ഞാൻ ഒന്നുകൂടിക്കണ്ടു. എന്റെ പഴഞ്ചൻ കാറ് അതിന്റെ തൊഴുത്തിൽത്തന്നെ തണുത്തുറഞ്ഞു കിടക്കുന്നു.

മണിമുഴക്കം

പടുകൂറ്റനൊരു മാവ്. രാത്രിയുടെ കാളിമ കട്ടപിടിച്ചതുപോലെ അതിന്റെ തുഞ്ചത്ത് ബലവത്തായ ഒരു കൊമ്പിൽ. ഭീമാകാരമായ ഒരു മണി. പത്തിക്കരയാകെ മുഴങ്ങുന്ന ശബ്ദം പുറപ്പെടുവിക്കുന്ന പള്ളിമണി. കിഴക്ക വെള്ളകീറിയിട്ടുണ്ടെന്നേയുള്ളൂ; ഇരുട്ട് വിട്ടുമാറിയിട്ടില്ല. ശരിക്കും വെളുക്കാൻ ഇനിയുമുണ്ട് അരമുക്കാൽ മണിക്കൂർ. വെളുപ്പിന് കുരിശുമണി കൊട്ടാനിറങ്ങിയതാണ് കപ്യാർ യോഹന്നാൻ. പള്ളിമണിയുടെ നാക്കിൽ നിന്നും സിമിത്തേരിയുടെ മൂലയ്ക്കുള്ള തെങ്ങിൽ കൈയ്യെത്താവുന്ന ദൂരത്തിൽ വലിച്ചു കെട്ടിയിട്ടുള്ള കമ്പി അയാൾ തപ്പി പിടിച്ചു. കമ്പിയിൽ ഇരു കൈകളും ഉപയോഗിച്ച് സർവ്വശക്തിയും ചേർത്ത് അയാളൊന്നു നിവർന്നു താണു. മണി മുഴങ്ങി. അങ്ങിനെ മൂന്നു പ്രാവശ്യം- ഒരു മുച്ച- അങ്ങിനെ മൂന്നു മുച്ച. ഓരോ മുച്ചയ്ക്കുമിടയിൽ നിശ്ചിതമായ ഇടവേള. ഉലയുന്ന കമ്പിക്കൊപ്പം നിലത്തുന്നിയ പാദങ്ങൾ ഉയരാതിരിക്കാൻ നല്ല അഭ്യാസം വേണം. യോഹന്നാന് അതുണ്ട്. നീണ്ട പതിന്നാലു കൊല്ലക്കാലത്തിനിടയിൽ എത്രയോ തവണ അയാൾ ഈ മണി അടിച്ചിരിക്കുന്നു! എന്നാലും പ്രായമേറി വരികയല്ലേ, അയാൾ രണ്ടുകൈകളും കാൽമുട്ടുകളിലൂന്നി നിന്ന് കിതയ്ക്കുകയായിരുന്നു.

യോഹന്നാൻ പെട്ടെന്നൊന്നു ഞെട്ടി. ഇടത്തെ ചെവിക്കുറ്റിയിൽ ചുടുകാറ്റടിച്ചതു പോലെ. ആരുടെയോ ഊഷ്മളനിശ്വാസം പതിച്ചത് പോലെ. അയാൾ നിവർന്നുനിന്നു ചുറ്റിനും നോക്കി.

ആരുമില്ല; ഒന്നുമില്ല. ഭയം തോന്നി. അയാൾ അച്ചന്റെ ബംഗ്ലാവിന്റെ അടുത്തേയ്ക്ക് നടന്നു. പള്ളിയുടെ സങ്കീർത്തിയുടെ അരികിലായി ഒരു പാദപതനം. ഇരുട്ടിലാരോ പതുങ്ങുന്നു.

"ആരാണത്?" യോഹന്നാന്റെ ശബ്ദത്തിൽ അസാധാരണമായ

ഒരു പതർച്ചയുണ്ടായിരുന്നു.

"ഞാനാണ് കപ്യാരെ കൊച്ചാപ്പ."

"ഉം എന്താ കാര്യം? കൊച്ചാപ്പ എന്തിനാണീ സമയത്തിവിടെ?"

കൊച്ചാപ്പ അടുത്തുവന്നു; യോഹന്നാന്റെ ചെവിയിലെന്തോ മന്ത്രിച്ചു. യോഹന്നാൻ വീണ്ടുമൊന്നു ഞടുങ്ങി.

"അച്ചനോടൊന്നു പറഞ്ഞോട്ടെ."

ഇക്കുറി കപ്യാർ അലക്ഷ്യമായൊന്നു മൂളിയതേയുള്ളൂ.

കുശിനിയിൽ വെളിച്ചം കാണുന്നുണ്ട്.

റപ്പായി ഉണർന്നിട്ടുണ്ടാവും, അച്ചന് ബെഡ്കോഫിയുണ്ടാക്കാൻ.

കുശിനിയുടെ വാതിൽക്കൽ കടന്നിരുന്ന ചാവാലി പട്ടി ഒന്ന്

മുരിനിവർന്നെഴുന്നേറ്റതാണ്. കപ്യാരാണെന്നു കണ്ട് ഒന്ന് മുരട്ടുക പോലും ചെയ്യാതെ ഉടനെ അവിടെ ത്തന്നെ കിടന്നു.

"റപ്പായീ, ഇത്തിരി തീ."

റപ്പായി അടുപ്പിൽ നിന്നും ഒരു തീക്കൊള്ളി കൊണ്ടുവന്നു കപ്യാരുടെ നേരെ നീട്ടി. അതുപയോഗിച്ച് യോഹന്നാൻ ഒരു ബീഡിക്കു തീകൊളുത്തി. റപ്പായി അന്നേരം അരയിൽ തിരുകിവെച്ചിരുന്ന ഒരു ഡപ്പി തുറന്നു പുകയില പൊടിയെടുത്തു സ്വന്തം മൂക്കിൽ കയറ്റി. ഇളംതിണ്ണയിൽ മതിലിൽ ചാരിയിരുന്ന് യോഹന്നാൻ പുകവിട്ടു. അയാൾ ആകെ ഭയചകിതനായിരുന്നു. റപ്പായി അഞ്ചോ ആറോ പ്രാവശ്യം തുടർച്ചയായി തുമ്മി. ബാലൻസ് തെറ്റി വീണുപോകാതിരിക്കാൻ അയാൾ കുശിനിയുടെ കട്ടിളപ്പടിയിൽ അള്ളിപ്പിടിച്ചിട്ടുണ്ടായിരുന്നു.

സ്വന്തം ചങ്കിടിപ്പിന്റെ ശബ്ദം വളരെ വർദ്ധിച്ചിരിക്കുന്നുവെന്നു കപ്യാർക്കു തോന്നി. കുറ്റിമുടിയും തുറിച്ച കണ്ണുകളുമുള്ള പ്രാന്തൻ വർക്കിയായിരുന്നു അന്നേരം അയാളുടെ മനസ്സിൽ.

ആരോടും ഒന്നും മിണ്ടാതെ ആരെയും തുറിച്ചു നോക്കുന്ന വർക്കി.

സത്യത്തിൽ അയാൾ ഒരു നിരുപദ്രവിയായിരുന്നു.

എന്നാലും എല്ലാർക്കും അയാളെ ഭയമായിരുന്നു. നിശ്ശബ്ദ നിരീക്ഷണം കൊണ്ട് പത്തിക്കരക്കാരെ മുഴുവൻ വർക്കി ഭയാശങ്കകളിൽ തളച്ചിട്ടു.

കാലത്തിന്റെ കാവൽക്കാരനെപ്പോലെ വഴിക്കവലകളിൽ തറഞ്ഞുനിന്ന വർക്കി. ആ വർക്കി കവലയിൽ വണ്ടിയിടിച്ചു മരിച്ചു കിടക്കുന്നു പോലും. കൊച്ചാപ്പ ഇതിനകം വികാരിഅച്ചനോട്

പറഞ്ഞു കാണുമോ എന്തോ. തലേന്ന് സന്ധ്യയ്ക്കുപോലും യോഹന്നാൻ അയാളെ കണ്ടതാണ്. യോഹന്നാൻ ഓർക്കുന്നു. വിളക്കുകാലിന്റെ ചോട്ടിൽ ഒത്തിരി നേരം ഇമവെട്ടാതെ നോക്കിനിന്നശേഷം തന്നെ വർക്കി തലയാട്ടി അടുത്തേയ്ക്കു വിളിച്ചു. "കപ്യാരാച്ചൻ എന്തിനാണ് എന്റെ ചെവിക്കുറ്റിയിൽ ഊതിയത്?" അയാളത് ചോദിച്ചപ്പോൾ സത്യത്തിൽ അമ്പരന്നുപോയി. താൻ ഊതിയില്ലെന്നു പറഞ്ഞിട്ടും അയാൾ വിശ്വസിച്ചുവെന്നു തോന്നിയില്ല. ഇപ്പോൾ തന്റെ ചെവിക്കുറ്റിയിലും ആരോ... കപ്യാരുടെ ചിന്തകൾ ആകെ സങ്കീർണ്ണമാകുകയായിരുന്നു.

"കപ്യാരച്ചനെന്താ ഒന്നും മിണ്ടാത്തെ?"

"ഓ.. ഒന്നുമില്ല" എന്തുകൊണ്ടോ വർക്കി മരിച്ച വിവരം യോഹന്നാൻ വെളിപ്പെടുത്തിയില്ല.

വർക്കിയെ തള്ളിമാറ്റിക്കൊണ്ട് അരോഗദൃഢഗാത്രനായ ഒരു ചെറുപ്പക്കാരൻ കപ്യാരുടെ മനസ്സിലേയ്ക്ക് കടന്നുവന്നു- ജോൺസൺ- തൊമ്മച്ചൻ മുതലാളിയുടെ മൂത്തമകളുടെ രണ്ടാമത്തെ കൊച്ചിന്റെ മാമ്മോദീസയായിരുന്നു അന്ന്.

പള്ളിയിലെ ചടങ്ങൊക്കെ കഴിഞ്ഞ് ആപ്പീസുമുറിയിൽ ചെന്നിരുന്നു. പുസ്തകത്തിൽ മാമ്മോദീസാക്കണക്കെഴുതി ചേർക്കുകയായിരുന്നു.

പിന്നിലാരോ മുരടനക്കി - ജോൺസൺ

പണ്ടത്തെ മഹറോൻ ഇപ്പോൾ കപ്യാർക്കു ചൊല്ലാൻ അധികാരമുണ്ടായിരുന്നെങ്കിൽ ഇവനെ കൈയ്യോടെ ചൊല്ലുമായിരുന്നു എന്ന ചിന്തയാണ് അന്നേരം മനസ്സിലൂടെ കടന്നുപോയത്.

കാട്ടാമ്പള്ളി പത്രോസിന്റെ മകൻ. പണത്തിനു പഞ്ഞമില്ല. നല്ലൊന്നാന്തരം ജോലിയുണ്ട് സർക്കാരാപ്പീസ്സിൽ പറഞ്ഞിട്ടെന്തു കാര്യം കുരുത്തം കെട്ടവൻ. വീടിനും നാടിനും കൊള്ളത്തവൻ

"പള്ളിയിലേക്കുള്ള വഴിയറിയുമോ തനിക്ക്?"

റോമൻ കത്തോലിക്കസഭയുടെ വീര്യം അറിയാതെ അടപ്പൂരിപോയതാണ്.

ജോൺസൺ പുഞ്ചിരിച്ചു. പുച്ഛം കലർന്ന പുഞ്ചിരി

"എനിക്ക് ഒരു കാര്യം അറിയാനുണ്ട്; ആ പുസ്തകം പരിശോധിച്ച് പറഞ്ഞാൽ മതി."

അത്ഭുതം തോന്നി എന്നാലും പറഞ്ഞു - "നടപ്പില്ലനിയാ".

ജോൺസനോടുള്ള വിരോധം മാത്രമല്ല. തൊമ്മച്ചൻ മുതലാളിയുടെ

വീട്ടിൽ ഉണ്ണാൻ ചെല്ലാൻ വൈകുമോയെന്ന ശങ്കയുമുണ്ടായിരുന്നു.

ജോൺസൺ ഒന്നും മിണ്ടാതെ തിരിഞ്ഞു നടന്നു. പിന്നെ തിരിഞ്ഞു നിന്നു. "ധൃതിപിടിച്ചൊന്നും പറയരുത്; സന്ധ്യയ്ക്കു ഞാൻ വീണ്ടും വരും."

സന്ധ്യയ്ക്കു കുരിശുമണി കൊട്ടാൻ പോകുമ്പോൾ ഉള്ളിൽ ഒരു അമ്പരപ്പുണ്ടായിരുന്നു ജോൺസൺ- ആളൊരു ഒരുപ്പോക്കാൻ തന്നെ എന്ന കാര്യമോർത്തു. മണി കൊട്ടി തിരിച്ചു വരുമ്പോൾ പ്രതീക്ഷിച്ചതുപോലെ തന്നെ. ഇപ്പോൾ കൊച്ചാപ്പുവിനെ കണ്ട അതെ സ്ഥലത്തു നിൽക്കുന്നു- ജോൺസൺ.

"കപ്യാർ ഇനി എങ്ങോട്ട്?"

"എന്റെ കുടുമ്മത്തേയ്ക്ക്, പിന്നല്ലാതെവിടെ?"

എന്നാൽ നടക്ക്", ജോൺസൺ നടന്നുകഴിഞ്ഞിരുന്നു.

അറിയാതെ പിന്തുടരുകയായിരുന്നു. ഒരു മായാജാലത്തിനു വിധേയനായപോലെ. സ്വന്തം വീടിനടുത്തെത്തിയപ്പോൾ ജോൺസൺ തിരിഞ്ഞുനിന്നു.

"ഒന്ന് കയറിയിട്ട് പോകാം." ഒരു നീണ്ട നിശ്ശബ്ദതയുടെ പര്യവസാനം .

"ഹേ, ഞാനില്ല."

"വാ, ആശാനേ.." ജോൺസൺ കൈ പിടിച്ചു വലിച്ചു.

"സന്ധ്യാപ്രാർത്ഥനയ്ക്കുള്ള സമയമായി."

"ഇന്നത്തെ പ്രാർത്ഥന ഇവിടെ." കൈത്തണ്ടയിൽകത്രികപ്പൂട്ടു വീണപോലെ തോന്നി. പിന്നെ ബലം പിടിച്ചില്ല. പിന്തിരിഞ്ഞു നോക്കി; വഴിയും ആളും അനക്കവുമില്ല.

ജോണ്സണ് ദേഷ്യം തോന്നി ഒന്നിട്ടുതന്നാൽ കൊണ്ടത് തന്നെ. സാക്ഷി പറയാൻ പോലുമാരുമില്ലതാനും.

ജോൺസന്റെ പിമ്പേ വീട്ടിനകത്തേക്ക് കയറി.

വരാന്തയിൽ നിന്ന് പരുങ്ങുമ്പോൾ ജോൺസൺ പറഞ്ഞു:

"കയറിയിരിക്ക്".

അയാൾ വിൽസിന്റെ ഒരു പാക്കറ്റ് മേശപ്പുറത്തേയ്ക്കിട്ടു. "വലിക്ക്".

സിഗരറ്റ് പാക്കറ്റ് കിള്ളി പൊളിക്കുമ്പോൾ ജോൺസൺ ഒരു കുപ്പിക്കൊണ്ടു വന്നു മേശപ്പുറത്തു വെച്ചു. തുടർന്നു ഐസ് വാട്ടറും സോഡയും ഗ്ലാസുകളുമെത്തി.

"അപ്പച്ചനും അമ്മച്ചിക്കുമൊക്കെ സുഖം തന്നെയല്ലേ?" - എന്തെങ്കിലും കുശലം ചോദിക്കണമെന്നു തോന്നി കപ്യാർക്ക്. ആശയവിനിമയത്തിന് ഒരു കൈവരിപ്പാലം നിർമ്മിക്കുകയായിരുന്നു അയാളുടെ ലക്ഷ്യം

അപ്പച്ചന്റെയും അമ്മച്ചിയുടെയും ആ അരുമസന്തതി അവരോടിടഞ്ഞു.വാടക വീടെടുത്ത് താമസിക്കുന്നു. തന്റെ തോന്ന്യാസജീവിതത്തിനു ഇടതടവില്ലാതിരിക്കാൻ, എന്നറിയാഞ്ഞിട്ടല്ല.

സമീപത്തുള്ള പത്രോസുകുട്ടിയുടെ കടയിൽ സന്ധ്യ കഴിഞ്ഞാൽ സോഡയില്ല. എല്ലാം ജോൺസന്റെ വീട്ടിൽ.

ഇയാൾക്കൊരു കല്യാണം കഴിച്ചു കൂടെ - കപ്യാർ ചിന്തിച്ചു. എന്തിനു രാവേറെ ചെല്ലുമ്പോൾ എന്നുമിവിടെ കല്യാണമല്ലേ?

നേരം പരപരാന്നു വെളുക്കുമ്പോൾ ടാക്സിക്കാറുകൾ ഈ വീടിന്റെ മുറ്റത്തുനിന്നുമിറങ്ങുന്നത് എത്രയോ തവണ കണ്ടിരിക്കുന്നു! സാരിത്തലപ്പുകൊണ്ട് തലമറച്ച് പിൻസീറ്റിലിരിക്കുന്ന രൂപങ്ങളുടെ മുഖച്ഛായ മാത്രം മനസ്സിലില്ല.

ഒരു മൂന്നുതവണയെങ്കിലും ജോൺസൺ ഗ്ലാസിൽ മദ്യം പകർന്നു സോഡയും ഐസുമിട്ടു വെച്ചിട്ടുണ്ടാകണം. മൂന്നെണ്ണം അകത്തുചെന്നപ്പോൾ നാവിന്റെ കനം തീരെ കുറഞ്ഞു കടലാസ്സുപോലെ.

"മോനെന്നാ വേണ്ടതെന്നു വെച്ചാൽ പറയ് "- നാക്കും വാക്കും വായിൽ കെട്ടിപ്പിടിച്ചു കിടക്കുകയായിരുന്നു.

ജോൺസൺ പുഞ്ചിരിച്ചു. ഒരു തരം പുച്ഛം കലർന്ന പുഞ്ചിരി.

കൊച്ചു മറിയയുണ്ടായിരുന്നപ്പോ ചോദിക്കുമായിരുന്നു- എന്റെ മനുഷേനെ ഇത്തിരി വെള്ളം കുടിച്ചാപ്പിന്നെ നിങ്ങളെ തേശ്യോം കോമ്പോക്കെ എങ്കിട് പോണെന്ന്. കപ്യാരച്ചൻ മനസ്സുതുറന്നു തന്നത്താൻ ഒരു ചിരി ചിരിച്ചു.

ജോൺസനോട് എന്താണയാൾക്ക് വേണ്ടതെന്ന ചോദ്യം ചോദിച്ചപ്പോൾ പത്തിക്കരപ്പള്ളിയിലെ സിമിത്തേരിയിൽ കിടന്നു കൊച്ചുമറിയ മേയ്ക്കാമോതിരം കുലുക്കി ചിരിച്ചിട്ടുണ്ടാകണം.

"നമ്മുടെ പള്ളി പള്ളിയായിട്ടു ഒരു പത്തു പന്ത്രണ്ടുകൊല്ലമെങ്കിലും ആയിട്ടുണ്ടാകണം, അല്ലെ?" ജോൺസൺ ചോദിച്ചു.

"കൊല്ലം പതിനാലു തികഞ്ഞു. അതിനുമുൻപ് ചെമ്പുന്നപള്ളിയുടെ കപ്പേളയായിരുന്നില്ലേ?" യോഹന്നാൻ കുടിച്ചാലും അതൊന്നും മറക്കുമായിരുന്നില്ല.

"എന്തുമാകട്ടെ, അതിനുശേഷം ഈ ഇടവകയിൽ എത്ര മരണം

നടന്നിട്ടുണ്ട്?"

ആ ചോദ്യം കേട്ട് കപ്യാർ യോഹന്നാൻ ഒത്തിരിനേരം വിസ്മയി ച്ചിരുന്നു പോയി. പിന്നെപ്പറഞ്ഞു," ഏകദേശം എൺപത്."

"എനിക്ക് കൃത്യം കണക്കറിയണം."

"അതിനു പുസ്തകങ്ങൾ നോക്കണം."

"അതിനാണ് ഞാൻ രാവിലെ പള്ളിയിൽ വന്നത്."

എനിക്കന്നേരമത് മനസ്സിലായില്ല."

"സാരമില്ല, മനസ്സിലാക്കിത്തരാനുള്ള മരുന്ന് ഇപ്പോഴല്ലേ തന്നുള്ളൂ?"

ഇരുന്നുപോയ്. ജോൺസൺ ജയിച്ചിരിക്കുന്നു - കപ്യാർ മനസ്സിൽ അടിപറഞ്ഞു.

കുടിക്കണമെന്നുണ്ടായിരുന്നില്ല; കുട്ടിക്കണ്ടായെന്നുമുണ്ടായിരു ന്നില്ല, അവിടെയാണ് കുഴപ്പം പറ്റിയത്. ഇനി തോറ്റകളി തോറ്റതു പോലെ.

"നാളെ കാലത്തു കുർബ്ബാന കഴിഞ്ഞാൽ അച്ചൻ ധ്യാനത്തിന് പോകും.

ഉച്ച കഴിയുമ്പോൾ ജോൺസൺ അങ്ങോട്ടു വരൂ, നമുക്ക് പരി ശോധിക്കാം."

ഇതൊക്കെയെന്തിനാണെന്നു കപ്യാർ ചിന്തിച്ചിരിക്കുമ്പോൾ ജോൺസൺ വിശദീകരിച്ചു- "കഴിഞ്ഞ ദുഃഖവെള്ളിയാഴ്ച ഞാൻ പള്ളിയിൽ വന്നിരുന്നു. നിറയെ ആളായിരുന്നതുകൊണ്ട് ഞാൻ അകത്തുകയറിയില്ല. വട്ടക്കല്ലിൽ നിന്നതേയുള്ളൂ. അച്ചനും കപ്യാരും കൈക്കാരനും കൂടി അൾത്താരയിൽ നിന്ന് എന്തൊക്കയോ വായി ക്കുന്നുണ്ടായിരുന്നു. എനിക്ക് ഒന്നും കേൾക്കാൻ കഴിഞ്ഞില്ല."

"ജോൺസൺ പള്ളിയിൽ വരാറുണ്ടോ?"

ചോദ്യത്തിനുത്തരം പറയാതെ ജോൺസൺ തുടർന്നു: "സിമി ത്തേരിയിൽ ഉയർന്നു നിൽക്കുന്ന കറുത്ത കുരിശിലായിരുന്നു എന്റെ ശ്രദ്ധ മുഴുവൻ. ആ കുരിശ്ശിന്റെയുച്ചിയിൽ ഒരു കാക്കയിരുന്നിരുന്നു. മരിച്ചു അടക്കപ്പെട്ട ഏതോ ഒരുവന്റെ ആത്മാവായിരുന്നു ആ കാക്ക യെന്നെനിക്കു തോന്നി. തുടർന്ന് ഒട്ടനവധി കാക്കകൾ ആ കുരിശിനു ചുറ്റും പറക്കുന്നത് കണ്ടു. എല്ലാം ആത്മാവുകളായിട്ടാണ് എനിക്ക് തോന്നിയത്. ഞാനവയെ എണ്ണിത്തിട്ടപ്പെടുത്താൻ ശ്രമിച്ചു. അങ്ങോ ട്ടുമിങ്ങോട്ടും പറന്നു കൊണ്ടിരുന്ന അവയെ എണ്ണാൻ കഴിഞ്ഞില്ല. കുറേക്കഴിഞ്ഞപ്പോൾ കാക്കകളെല്ലാം ഓരോരോ ദിക്കിലേക്കു

പറന്നകന്നു." ജോൺസൺ നിറുത്തി.

"പള്ളിക്കണക്കുകളിൽ നിന്നു അവയുടെ എണ്ണം കിട്ടുമെന്ന് നിങ്ങൾ കരുതുന്നു?"

ജോൺസൺ തലകുലുക്കി

"എന്തിനാണ് ഈ കണക്ക്?"

"ഒന്നിനുമല്ല; വെറുതെയൊരു തോന്നൽ . ആളുകളോട് വഴക്കു കൂട്ടിയിട്ടുള്ളതും, ആവോളം മദ്യം കഴിച്ചിട്ടുള്ളതും , ധാരാളം സ്ത്രീകളുമായി ബന്ധപ്പെട്ടിട്ടുള്ളതുമൊക്കെ ഓരോ തോന്നലിന്റെ പുറത്തായിരുന്നു... അതുപോലെ...."

പാപത്തിന്റെ ശമ്പളം മരണമെന്ന യോഹന്നാൻ മനസ്സിലോർത്തു - പക്ഷേ പറഞ്ഞില്ല.

"പിന്നെ, ജീവിതത്തിൽ അനുഭവപ്പെട്ടിട്ടുള്ള കാര്യങ്ങൾക്കെല്ലാം ഒരു ഭ്രമാത്മകത..." ജോൺസൺ വീണ്ടും പറഞ്ഞു.

"കാറ്റും കോളും മൂലം കറന്റില്ലായിരുന്ന ഒരു രാത്രിയിൽ ഒരു മെഴുകുതിരി വെളിച്ചത്തിൽ, ഓർമ്മ യിലുണ്ടായിരുന്ന മരിച്ചവരുടെ പേരുകൾ ഒരു കടലാസിൽ ഞാൻ രേഖപ്പെടുത്തുകയായിരുന്നു. പെട്ടെന്ന് മെഴുകുതിരി കെട്ടു. എന്റെ ഇടതു ചെവിക്കുപിന്നിലാരോ ഊതിയാലെന്നപോലെ ഊഷ്മളമായ കാറ്റടിച്ചു. ഞാൻ തീപ്പെട്ടി തപ്പിയെടുത്തു. വീണ്ടും മെഴുകുതിരി കത്തിച്ചു. ഏറുകണ്ണിട്ടു നോക്കിയാൽ കാണാമായിരുന്ന ജനാലയുടെ കമ്പിയിൽ ഏതോ ഒരു ജീവി. ചാടിയെഴുന്നേറ്റു. നോക്കിയപ്പോൾ അതൊരു മനുഷ്യനായിരുന്നു. കുറ്റിത്തലമുടിയും തുറിച്ച കണ്ണുകളും. അയാൾ ജനാലക്കമ്പിയിൽ രണ്ട് കൈകളും കോർത്ത് പിടിച്ചിരുന്നു. ജീവിതത്തിൽ ആദ്യമായി ഞാൻ ഭയപ്പെട്ടുപോയി. അയാളോടെന്തെങ്കിലും ചോദിക്കണമെന്നും അയാളെ ആട്ടിയോടിക്കണമെന്നും തോന്നി. കഴിഞ്ഞില്ല. എന്റെ നാവു വിങ്ങിവീർത്തു വായിൽ നിറഞ്ഞുകിടക്കുകയായിരുന്നു. പാദങ്ങൾ തറയിൽ ആണിയടിച്ചു തറച്ചുറപ്പിച്ച പോലെയും."

അല്പസമയത്തെ നിശ്ശബ്ദതയ്ക്കു ശേഷം ജോൺസൺ വീണ്ടും പറഞ്ഞു: "ഞാൻ പോകുകയാണ് നിങ്ങളെക്കൂടി കൂട്ടാൻ എന്നോട് കല്പിച്ചിരിക്കുന്നുവെന്നും പറഞ്ഞു അയാൾ മറഞ്ഞു. ഒരു പട്ടുകുറ്റൻ ചെവിലിറങ്ങി നിന്ന് സംസാരിച്ചാലെന്നപോലെ ആ ശബ്ദം എന്റെ കാതിൽ മുഴങ്ങി."

കപ്യാരച്ചന്റെ നെഞ്ചും പടാപടാന്നു മിടിക്കുകയായിരുന്നു. അയാൾ നീക്കിവെച്ച കുപ്പി വലിച്ചെടുത്ത് അല്പം മദ്യം വീണ്ടും പകർന്നു സോഡ കൂട്ടാതെ ഒറ്റയടിക്ക് കുടിച്ചു.

"ഇയാളെന്തിനാണ് മരിച്ചവരുടെയെണ്ണം തിരയുന്നത്?"

താനൊരു മണ്ടനല്ലെന്നു വരുത്താൻ കപ്യാരുടെ ശ്രമമായിരുന്നു അത്.

ആ ചോദ്യം കേൾക്കാത്തമട്ടിൽ സിഗരറ്റു പുകയൂതിപ്പറപ്പിച്ചു കൊണ്ട് ജോൺസൺ തുടർന്നു: "പിറ്റേ ദിവസം നേരം വെളുത്തപ്പോൾ ആ രൂപം നിന്നിരുന്ന ജനാലയുടെ പരിസരം ഞാനൊന്നു പരിശോധിച്ചു. മുറ്റത്തു ഒരു കമ്പ് കൊണ്ട് എഴുതിയ 83 എന്ന അക്കമാണ് എന്റെ ദൃഷ്ടിയിൽ പെട്ടത്."

"എൺപത്തിരണ്ട്." ഒരു ബോധോദയം പോലെയാണ് കപ്യാർ ജോൺസൺ പറഞ്ഞത്, തിരുത്തിയത്. ജോൺസൺ അതുകേട്ടു ഞെട്ടി. എങ്കിലും അതിലേറെ ഭയന്നത് കപ്യാർ തന്നെ താനത് അന്നേരം എന്തിനു പറഞ്ഞുവെന്നായിരുന്നു ചിന്തിച്ചത്. കൃത്യമായ ഓർമ്മ വന്നപ്പോൾ ഉറക്കെ പറഞ്ഞുപോയി എന്നുമാത്രം.

യാത്ര പറഞ്ഞിറങ്ങിയെങ്കിലും താൻ മൂളിപാട്ടും പാടി കുറച്ചുനേരം കൂടി അവിടെ നിന്നു. ജോൺസൺകാര്യം മനസ്സിലാക്കി. തന്നെ അയാൾ വീട്ടിൽ കൊണ്ടു വന്നു വിട്ടു.

പറഞ്ഞൊത്തിരുന്നത് പോലെ പിറ്റേ ദിവസം ജോൺസനുമൊത്തു കണക്കു പുസ്തകങ്ങൾ പരിശോധിച്ചു. മരിച്ചവരുടെ പേരുകൾ ജോൺസൺ കൃത്യമായി ഒരു കടലാസിൽ കുറിച്ചെടുത്തു. ആകെ എണ്ണം എൺപത്തിരണ്ട്. ജോൺസന് തൃപ്തി വന്നില്ലെന്ന് തോന്നി. അതിന്റെ കാരണവും മനസ്സിലായി. മുറ്റത്തു എഴുതിയിട്ടതായിക്കണ്ട എൺപത്തിമൂന്നു-- അതായിരുന്നിരിക്കണം അയാളുടെ പ്രശ്നം.

വീണ്ടുമൊരു ദിവസം അയാൾ തന്നെ കാണാനായി വന്നു. "എൺപത്തിരണ്ടെന്നല്ലേ അന്ന് നമ്മൾ കണക്കാക്കിയത്, എന്റെ ലിസ്റ്റ് ഒന്നുകൂടെ പരിശോധിച്ചപ്പോൾ എൺപത്തിനാലെന്ന് കാണുന്നു.", അയാൾ വന്നപാടെ പറഞ്ഞു.

എൺപത്തിമൂന്നും കടന്നുപോയിരിക്കുന്നുവെന്നു കണ്ട് ആശ്ചര്യപ്പെട്ടു.

"എതോ രണ്ട് പേരുകൾ തെറ്റായി അകപ്പെട്ടിരിക്കുന്നു. അല്ലെങ്കിൽ രണ്ടുപേരുടെ പേരുകൾ ഈ രണ്ടു പ്രാവശ്യം ചേർത്തിട്ടുണ്ടാകാം." താൻ പറഞ്ഞു.

"അങ്ങിനെയാണെനിക്കും തോന്നിയത്. പക്ഷേ തെറ്റു കണ്ടെത്തി തിരുത്താനെനിക്കു കഴിയുന്നില്ല."

ലിസ്റ്റു വാങ്ങി താൻ തന്നെ പരിശോധിച്ചു, തിരിച്ചും മറിച്ചും. പക്ഷേ തനിക്കും അത് തിരുത്താനായില്ല. രണ്ടു പേർക്കും പറഞ്ഞൊപ്പിക്കാനാകാത്ത തരത്തിൽ ഒരു തരം പരിഭ്രമം ബാക്കിയായി.

"അന്ന് എൺപത്തിരണ്ടെന്നാണ് കണ്ടത്. പിന്നെയീ എൺപത്തിമൂന്നാമൻ?" ഒന്നുറക്കെ ചിന്തിച്ചുപോയി.

"അത് ഞാനായിരിക്കും." പെട്ടെന്നാണ് ജോൺസൺ അങ്ങിനെ പറഞ്ഞത്.

"എൺപത്തിനാലാമൻ?" സ്വാഭാവികമായി ചോദ്യം.

"സംശയമെന്താ, കപ്യാര് തന്നെ."

ഉള്ളിലൊരു വെള്ളിടിവെട്ടി.

ജോൺസൺ പിന്നെ എപ്പോഴാണ് മടങ്ങിപ്പോയതെന്നോർക്കുന്നില്ല.

ഒന്നു പറയാം ആ സംഭവത്തിനു ശേഷം താനുറങ്ങിയിട്ടില്ല.

മാവിൽത്തൂങ്ങുന്ന മണി കൊട്ടാൻ വേണ്ടിമാത്രമായ ഒരു ജീവിതം!

പ്രാന്തൻ വർക്കിയുടെ ചെവികുറ്റിയിൽ ആരാണ് ഊതിയത്?

മരിച്ചവരുടെ പട്ടിക തയ്യാറാക്കുമ്പോൾ ജോൺസന്റെ ചെവിയിൽ ആരാണ് ഊതിയത്?

ഒക്കെ പോകട്ടെ, അല്പം മുൻപ് തന്റെ ചെവിക്കു പിന്നിൽ ആരാണ് ഊതിയത്? പെട്ടെന്നാണ് കപ്യാർ യോഹന്നാൻ വർക്കിയുടെ മരണത്തിന്റെ പ്രസക്തിയെപ്പറ്റിയോർത്തത്. കാര്യങ്ങൾ പിന്നെയും തെറ്റുകയാണോ? വർക്കിയായിരിക്കണമല്ലോ എൺപത്തിമൂന്നാമൻ.

ചിന്തകൾ ഇത്രത്തോളമെത്തിയപ്പോൾ കപ്യാർ യോഹന്നാൻ ചാടിയെഴുന്നേറ്റു. "റപ്പായി!" അയാൾ വിളിച്ചു. അച്ചനു ബെഡ്കോഫി തയ്യാറാക്കി കൊടുത്തശേഷം തിരിച്ചു വന്ന റപ്പായി കുശിനിയുടെ വാതിൽചാരി കപ്യാരെത്തന്നെ നോക്കി നിൽക്കുകയായിരുന്നു. അയാൾ "എന്തോ" എന്ന് വിളികേട്ടു. തുടർന്ന് ഒന്നും പറയാനില്ലാത്തമട്ടിൽ കപ്യാർ യോഹന്നാൻ മുറ്റത്തു രണ്ടുമൂന്നു ചാൽ ഉലാത്തി. പിന്നെ അയാൾ റപ്പായിയോടായി പറഞ്ഞു. ഞാൻ ഒരിടം വരേയൊന്നു പോയിട്ടു വരാം."

"കുർബ്ബാനയ്ക്ക് നടമണി കൊട്ടുന്നില്ലേ?"

"അപ്പോഴേയ്ക്കും വരാമെന്നേയ്."

"വൈകിയാലച്ചൻ എന്നോട് മണി കൊട്ടാൻ പറയും."

"തൊട്ടുപോകരുത്." കപ്യാർ പെട്ടെന്ന് ക്ഷുഭിതനായി.

"അതെന്താ കപ്യാരച്ചാ?" റപ്പായി വളരെ ശാന്തനായാണ് ചോദിച്ചത്.

"കഴിഞ്ഞ പതിനാലു കൊല്ലമായി ഞാനാണ് രാവും പകലുമില്ലാതെ ഈ മണി കൊട്ടുന്നത്. ഈ മണി മറ്റാരെങ്കിലും കൊട്ടിയാൽ അതിനൊരർത്ഥമേയുള്ളൂ..." അയാളൊരു ഭ്രാന്തനെപ്പോലെ ഓടുകയായിരുന്നു പിന്നെ.

ജോൺസന്റെ വീടിന്റെ വാതിൽ അയാൾ തള്ളിത്തുറന്നു. ആ വാതിൽ ഒന്നു ചാരിയിട്ടേയുണ്ടായിരുന്നുള്ളൂ. നേരം വെളുത്തിട്ടും ജോൺസന്റെ വീട്ടിൽ എല്ലാമുറികളിലും ലൈറ്റുകൾ തെളിഞ്ഞു കിടന്നു. സ്വീകരണമുറിയിലും ആരെയും കണ്ടില്ല. ചോണനുറുമ്പുകളുടെ അണിയണിയായുള്ള ഒരു സംഘയാത്ര വിട്രിഫൈഡ് ടൈലുകൾ നിരത്തിയ തറയിൽ കണ്ടു. ചലിച്ചുകൊണ്ടിരുന്ന ഉറുമ്പിന്റെ നിരയെ പിന്തുടർന്ന് അയാൾ ജോൺസന്റെ കിടപ്പു മുറിയിലെത്തി. അയാൾ നിശ്ചലനായി കിടക്കുകയായിരുന്നു. അയാളുടെ ചിറിയിലൂടെ ഒലിച്ചിറങ്ങിയ കട്ടച്ചോരയിൽ എറുമ്പുകളുടെ ഘോഷയാത്ര അവസാനിക്കുന്നു അല്ലെങ്കിൽ തുടങ്ങുന്നു. ജോൺസന്റെ കണ്ണുകൾ കൃഷ്ണമണികൾ ചലിക്കാതെ തുറന്നിരിക്കുകയായിരുന്നു. ആ കണ്ണുകൾ മരിച്ചവരുടെ കണക്കുകൾ കൃത്യമായറിയുവാൻ തിരക്ക് കൂട്ടുന്നതായി കപ്യാർക്ക് തോന്നി. ചീറിപ്പോയൊരു തേങ്ങലോടെ അയാൾ വീടിനു വെളിയിലിറങ്ങി. തന്റെ ചെവിക്കുറ്റിയിൽ ആരെങ്കിലും ഊതിക്കോട്ടെയെന്ന വിചാരത്തോടെ അയാൾ അൽപനേരം നിശ്ചലനായി നിന്നു. ആരെങ്കിലും ഊതിയതായി അയാൾക്ക് അനുഭവപ്പെട്ടില്ല. അപ്പോഴും അയാൾ ചിന്തിച്ചു. വർക്കിയോ ജോൺസനോ ആരായിരിക്കും ആദ്യം മരിച്ചിട്ടുണ്ടാവുക? ആരായാലും ശരി, എൺപത്തിമൂന്നാമനും എൺപത്തിനാലാമനും അവർ രണ്ടുപേരുമാണ്, തീർച്ച അതിലാരാണോ മുമ്പനും പിമ്പനും? ആരെങ്കിലുമാകട്ടെ എൺപത്തിനാല് എന്ന ജോൺസന്റെ കണക്കു ശരിയായിരിക്കുന്നു. താൻ രക്ഷപ്പെട്ടെന്നല്ലേ അതിനർത്ഥം?

ആ ചിന്തയിൽ ഏതായാലും യോഹന്നാൻ സന്തോഷിച്ചില്ല. കാരണം മനുഷ്യന്റെ കണക്കുകളും കണക്കുക്കൂട്ടലുകളും തെറ്റിക്കുന്ന പ്രതിഭാസമാണ് മരണം. കപ്യാർ യോഹന്നാന്റെ ചങ്കിടിപ്പ് വർദ്ധിക്കുകയായിരുന്നു. അയാൾക്ക് കാലുകൾ തളർന്നു പോകുന്നത് പോലെ തോന്നി. ആവുന്നത്ര ശക്തി സംഭരിച്ചു അയാൾ ഗേയ്റ്റിനു നേരെ നീങ്ങി. ഗെയ്റ്റിൽ കഷ്ടിച്ച് കടന്നു പിടിച്ചതോടെ കാലുകൾക്കു പിന്നെയും പിടിച്ചുനിൽക്കാൻ ആവില്ലെന്നായി. അയാൾ ഗെയ്റ്റുകൾ ബന്ധിച്ച കൽത്തൂണുകളിൽ ചാരിയൂർന്നു മുട്ടിന്മേൽ

വീണു. അല്പ സമയത്തിനുശേഷം പ്രജ്ഞ വീണ്ടെടുത്തു യോഹന്നാൻ എഴുന്നേൽക്കാൻ ശ്രമിക്കുമ്പോൾ പള്ളിമണികൾ മുഴങ്ങുന്ന ശബ്ദം കേട്ടു. ഒരു നടുക്കത്തോടെ അയാൾ വീണ്ടും തറയിൽ കുഴഞ്ഞു വീണു.

കൽപബിൾ ഹോമിസൈഡ്

പ്രൊമോഷൻ സംബന്ധമായ ഒരു കേയ്സിനെപ്പറ്റി സംസാരിക്കുവാനാണ് ഞാൻ അന്ന് അഡ്വക്കേറ്റ് സുധാകരമേനോന്റെ വീട്ടിലെത്തിയത്. മേനോൻ എന്നെ സംബന്ധിച്ചേടത്തോളം ഒരു വക്കീൽ മാത്രമായിരുന്നില്ല; ഉത്തമ സുഹൃത്ത് കൂടിയായിരുന്നു.

സമയം രാവിലെ എട്ടുമണി.

മേനോന്റെ ഓഫീസ് മുറിയിലിരുന്ന് ഒരു അഞ്ച് മിനിറ്റ് സംസാരിച്ചുകാണണം. അപ്പോഴാണ് മേനോന്റെ മൊബൈൽ ഫോൺ ശബ്ദിച്ചത്. അർദ്ധമനസ്സോടെയാണ് അദ്ദേഹം ഫോണെടുത്തതെങ്കിലും പെട്ടെന്ന് മുഴുവൻ ശ്രദ്ധയും ഫോണിലൂടെയുള്ള സംഭാഷണത്തിൽ കേന്ദ്രീകരിച്ചു. എന്ത്? അങ്ങിനെയൊരു അതിശയം ദ്യോതിപ്പിക്കുന്ന ശബ്ദം മാത്രമേ അദ്ദേഹത്തിൽ നിന്ന് പുറപ്പെട്ടുള്ളൂ. അതിനുശേഷം അദ്ദേഹം അങ്ങേത്തലയ്ക്കൽ നിന്നുള്ള സംഭാഷണം ശ്രദ്ധിക്കുക മാത്രമേ ചെയ്തുകണ്ടുള്ളൂ.

ഫോൺ ഓഫ് ചെയ്തതിനുശേഷം അദ്ദേഹം പരിസരം മറന്ന മട്ടിൽ ജാലകത്തിലൂടെ അകലേക്ക് ദൃഷ്ടി പതിപ്പിച്ച് ഇരിക്കുകയായിരുന്നു.

ആ മുഖത്ത് അതിനകം ഒരു വിളർച്ച ബാധിച്ചതായി എനിക്ക് തോന്നി ഗൗരവമേറിയ ഒരു സന്ദേശമായിരുന്നു അതെന്ന് വ്യക്തമായിരുന്നു. ഞാൻ അദ്ദേഹത്തെ അലട്ടിയതേയില്ല.

എന്നാൽ ഒരു നിമിഷത്തിനകം ഉറക്കത്തിൽ നിന്നുണർന്നത് പോലെ എന്റെ നേരെ നോക്കിയിട്ടു പറഞ്ഞു - സോറി മിസ്റ്റർ സോമൻ.

മേനോൻ തുടർന്ന് എന്തെങ്കിലും പറയുമെന്ന് ഞാൻ വിചാരിച്ചു. പക്ഷേ അദ്ദേഹം വീണ്ടും നിശ്ശബ്ദനായിരുന്നു. അവസാനം ഞാൻ ആ നിശബ്ദതയ്ക്കു വിരാമമിട്ടു- മേനോൻ!

നിങ്ങൾക്ക് ആകാംക്ഷയുണ്ടാകുമെന്ന എനിക്കറിയാം- മേനോൻ പ്രതിവചിച്ചു.

....അതൊരു രഹസ്യമാണെങ്കിൽ... ആ വാചകം ഞാൻ പൂർത്തിയാക്കിയില്ല. അതിനുമുമ്പേ മേനോൻ പറഞ്ഞു.

നോ...നോ...ഞാൻ പറയാം.

ഹ്രസ്വമായ ഒരു വാചകമാണ് ഞാൻ പ്രതീക്ഷിച്ചത്; മേനോൻ പറയാൻ തുടങ്ങിയതാകട്ടെ ഒരു കഥയും. അനവസരത്തിൽ അനുചിതമായ എന്തെങ്കിലും സംസാരിക്കുന്ന തരക്കാരനല്ല മിസ്റ്റർ മേനോൻ. അതിനു അദ്ദേഹത്തിന് സമയവുമില്ല.

ഉദ്ദേശം ഒരു വർഷമായിക്കാണും. എന്റെ മകൻ അനീഷിന് ഒരു പനി ബാധിച്ചു. മിസ്റ്റർ മേനോൻ തുടങ്ങി.

അദ്ദേഹത്തിന്റെ കുട്ടിക്ക് അസുഖം വന്ന കാര്യം ഒരു സുഹൃത്ത് എന്ന നിലയക്ക് എനിക്കും ഓർമ്മയുണ്ടായിരുന്നു.

ഓ, എന്നിട്ട് ഡോക്ടർ പ്രശാന്തനല്ലേ... ഞാൻ വാചകം പൂർത്തീയാക്കുന്നതിനുമുമ്പായി മേനോൻ പറഞ്ഞു.

ഞാൻ ഡോക്ടർ പ്രശാന്തന്റെ കാര്യമാണ് പറയാൻ തുടങ്ങുന്നത്. എന്റെ ആകാംക്ഷ വർദ്ധിച്ചു. അതിനിടയിൽ എന്റെ മനസ്സിൽ ഡോക്ടർ പ്രശാന്തന്റെ പ്രൗഢഗംഭീരമായ മുഖം മിന്നിമറഞ്ഞു. അല്പം കഷണ്ടികയറിയ തല അദ്ദേഹത്തിന്റെ രൂപഭംഗി വർദ്ധിപ്പിക്കുന്നെ ഉണ്ടായിരുന്നുള്ളൂ. പേര് പോലെ തന്നെ പ്രശാന്തഗംഭീരനായ ഒരു മനുഷ്യൻ, സാമാന്യം പ്രാക്ടീസുള്ള ഒരു ഡോക്ടർ എന്നീ നിലകളിലെല്ലാം അദ്ദേഹം എനിക്കും പരിചിതനായിരുന്നു.

മേനോൻ തുടർന്നു: അന്ന് രാവിലെ ഞാൻ അനീഷിനെയും കൂട്ടി ഡോക്ടർ പ്രശാന്തന്റെ ക്ലിനിക്കിൽ എത്തി.

വെയ്റ്റിംഗ് റൂമിൽ കൺസൾട്ടേഷൻ ചാൻസിനു വേണ്ടി കാത്തിരുന്നിരുന്ന കുറച്ചധികമാളുകൾ - ഞാനും എന്റെ ഊഴം കാത്തുനിന്നു. അനീഷ് ആകട്ടെ, അസുഖം കൊണ്ട് ആകെ അസ്വസ്ഥനായിരുന്നു.

ആ ഘട്ടത്തിൽ ഡോക്ടർ എന്തിനോവേണ്ടി തന്റെ റൂമിൽ നിന്നും പുറത്തേക്കുവന്നു. അടുത്ത നിമിഷം അദ്ദേഹത്തിന്റെ കണ്ണുകൾ എന്റെ മകൻ അനീഷിൽ തറച്ചുനിൽക്കുന്നതാണ് ഞാൻ കണ്ടത്. എല്ലാവരെയും അത്ഭുതപ്പെടുത്തിക്കൊണ്ട് ഡോക്ടർ ക്രമം തെറ്റിച്ചു ഞങ്ങളെ

അകത്തേയ്ക്ക് വിളിപ്പിച്ചു. പരിശോധന യ്ക്കിടയിലും വിവരങ്ങൾ ചോദിച്ചറിയുന്നതിനിടയിലും അനീഷിൽത്തന്നെയാണ് അദ്ദേഹത്തിന്റെ നോട്ടം കേന്ദ്രീകരിച്ചിരുന്നത്. സ്ഥലത്തെ ഒരു പ്രധാനവ്യക്തി എന്ന നിലയ്ക്കായിരിക്കണം ഡോക്ടർ എന്നെ ക്രമം തെറ്റിച്ച് അകത്തേയ്ക്ക് വിളിപ്പിച്ചതെന്ന് മറ്റുള്ളവർക്ക് തോന്നിക്കാണണം.

എന്തിന് എനിക്ക് തന്നെ അപ്പോൾ അതിന്റെ കാരണം വ്യക്തമായിരുന്നില്ല.

അദ്ദേഹം അന്ന് അനീഷിനെ ആവശ്യത്തിലധികം പരിശോധിച്ചുവെന്നാണ് എനിക്ക് തോന്നിയത്.

സൂക്ഷിക്കണം ലങ്സിൽ നീര് വീണിട്ടുണ്ട്; ന്യൂമോണിയയായി മാറാൻ സാധ്യത കൂടുതലാണ്- ഡോക്ടർ പ്രശാന്തൻ പറഞ്ഞു.

അതിനിടയിൽ ഒരു സംഭവമുണ്ടായി എന്റെ ജിജ്ഞാസയുണർത്തിയ ഒരു കൊച്ചു കാര്യം.

ഡോക്ടർ കുട്ടിയുടെ പേരും വയസ്സും ചോദിച്ചു. പേര് അനീഷ്കുമാറെന്നും വയസ്സ് പത്തെന്നും ഞാൻ പറഞ്ഞപ്പോൾ വിസ്മയകരമായതെന്തോ കേട്ടത് പോലെ അദ്ദേഹം തെല്ലിട നിശ്ചലനായി ഇരുന്നുപോയി.

അദ്ദേഹത്തിന്റെ പെരുമാറ്റം എന്നെയും ആശ്ചര്യപ്പെടുത്തിയെന്നു പറയേണ്ടതില്ലല്ലോ

കുട്ടിയെ തിരിച്ചുകൊണ്ടു വന്നു വീട്ടിലാക്കി മരുന്നൊക്കെ വേണ്ടത് പോലെ കൊടുക്കാൻ ഭാര്യയെ ഏല്പിച്ചിട്ടു ഞാൻ കോടതിയിൽ പോയി.

ഉച്ചയ്ക്ക് തിരിച്ചുവന്നു ഊണ് കഴിച്ചു കൊണ്ടിരിക്കുമ്പോൾ ഉമ്മറത്ത് ഒരു കാറിന്റെ ഹോൺ.

വേഗം കൈകഴുകി വന്നു നോക്കുമ്പോൾ ഡോക്ടർ പ്രശാന്തൻ കാറിൽ നിന്നും ഇറങ്ങി വരുന്നു.

"എങ്ങിനെയുണ്ട് കുട്ടിക്ക്?" -അദ്ദേഹം ചോദിച്ചു.

ഞാൻ ഡോക്ടറെ അനീഷിന്റെ മുറിയിലേയ്ക്കു കൂട്ടിക്കൊണ്ടുപോയി. അദ്ദേഹം വീണ്ടും അനീഷിനെ പരിശോധിച്ചു

"ടെമ്പറേച്ചർ കുറഞ്ഞിട്ടുണ്ട്; എങ്കിലും സൂക്ഷിക്കണം."

ഡോക്ടർ പറഞ്ഞു പിന്നെ അദ്ദേഹം രണ്ട് മിനിറ്റു എന്നോട് സംസാരിച്ചുകാണും.

എനിക്ക് ആകെ വീണ്ടും ആശ്ചര്യം തോന്നിയെന്ന്

പറയേണ്ടതില്ലല്ലോ. ഡോക്ടർ പ്രശാന്തൻ ആരുടെയെങ്കിലും വീട്ടിൽ ചെന്ന് രോഗികളെ നോക്കാറുണ്ടെന്ന ഞാൻ കേട്ടിരുന്നില്ല.

ഞങ്ങൾ അല്പനേരം സംസാരിച്ചിരുന്നുവെന്ന പറഞ്ഞില്ലേ, വെറും ലോകകാര്യങ്ങളായിരുന്ന വിഷയം. അദ്ദേഹം സംസാരിക്കുമ്പോഴും പ്രവർത്തിക്കുമ്പോഴും അദ്ദേഹത്തിന്റെ മനഃശാന്തി കാർന്നുതിന്നൊടുക്കി ക്കൊണ്ടിരുന്ന ഏതോ ഒരു ഉൾവ്യഥ അദ്ദേഹത്തിനുണ്ടെന്ന് എനിക്ക് മനസ്സിലായി.

അതെന്തെന്നറിയാനുള്ള ജിജ്ഞാസ എനിക്കുണ്ടായിരുന്നെങ്കിലും ഞാൻ ചോദിച്ചില്ല.

അത്രയ്ക്കുള്ള അടുപ്പം അന്ന് ഞങ്ങൾ തമ്മിൽ ഇല്ലായിരുന്നല്ലോ.

അനീഷിന്റെ അസുഖം ഭേദമാകുന്നതിനു മുമ്പായി ഒരു നാലഞ്ച് തവണയെങ്കിലും അദ്ദേഹം എന്റെ വീട്ടിൽ വന്നിട്ടുണ്ട്. ആ അവസരങ്ങൾ ഞങ്ങളെ സുഹൃത്തുക്കളാക്കി മാറ്റി.

ഒരു ദിവസം പോകുന്നതിനുമുമ്പായി അദ്ദേഹം എന്നോട് പറഞ്ഞു- മിസ്റ്റർ മേനോൻ ഇതുവരെ എന്റെ വീട്ടിൽ വന്നിട്ടില്ല.

അതൊരു ക്ഷണമായിരുന്നോയെന്ന് ഇപ്പോഴും എനിക്ക് തിട്ടമില്ല. ഏതായാലും ഒന്ന് ഞാൻ തീർച്ചപ്പെടുത്തി. ഡോക്ടറുടെ വീട്ടിലേയ്ക്ക് ഒരു ദിവസം പോകുകതന്നെ.

അങ്ങിനെ ഒരു ഞായറാഴ്ച ഏതാണ്ട് ഉച്ചയോടടുത്ത സമയം ഞാൻ ഡോക്ടർ പ്രശാന്തന്റെ വീട്ടിലെത്തി.

ഡോക്ടർ തന്റെ വീടിനു മുൻപിലുള്ള ഒരു കൊച്ചു പൂന്തോട്ടത്തിൽ ഉണ്ടായിരുന്നു. തൊട്ടടുത്തു തന്നെയിരുന്നിരുന്ന ഒരു നായക്കുട്ടിയെ തലോടിക്കൊണ്ട് അദ്ദേഹം ഒരു ചാരുബെഞ്ചിൽ ഇരിക്കുകയായിരുന്നു.

ഞാൻ നടന്നടുക്കുന്നതു കണ്ടിട്ടും അദ്ദേഹത്തിൽ യാതൊരു പ്രതികരണം കണ്ടില്ല.

നിങ്ങൾ ഇവിടെയും വന്നോ എന്ന മട്ടിലൊരു നോട്ടം മാത്രം. ഞാൻ തൊട്ടു മുന്നിലെത്തിയപ്പോൾ ആ ഭാവമെല്ലാം അദ്ദേഹം പെട്ടെന്ന് കൈവിട്ടു. പ്രയാസത്തോടെയാണെന്ന തോന്നുന്ന അദ്ദേഹമെന്നെ സ്വീകരിച്ചു. അപ്പോഴാണ് ഞാൻ കണ്ടത് ആ ചാരുബെഞ്ചിന്റെ മറ്റേ അറ്റത്തിരുന്നിരുന്ന ആ പെൺകുട്ടിയെ. വളരെ സുന്ദരിയായൊരു കുട്ടി. ആറേഴ വയസ്സ് പ്രായം തോന്നും. പക്ഷേ ഏതോ സ്ഥായിയായ ദുഃഖത്തിന്റെ മിന്നലാട്ടങ്ങൾ ആ കുട്ടിയുടെ കണ്ണുകളിൽ ഞാൻ കണ്ടു.

എന്റെ മോൾ നിഷയാണ്, ഡോക്ടർ പ്രശാന്തൻ പറഞ്ഞു.

ഞാൻ അവളെ നോക്കി ചിരിച്ചു. ഒരു വിളർത്ത പുഞ്ചിരി പകരം തന്നിട്ട് അവൾ വീട്ടിലേയ്ക്കു നടന്നുപോയി.

ഡോക്ടർ പ്രശാന്തൻ എന്നെ ആവീടിന്റെ സ്വീകരണമുറിയിലേയ്ക്ക് നയിച്ചു.

ഞാനൊരു കസേരയിൽ ഇരുന്നു. സമീപത്തായി മറ്റൊരു കസേരയിൽ ഡോക്ടറും.

എന്തിനെപ്പറ്റിവേണം സംസാരിക്കാനെന്ന് എനിക്ക് നിശ്ചയമുണ്ടായിരുന്നില്ല. ആകെക്കൂടി കണ്ട അസാധാരണത്വം അവിടെ വരേണ്ടിയിരുന്നില്ലെന്നു വരെ ചിന്തിക്കാൻ എന്നെ പ്രേരിപ്പിച്ചു.

അവസാനം ഞാൻ തന്നെ തുടങ്ങി ഡോക്ടർ ചാരുബെഞ്ചിൽ വിട്ടിട്ടു പോന്ന ആ ചെറിയ നായ്ക്കുട്ടിയെപ്പറ്റി. ഡോക്ടർക്കും ആശ്വാസമായെന്നു തോന്നി ആ നായ്ക്കുട്ടിയെപ്പറ്റി അദ്ദേഹം ആവേശപൂർവ്വം സംസാരിച്ചു.

ഡോക്ടർ പ്രശാന്തനുമായി ബന്ധപ്പെട്ടതുമുതൽ എന്റെ മനസ്സിൽ തോന്നിയ ഒരു കാര്യം ഞാൻ പറയാം.

അദ്ദേഹം എന്നോട് എന്തൊക്കെയോ പറയാനാഗ്രഹിക്കുന്നു. എന്നാൽ അതെങ്ങിനെ വേണമെന്നറിയാതെ ഓരോ സന്ദർഭവും പാഴാക്കിക്കളയുന്നു.

ഒന്ന് രണ്ട് മിനിറ്റു കഴിഞ്ഞുകാണും. പ്രൗഢയായ ഒരു സ്ത്രീ അകത്തേയ്ക്കുള്ള വാതിൽക്കൽ പ്രത്യക്ഷപ്പെട്ടു. അവരുടെ കയ്യിൽ ഒരു ട്രേയിലായി രണ്ട് കൂൾ ഡ്രിങ്ക്സുമുണ്ടായിരുന്നു.

ഭാര്യ -

സരോജം- ഡോക്ടർ എന്നോടായിപ്പറഞ്ഞു.

ഇതാണ് അഡ്വക്കേറ്റ് സുധാകരമേനോൻ- ഭാര്യ അടുത്തെത്തിയപ്പോൾ ഡോക്ടർ എന്നെ പരിചയപ്പെടുത്തി.

ഞാൻ അവരെ നോക്കി പുഞ്ചിരിച്ചു. എന്നാൽ അവർ എന്നെ ക്രുദ്ധയായി നോക്കുന്നതായി എനിക്ക് തോന്നി. ഞാൻ നോട്ടം പിൻവലിച്ചു. സരോജം പൊയ്ക്കോളൂ- എന്ന് ഡോക്ടർ പ്രശാന്തൻ പറഞ്ഞിട്ട് അവർ അൽപനേരം കൂടി അവിടെ നിന്ന് എന്തൊക്കെയോ ശ്രദ്ധിച്ചതിനു ശേഷമാണ് അകത്തേയ്ക്കു പോയത്. അവർ മുറിക്കകത്തുണ്ടായിരുന്നതെല്ലാം ശ്രദ്ധിക്കുന്നുവെന്നും എന്നാൽ ഒന്നും കാണുന്നില്ലെന്നുമാണ് എനിക്ക് തോന്നിയത്.

ആ നോട്ടത്തിലെ തീവ്രത ഒരു അപരിചിതനെ അമ്പരിപ്പിക്കാൻ

പോന്നതായിരുന്നു.

ഐ. ആം സോറി, മേനോൻ; സരോജം അങ്ങിനെയാണ്. അവർ കടന്നുപോയിക്കഴിഞ്ഞപ്പോൾ ഡോക്ടർ പ്രശാന്തൻ പറഞ്ഞു.

അവർക്കു സുഖമില്ല - ഡോക്ടർ പറഞ്ഞു.

ഞാൻ ആകാംക്ഷയോടെ അദ്ദേഹത്തിന്റെ മുഖത്തേയ്ക്കു നോക്കി. അപ്പോൾ അദ്ദേഹം പറഞ്ഞു - മനോരോഗം തന്നെ. അങ്ങിനെ എന്റെ സംശയം സ്ഥിരീകരിക്കപ്പെട്ടു. എന്റെ മനസ്സും അശാന്തമായി.

നിങ്ങൾ ഇവിടെ വരണമെന്ന് സത്യത്തിൽ ഞാൻ ആഗ്രഹിച്ചിരുന്നില്ല - ഡോക്ടർ പ്രശാന്തൻ തന്നത്താനെന്നോണം പറഞ്ഞു.

ഞാൻ ഒന്നും പറഞ്ഞില്ല. എനിക്ക് ഈർഷ്യ തോന്നിയതുമില്ല. ഞാൻ അദ്ദേഹത്തിന്റെ മനസ്സ് അല്പാല്പമായി കാണാൻ തുടങ്ങിയിരുന്നല്ലോ. ഒരു നീണ്ട നിശ്ശബ്ദതയ്ക്കു ശേഷം ഡോക്ടർ ദീർഘമായി ഒന്ന് നിശ്വസിച്ചു. അതിനുശേഷം എന്നോട് ഒരു ചോദ്യം: കൽപ്പബിൾ ഹോമിസൈഡ് എന്നാലെന്തെന്നു ഒന്ന് വിശദീകരിക്കാമോ?

അത്തരമൊരു സന്ദർഭത്തിൽ ആ ചോദ്യത്തിന് എന്താണ് പ്രസക്തി?

ഡോക്ടർ പ്രശാന്തൻ എന്റെ കയ്യിൽ ഒതുങ്ങിവരികയായിരുന്നു എന്ന തോന്നലിനു ഒരു അർദ്ധവിരാമമായി എന്നെനിക്കു തോന്നി. അദ്ദേഹമൊരു കടങ്കഥയാണ്.

ജീവിതത്തിന്റെ നൂലാമാലകളിൽ നിന്നു രക്ഷപെടാൻ ഏതെങ്കിലും കുറുക്കുവഴിയെപ്പറ്റി അദ്ദേഹം ചിന്തിക്കുന്നുണ്ടോ? അങ്ങിനെയുമാകാൻ ഇടയില്ല.

ഇനി, ഡോക്ടർക്ക് സ്വയം എന്തെങ്കിലും മാനസിക തകരാറ് - അതുമാകാനിടയില്ല.

അദ്ദേഹത്തിന്റെ ചോദ്യത്തിന് ഒരു പശ്ചാത്തലം ഉണ്ടായിരിക്കണം. പറയൂ മേനോൻ ഡോക്ടറെ നിർബ്ബന്ധിച്ചു.

കൽപ്പബിൾ ഹോമിസൈഡ് അല്ലെങ്കിൽ കുറ്റകരമായ നരഹത്യയെക്കുറിച്ച് ഉദാഹരണം സഹിതം ഒരു വിശദീകരണം ഞാൻ നൽകി. ഞാൻ പറഞ്ഞ ഉദാഹരണം അദ്ദേഹത്തിൽ അപ്രതീക്ഷിതമായ ഒരു പ്രതികരണമുണ്ടാക്കി എന്ന് തോന്നുന്നു.

ഞാൻ പറഞ്ഞ ഉദാഹരണം പറയാം.

ഒരാൾ മദ്യപിച്ചു കൊണ്ടിരിക്കെ ഒരു ചെറിയ കുട്ടി അയാളുടെ അരികിലെത്തുന്നുവെന്നു വിചാരിക്കുക. ആ മനുഷ്യൻ ആ സമയത്തെ പ്രത്യേക മാനസികാവസ്ഥയിൽ ഒരു ഗ്ലാസ്സ് മദ്യം ആ

കുട്ടിക്ക് പകർന്നു കൊടുക്കുകയും സാഹസികനായ ആ കുട്ടി അത് കുടിക്കുകയും ചെയ്തെന്നു വിചാരിക്കുക. അത്രയും മദ്യത്തിന്റെ ജീവശാസ്ത്രപരമായ പ്രതിപ്രവർത്തനത്തെ അതിജീവിക്കാനാകാതെ ആ കുഞ്ഞു മരിച്ചു പോകുകയും ചെയ്തെന്നു കരുതുക. അത്തരമൊരു കെയ്സിൽ ആ മനുഷ്യൻ തീർച്ചയായും നിയമസിംഹാസനത്തിന്റെ മുമ്പിൽ ഉത്തരം പറയേണ്ടിവരും. നിയമം അയാളിൽ ആരോപിക്കുന്ന കുറ്റം കുറ്റകരായ നരഹത്യയായിരിക്കും. കൊലപാതകത്തിന് തുല്യമാകുന്നില്ലെങ്കിലും ഒട്ടും നിസ്സാരമല്ലാത്ത ഒരു കുറ്റം.

ഞാനിതു പറഞ്ഞു തീർത്തപ്പോഴേയ്ക്കും ഡോക്ടർ പ്രശാന്തൻ ഒരു സ്വപ്നാടകനെപ്പോലെ ഇരിപ്പിടത്തിൽ നിന്നും ചാടിയെഴുന്നേറ്റു. അദ്ദേഹം കുടുകുടെ വിയർക്കുന്നുണ്ടായിരുന്നു.

ഞാൻ തന്നെ അമ്പരന്നു പോയി. അദ്ദേഹം നിശ്ചലമായി പരിസരം മറന്നങ്ങിനെ നിൽക്കുകയായിരുന്നു.

എന്താ ഡോക്ടർ?- ഞാൻ ചോദിച്ചു. അതിനുത്തരമായി ഡോക്ടർ സംശയാദ്യഷ്ട്യാ എന്നെ നോക്കുന്നതായാണ് എനിക്ക് തോന്നിയത്. ഉത്തരക്ഷണത്തിൽ സമനില വീണ്ടെടുത്തു അദ്ദേഹം മൃദുവായി പുഞ്ചിരിച്ചു. അദ്ദേഹം വീണ്ടും സ്വസ്ഥാനത്തിരുന്നു

ഞാൻ ആകെ ജിജ്ഞാസുവായിക്കഴിഞ്ഞിരുന്നു. അത് അദ്ദേഹത്തിനും മനസ്സിലായെന്നു തോന്നി കൂടുതൽ ചോദ്യങ്ങൾക്കുവേണ്ടി കാത്തുനിൽക്കാതെ തന്നെ അദ്ദേഹം തന്റെ പൂർവ്വജീവിതത്തിലെ പ്രസക്തമായ ചില കാര്യങ്ങൾ വിശദീകരിക്കാൻ തുടങ്ങി.

അദ്ദേഹത്തിന്റെ വാക്കുകളിൽ തന്നെ ഞാൻ അത് നിങ്ങളെ ധരിപ്പിയ്ക്കാൻ ശ്രമിക്കാം, സോമൻ

ഏകദേശം ഒന്നരവർഷമായി സരോജവുമായുള്ള എന്റെ വിവാഹം നടന്നിട്ട്. അത് എന്റെ രണ്ടാമത്തെ വിവാഹമായിരുന്നുവെന്നു നിങ്ങൾക്കറിയാമായിരിക്കും. വിഭാര്യനും ഒരു പെൺകുട്ടിയുടെ അച്ഛനുമായിരുന്ന ഞാൻ വിധവയും ഒരു ആൺകുട്ടിയുടെ മാതാവുമായിരുന്ന സരോജത്തെ വിവാഹം കഴിക്കുകയാണുണ്ടായത്. അതിന്റെ പശ്ചാത്തലത്തിലേയ്ക്ക് ഞാൻ കടക്കുന്നില്ല. ഞാൻ ഒരു പുനർവിവാഹം ചെയ്തത് എന്റെ കുഞ്ഞിന് വേണ്ടി മാത്രമായിരുന്നു എന്ന് പറഞ്ഞാൽ അത് കാപട്യമായിരിക്കും. സരോജത്തിന്റെയും എന്റെയും ദാമ്പത്യജീവിതം മധുരോദാരമായിരുന്നു ആദ്യമാദ്യം. എന്നാൽ നിർഭാഗ്യകരമെന്നു പറയട്ടെ, എന്നെ സംബന്ധിച്ചേടത്തോളം ഞങ്ങളുടെ കുടുംബജീവിതം അസ്സാദ്ധ്യവും അസുഖകരവുമാക്കിത്തീർക്കുന്ന ഒരു ഘടകം സാവധാനം ഉയർന്നു വന്നു,

മറ്റൊന്നുമല്ല, സരോജത്തിനുണ്ടായിരുന്നുവെന്നു ഞാൻ നേരത്തെ സൂചിപ്പിച്ച മകൻ അനീഷ്.

എന്റെ മകൻ അനീഷിനെ ആദ്യമായി കണ്ടപ്പോൾ ഡോക്ടർ പ്രശാന്തനിൽ കണ്ട മാറ്റങ്ങൾ എന്റെ സ്മരണയിലുണ്ടായിരുന്നു.

അനീഷിന് എന്നെ തീരെ ഇഷ്ടമായില്ല. അമ്മയിൽ നിന്നും അവനു കിട്ടുമായിരുന്ന സ്നേഹം ഭാഗികമായിപ്പോകുന്നു എന്നതായിരുന്നിരിക്കണം അവന്റെ ചിന്ത. അതുവളരെ സ്വാഭാവികമായിരുന്നു എന്നതുകൊണ്ട് എനിക്ക് അതിൽ പ്രയാസം തോന്നിയില്ല.

അതുകൊണ്ടായിരിക്കണം അവന്റെ വിരോധം മുഴുവൻ എന്റെ മകൾ നിഷയുടെ നേരെ തിരിഞ്ഞു. ആവശ്യത്തിനും അനാവശ്യത്തിനും അവൻ അവളെ ഉപദ്രവിക്കാൻ തുടങ്ങി.

അടിക്കുക, തൊഴിക്കുക, തള്ളി മറിച്ചിടുക- അങ്ങിനെയൊക്കെയായി അവന്റെ ചെയ്തികൾ.

ഞാൻ ആദ്യമേ പറഞ്ഞല്ലോ എന്റെ മകൾക്കു വേണ്ടി മാത്രമല്ല ഞാൻ വീണ്ടും വിവാഹിതനായതെന്നു. എന്നിരിക്കിലും ഞാൻ ചെന്ന് ചാടിയതു അവൾക്ക് ദോഷകരമായ ഒരു ചുറ്റുപാട്ടിലായിരുന്നുവെന്ന വസ്തുത എന്നെ വേദനിപ്പിച്ചു. എനിക്ക് അനീഷിനോട് വിരോധം തോന്നി. എങ്കിലും അത് പ്രകടമാകാതിരിക്കാൻ ഞാൻ അങ്ങേയറ്റം ശ്രദ്ധിച്ചിരുന്നു.

അങ്ങിനെയിരിക്കെ ഒരു സംഭവമുണ്ടായി. ഞാൻ ഒരുദിവസം ക്ലിനിക്കിൽ നിന്നും വന്നപാടെ സ്റ്റെതെസ്കോപ് അഴിച്ചു മേശപ്പുറത്തു വച്ചു. അടുത്തായിത്തന്നെ ഒരു കസേരയിലിരുന്നു പത്രം നിവർത്തി വായിക്കാൻ തുടങ്ങി. ഇതിനിടയിൽ മുറിയിലുണ്ടായിരുന്ന അനീഷ് സ്റ്റെതെസ്കോപ് എടുത്ത് ചുഴറ്റാൻ തുടങ്ങി. ഇതുകണ്ടു എങ്ങുനിന്നോ ഓടിയെത്തിയ നിഷ - എന്റെ അച്ഛന്റെ സ്റ്റെതെസ്കോപ്- എന്ന് പറഞ്ഞു കൊണ്ട് അതിൽ കയറി പിടുത്തമിട്ടു. അനീഷ് അതുവിട്ടു കൊടുത്തില്ലെന്നു മാത്രമല്ല ആ സ്റ്റെതെസ്കോപ്പു ചുഴറ്റി അവളുടെ തലയിൽ ഒന്ന് രണ്ട് അടിയടിച്ചു. എല്ലാം നിമിഷങ്ങൾക്കുള്ളിൽ കഴിഞ്ഞു. ഞാൻ എഴുന്നേറ്റ് നോക്കുമ്പോൾ എന്റെ മകൾ തറയിൽ കിടന്നു വേദനകൊണ്ട് പുളയുകയായിരുന്നു ഞാൻ അവളെ വലിച്ചെഴുന്നേല്പിച്ചു, കൈകൊണ്ട് അവളുടെ തുടയിൽ ഒരടി കൂടി കൊടുത്തു. അനീഷിനോടുള്ള ദേഷ്യമാണ് ഞാൻ അങ്ങിനെ തീർക്കാൻ ശ്രമിച്ചത്. സത്യത്തിൽ ആ സ്റ്റെതെസ്കോപ് പിടിച്ചു വാങ്ങി അതുകൊണ്ട് അവനെയും അടിക്കാനാണ് എനിക്ക് തോന്നിയത്. തീരെ പാകത വരാത്ത ഒരാളെപ്പോലെയാണ് ഞാൻ അന്നേരം

പെരുമാറിയത് എന്നോർത്ത് ഞാൻ പിന്നീട് ലജ്ജിച്ചിട്ടുണ്ട്.

അനീഷിന്റെ സ്വഭാവത്തിൽ മാറ്റം വരുത്താൻ സരോജം ആവു ന്നത്ര ശ്രമിക്കുന്നുണ്ടായിരുന്നു. ഫലമുണ്ടായില്ലെന്നു മാത്രം.

ഈ അനീഷിനെ ഞാൻ ഒന്ന് കണ്ടില്ലല്ലോ?

എന്റെ ചോദ്യത്തിനു മുന്നിൽ ഡോക്ടർ പ്രശാന്തൻ ഒന്ന് പതറിയെ ന്നെനിക്ക് തോന്നി. ശിരസ്സു കുനിച്ച് അല്പനേരം ഇരുന്നിട്ട് അദ്ദേഹം പറഞ്ഞു- അനീഷ് മരിച്ചു പോയി മിസ്റ്റർ മേനോൻ

ഞാനൊന്ന് ഞെട്ടി

ആൻഡ് ഇറ്റ് വാസ് എ കൽപ്പബിൾ ഹോമിസൈഡ്

എന്റെ പ്രൊഫെഷണൽ വാസനകൊണ്ട് ഞാനങ്ങനെ ചോദിച്ചു പോയതാണ്.

യെസ് യു ആർ ആൾമോസ്റ്റ് റൈറ്റ്- ഡോക്ടർ പ്രതിവചിച്ചു. വീണ്ടും നിശബ്ദതയുടെ ഊഴമായിരുന്നു.

ഡോക്ടർ പ്രശാന്തൻ തന്നെയാണ് ഈ നിശബ്ദത ഭഞ്ജിച്ചത്. മേനോൻ എന്റെ കൂടെ വരൂ.

അദ്ദേഹം മുകളിലത്തെ നിലയിലേക്കുള്ള കോവണി കയറുകയാ യിരുന്നു. ഞാനും പിന്തുടർന്നു; ഞങ്ങൾ എത്തിയത് തുറസ്സായിക്കിട ന്ന ടെറസ്സിലേയ്ക്കായിരുന്നു.

ഒരു ഷട്ടിൽ ബാഡ്മിന്റൺ കോർട്ടിന്റെ വലുപ്പമുണ്ടായിരുന്നു ആ ടെറസ് മദ്ധ്യാഹ്നസൂര്യന്റെ ഉഗ്ര കിരണങ്ങളേറ്റു ചുട്ടു പഴുത്ത് കിടക്കു കയായിരുന്നു. ആടെറസ്സിന്റെ ഒരു സൈഡിലേക്കാണ് ഡോക്ടർ എന്നെ നയിച്ചത്. അവിടെ ചെന്ന് നിന്ന് അദ്ദേഹം ആ കെട്ടിടത്തി ന്റെ പാർശ്വത്തിലൂടെ പോകുന്ന മറ്റൊരു റോഡ് ചൂണ്ടിക്കാണിച്ചു.

അവിടെ നിന്നു നോക്കിയാൽ കാണാമായിരുന്ന ആ കെട്ടിടത്തി ന്റെ സൺഷെയ്ഡിന്റെ അറ്റം താഴെയുള്ള റോഡിന്റെ മുകളിലേയ്ക്ക് അല്പം തള്ളിയാണ് നിന്നിരുന്നത് എന്ന കാര്യം ഞാൻ ശ്രദ്ധിച്ചു. ആ ഭാഗത്തേയ്ക്ക് തന്നെയാണ് അദ്ദേഹം വിരൽ ചൂണ്ടിയതും. എന്നാൽ അങ്ങിനെ ചൂണ്ടിക്കാണിച്ചതല്ലാതെ അദ്ദേഹം അതേപ്പറ്റി ഒന്നും പറഞ്ഞില്ല.

ആകെ പറഞ്ഞത് ഇതാണ്- ചില സായാഹ്നങ്ങളിൽ ഞങ്ങൾ ഇവിടെ വന്നിരുന്നു സമയം ചെലവഴിക്കുമായിരുന്നു

അതുപറഞ്ഞപ്പോൾ അദ്ദേഹം താഴേക്ക് തന്നെ ഇറങ്ങിപ്പോ ന്നു. ഞാൻ പുറകെയും. ഞങ്ങൾ ആദ്യം സംസാരിച്ചുകൊണ്ടിരു ന്ന മുറിയിൽ തന്നെ മടങ്ങിയെത്തി. അവിടെ അതുവരെ എന്റെ

ദ്രഷ്ടിയിൽ പെടാതിരുന്ന ഒരു വസ്തു കൂടി അദ്ദേഹം എനിക്ക് കാണിച്ചുതന്നു. ഒരു മരക്കുതിര, ആ മുറിയിലുണ്ടായിരുന്ന എല്ലാ വസ്തുക്കളും വളരെ വൃത്തിയായി സൂക്ഷിച്ചിരുന്നു. എന്നാൽ ആ മരക്കുതിരമാത്രം മുഷിഞ്ഞു പൊടിപിടിച്ചിരുന്നത് എന്നെ അത്ഭുതപ്പെടുത്തി. അനീഷിന്റെ ഏറ്റവും പ്രിയപ്പെട്ട കളിപ്പാട്ടമായിരുന്നത്രെ അത്. മരിക്കുന്നതിന് മുൻപ് എല്ലാ ദിവസവും ഒരിക്കലെങ്കിലും അവൻ ആ കുതിരയുടെ പുറത്തു കയറിയിരുന്നു ചാഞ്ചാട്ടമായിരുന്നു.

ആ കുതിരയുടെ മേൽ ഞാനൊന്നു കയ്യോടിച്ചു, സോമൻ, അപ്പോൾ അതിലുണ്ടായിരുന്ന പൊടി എന്റെ കയ്യിലും പറ്റിപിടിച്ചു.

അതുകണ്ട് ഡോക്ടർ പ്രശാന്തൻപറഞ്ഞു: വേലക്കാരാരും അത് തുടയ്ക്കാറില്ല. ചില സന്ദർഭങ്ങളിൽ ആ കുതിര സ്വയം ചാഞ്ചാടാറുണ്ട് പോലും.

യൂ ബിലീവ് ഇറ്റ്? ആശ്ചര്യം അടക്കിപ്പിടിക്കാൻ കഴിയാതെ ഞാൻ ചോദിച്ചു.

അത് മറ്റൊരു കാര്യം - ഡോക്ടർ ഒഴിഞ്ഞു മാറി.

അദ്ദേഹം കഥ തുടർന്നു: അന്ന് എന്റെ മോൾ നിഷയുടെ പിറന്നാൾ ആയിരുന്നു. ഞങ്ങൾ എല്ലാവരും ടെറസ്സിൽ ഒത്തുകൂടി. പുറത്താരെയും ക്ഷണിച്ചിരുന്നില്ല. ഞങ്ങൾ വളരെ നിർബന്ധിച്ചിട്ടാണ് അനീഷ് വന്നത് തന്നെ. വന്നപ്പോഴാകട്ടെ അവൻ തന്റെയാ മരക്കുതിരയെയും വലിച്ചു മുകളിലേയ്ക്കു കൊണ്ടുവന്നു. ഞങ്ങൾ സംസാരിച്ചുകൊണ്ടിരിക്കുമ്പോഴെല്ലാം അവൻ തനിയെ ഒരു ശിശുവിനെപ്പോലെ അതിന്മേലിരുന്നു ചാഞ്ചാട്ടുകയായിരുന്നു. എനിക്ക് അനീഷിനോട് ദേഷ്യമുണ്ടായിരുന്നുവെന്നു പറഞ്ഞല്ലോ, അന്നത്തെയവന്റെയാ അന്യതാ ഭാവം എന്നിൽ ശുണ്ഠി വളർത്തി. ഞാൻ ഒരു മദ്യപാനിയല്ല. എന്നാൽ വിശേഷാവസരങ്ങളിൽ ഞാൻ അല്പം കുടിക്കാറുണ്ടായിരുന്നു. അന്ന് ഞാൻ ഒരു കുപ്പി ജിൻ വാങ്ങിയിരുന്നു. അത് പൊട്ടിച്ചു ലൈമൺ ജ്യൂസും ചേർത്ത് ഞാൻ അല്പമായി കുടിക്കാൻ തുടങ്ങിയപ്പോൾ അനീഷ് കുതിരപ്പുറത്തുനിന്നും ഇറങ്ങി എന്റെ അരികിൽ വന്നു നേരമ്പോക്കിന് വേണ്ടി അല്പം ജിൻ പകർന്നു ഞാൻ സരോജത്തിനും നിഷയ്ക്കും നൽകിയിരുന്നു.

അനീഷ് അടുത്തെത്തിയപ്പോൾ ഞാൻ അവനോട് ചോദിച്ച് അല്പം കുടിക്കണോയെന്ന്.

അനീഷ് തല കുലുക്കി പെട്ടെന്നാണ് എനിക്ക് ഒരു ദുർബുദ്ധി തോന്നിയത്. ഞാൻ ഗ്ലാസ്സിന്റെ പകുതി ജിൻ നിറച്ചു അവനു നൽകി. സരോജം വിലക്കിയതാണ്. പക്ഷേ ബാലസഹജമായ

കുസൃതിയോടെ അവൻ അത് പെട്ടെന്ന് അകത്താക്കി. സാവകാശം അവന്റെ മരക്കുതിരയുടെ അടുത്തേയ്ക്കു അവൻ പോകുന്നത് കണ്ടു.

ഞാനും സരോജവും പിന്നെയും സംസാരിച്ചു കൊണ്ടിരുന്നു.

പെട്ടെന്ന് നിഷയുടെ കരച്ചിൽ കേട്ടാണ് ഞങ്ങൾ ശ്രദ്ധിച്ചത്. അനീഷ് എങ്ങിനെയോ ടെറസ്സിൽ നിന്ന് സൺഷെയ്ഡിൽ ഇറങ്ങി നിൽക്കുന്നതാണ് ഞങ്ങൾ കണ്ടത്. സരോജം പരിഭ്രാന്തയായി ബഹളം വെയ്ക്കാൻ തുടങ്ങി. എന്റെയും ഉള്ളൊന്നു പിടഞ്ഞു. ഞങ്ങളുടെ പരിശ്രമം അനീഷിനെ ഉന്മത്തനാക്കുകയാണ് ചെയ്തത് അവൻ അവിടെ നിന്നു തുള്ളിച്ചാടാൻ തുടങ്ങി.

അനങ്ങാതെ നില്ക്കാൻ ഞാൻ പറഞ്ഞതൊന്നും അവൻ കൂട്ടാക്കി യില്ല. ഞാൻ എങ്ങിനെയെങ്കിലും അനീഷിനെ വലിച്ചു കയറ്റാനുള്ള പരിശ്രമത്തിലായിരുന്നു. അവൻ എന്റെ സഹായം സ്വീകരിക്കാൻ കൂട്ടാക്കിയില്ല. നിറുത്താതെ തുള്ളിച്ചാടിയ അനീഷ് അവസാനം കാലുതെന്നി താഴേയ്ക്ക് വീഴുന്നതാണ് ഞാൻ കണ്ടത്. ഞങ്ങൾ ഒരു കണക്കിന് താഴെക്കിറങ്ങി ഓടിച്ചെന്നു. നോക്കുമ്പോൾ അനീഷ് ചലനമറ്റ് കിടക്കുകയായിരുന്നു.

അനീഷിന്റെ തലയുടെ പിൻഭാഗം ഒരു കല്ലിലിടിച്ചു തകർന്ന നിലയിലായിരുന്നു.

ഡോക്ടർ പ്രശാന്തൻ വീണ്ടും നിശ്ശബ്ദനായി. ഞാനും നിശ്ശബ്ദനാ യിരുന്നു. പോസ്റ്റ്മോർട്ടം റിപ്പോർട്ടിൽ അനീഷ് മദ്യം കുടിച്ചിരുന്ന തായിപ്പറഞ്ഞിരുന്നില്ല- ഡോക്ടർ തുടർന്നു. ഞാൻ ആദ്യമായിട്ടാണ് ഇക്കാര്യം ഒരാളോട് പറയുന്നത്. സരോജം അന്നുമുതലാണ് ഇങ്ങനെ യായിത്തീർന്നത്. എന്റെ മോൾ ചൈതന്യരഹിതയായിത്തീർന്നതും അന്ന് മുതൽക്കാണ്. ആ സംഭവത്തിനുശേഷം മനഃസമാധാനമെന്തെ ന്നു ഞാൻ അറിഞ്ഞിട്ടില്ല.

പോസ്റ്റ്മോർട്ടം റിപ്പോർട്ടിൽ മദ്യത്തെ കുറിച്ച് പരാമർശമില്ലാതി രിക്കാൻ എന്താണ് കാരണം? ഞാൻ ചോദിച്ചു.

പോസ്റ്റ്മോർട്ടം ചെയ്തു ഡോക്ടർ എന്റെ സ്നേഹിതനായിരുന്നു.

മദ്യത്തെപ്പറ്റി ഒന്നും പറയരുതെന്ന് ഡോക്ടർ...

ഒരിക്കലുമില്ല. ഞാൻ പറഞ്ഞുതീർക്കുന്നതിനു മുൻപായിത്തന്നെ ഡോക്ടർ പ്രശാന്തൻ അത് നിഷേധിച്ചു.

പക്ഷേ ആ സംഭവത്തിനുശേഷം എന്നെ കാണുമ്പോഴൊക്കെ ആ ഡോക്ടർ അർത്ഥഗർഭമായി ചിരിക്കാറുണ്ട്. എന്നാൽ ഒരക്ഷരം അതേപ്പറ്റി സംസാരിച്ചിട്ടില്ലതാനും. ആ ചിരി എന്നെ ശ്വാസം

മുട്ടിക്കുന്നു.

ഭാര്യ എന്നെങ്കിലും അക്കാര്യം പറഞ്ഞു താങ്കളെ കുറ്റപ്പെടുത്തി യിട്ടുണ്ടോ?

അതുമില്ല, അതാണത്ഭുതം. പക്ഷേ സരോജം ഓരോ പ്രാവശ്യം എന്നെ നോക്കുമ്പോഴും ആ കണ്ണുകളിൽ ഞാൻ ഒരു ചോദ്യം കാണുന്നു.

അത് ഡോക്ടർക്ക് തോന്നുന്നതാണ്. അതിരിക്കട്ടെ ഭാര്യയുടെ അസുഖത്തിന് ചികിത്സയൊന്നും ചെയ്തില്ലേ?

ഉവ്വ് മിസ്റ്റർ മേനോൻ, അവളുടെ കാര്യത്തിൽ ഹൈഡ്രോതെ റാപ്പിയും ഇലക്ട്രോ തെറാപ്പിയും സൈക്കോ തെറാപ്പിയും പരാജയ പ്പെട്ടിരിക്കുന്നു. എന്നാലും തീവ്രത കുറഞ്ഞിട്ടുണ്ട്. എന്റെ മാനസിക നിലയും അടിക്കടി വഷളായിക്കൊണ്ടിരിക്കുകയാണ്. ഞാൻ മൂലം എന്റേതുൾപ്പെടെ നാലുജീവിതങ്ങളാണ് നശിച്ചത്. പക്ഷേ മേനോൻ, അനീഷ് മരിക്കണമെന്ന് ഞാൻ ഒരിക്കലും ആഗ്രഹിച്ചിട്ടില്ല. ആ കുതിരപ്പുറത്തുനിന്നും ഒന്ന് വീണോട്ടെയെന്നു കരുതിയത് നേരാണ് താനും.

ആ നിലയ്ക്ക് ഡോക്ടർക്ക് കൂടുതൽ വിഷമിക്കേണ്ടതായിട്ടില്ലല്ലോ.

ആഴമെത്രയെന്നറിയാവുന്നതുകൊണ്ട് നീന്താൻ കഴിയണമെന്നി ല്ലല്ലോ, മിസ്റ്റർ മേനോൻ.

ആ ചോദ്യം എന്നെ ഇരുത്തിക്കളഞ്ഞു സോമൻ, അതായിരുന്നു ഡോക്ടറുടെ പ്രശ്നം.

അദ്ദേഹം പിന്നീട് എന്നോട് ചോദിച്ചു: ഞാൻ നിയമത്തിന് കീഴടങ്ങട്ടെ മിസ്റ്റർ മേനോൻ?

അതുകൊണ്ട് നിയമത്തിനോ രാജ്യത്തിനോ പ്രയോജനമൊന്നു മില്ല ഡോക്ടർ, മാത്രവുമല്ല ഇന്നത്തെ നിലയിൽ നിങ്ങളുടെ ഭാര്യയ്ക്കും മകൾക്കും അതെത്ര ദോഷകരമായിരിക്കുമെന്നറിയാമോ? എന്നിലെ നിയമജ്ഞനല്ല അന്നേരം സംസാരിച്ചതെന്നെനിക്കറിയാം, സോമൻ.

ആത്മഹത്യയിൽ ഞാൻ വിശ്വസിക്കുന്നില്ല- അദ്ദേഹം വീണ്ടും പറഞ്ഞു.

നോ യു ഷൂഡ് നെവർ തിങ്ക് എബൗട് ഇറ്റ്. എല്ലാം ഒരു അൺലക്കി കോയിൻസിഡെൻസ് ആയിരുന്നില്ലേ?

അല്പം കഴിഞ്ഞു ഞാൻ അദ്ദേഹത്തോട് പറഞ്ഞു: ഡോക്ടർ, നിഷയെ തത്കാലം ഏതെങ്കിലും ഒരു ബോർഡിങ്ങിൽ ആക്കുന്നത് നന്നായിരിക്കും.

അത് ഞാൻ ആലോചിച്ചുറപ്പിച്ചിട്ടുള്ള ഒരു സംഗതിയാണ്

പിന്നെ താങ്കളുടെ സ്നേഹമയമായ പരിചരണങ്ങൾക്കു മാത്രമേ താങ്കളുടെ ഭാര്യയെ രക്ഷിക്കാൻ കഴിയൂ.

മറ്റൊരു കാര്യം കൂടി എന്നെ അലട്ടുന്നുണ്ട്, മിസ്റ്റർ മേനോൻ.

പറയൂ. ഇന്നലെ ഞാനൊരു സ്വപ്നം കണ്ടു. ഞാനും സരോജവും അന്ന് അനീഷ് നിന്നിരുന്ന സൺഷെയ്ഡിൽ നിൽക്കുന്നു അവൾ എന്നെ തള്ളി താഴെയിടാൻ ശ്രമിക്കുകയായിരുന്നു.

ശുദ്ധമണ്ടത്തരം! ഞാൻ അങ്ങിനെ പറഞ്ഞെങ്കിലും ഡോക്ടർ പ്രശാന്തൻ ആകെ ഭയവിഹ്വലനായിരുന്നു.

മിസ്റ്റർ സോമൻ, അന്നത്തെ ഞങ്ങളുടെ കൂടിക്കാഴ്ചയ്ക്കുശേഷം സൗകര്യപ്രദമായരീതിയിൽ സംസാരിക്കത്തക്കവണ്ണം ഞങ്ങൾ കണ്ടുമുട്ടിയിട്ടില്ല. ആ സംഭാഷണം കഴിഞ്ഞിട്ട് ഏതാണ്ട് മൂന്നു മാസമായിരിക്കുന്നു. രണ്ടുമൂന്നു പ്രാവശ്യം ഓരോ അവസരങ്ങളിലായി ഞാൻ അദ്ദേഹത്തെ കണ്ടിട്ടുണ്ട്. അങ്ങിനെ ഓരോ പ്രാവശ്യം കണ്ടപ്പോഴും തലേ പ്രാവശ്യം കണ്ടപ്പോഴുണ്ടായിരുന്നതിനേക്കാൾ വർദ്ധിച്ച പ്രായം അദ്ദേഹത്തിന് തോന്നിക്കു മായിരുന്നു.

ഹോ, എന്തൊരു വിധി- എന്ന് പറഞ്ഞുകൊണ്ട് മേനോൻ വിഷണ്ണനായിരിക്കുന്നതാണ് ഞാൻ പിന്നെ കണ്ടത്.

എന്നാൽ എന്റെ ആകാംക്ഷയ്ക്ക് അന്തിമമായി അറുതി വരുത്തിക്കൊണ്ട് സുധാകരമേനോൻ അവസാനിപ്പിച്ചു.

മിസ്റ്റർ സോമൻ, ഇപ്പോൾ ഫോണിൽ എനിക്ക് കിട്ടിയ സന്ദേശം ഡോക്ടർ പ്രശാന്തന്റെ മരണവാർത്തയാണ്. ഡോക്ടർ പ്രശാന്തന്റെ മൃതദേഹം അനീഷിന്റെ മൃതശരീരം കിടന്നിരുന്ന അതേ സ്ഥാനത്തു കിടക്കുകയായിരുന്നുവത്രെ. ഇപ്പോൾ പോലീസ് ഇൻക്വസ്റ്റ് കഴിഞ്ഞു പോസ്റ്റ്മോർട്ടത്തിനു വേണ്ടി മൃതശരീരം ആശുപത്രിയിലേയ്ക്ക് മാറ്റിയിരിക്കുകയാണ്

ഞാൻ തരിച്ചിരുന്നുപോയി.

നമുക്ക് പിന്നീട് സംസാരിക്കാം ഇപ്പോൾ ഞാൻ ആശുപത്രിവരെ ഒന്ന് പോകട്ടെ - മേനോൻ പറഞ്ഞു

വിരോധമില്ലെങ്കിൽ നമുക്കൊരുമിച്ച്...

റൈറ്റ്, അങ്ങിനെയാകട്ടെ. സുധാകരമേനോൻ ഡ്രസ്സ് മാറാനാണെന്നു തോന്നുന്നു. അകത്തേയ്ക്കു കയറിപ്പോയി. അപ്പോൾ എന്റെ മുന്നിൽ ഡോക്ടർ പ്രശാന്തന്റെ പ്രൗഢഗംഭീരമായ മുഖമായിരുന്നു.

www.ingramcontent.com/pod-product-compliance
Lightning Source LLC
LaVergne TN
LVHW060122051026
849517LV00007B/2363